NGÀNH MAI

100 NĂM
CẢI LƯƠNG
VIỆT NAM

Quyển 2

NGƯỜI VIỆT BOOKS

100 NĂM CẢI LƯƠNG VIỆT NAM - Quyển 2
Ngành Mai
Người Việt xuất bản lần thứ nhất tại Hoa Kỳ, 2014

Bìa và trình bày:
Nguyễn Thị Thảo Ly
Oliver Nguyễn

ISBN: 978-1-62988-458-5

© Tác giả và Người Việt Books giữ bản quyền.

100 NĂM CẢI LƯƠNG VIỆT NAM
Quyển 2

MỤC LỤC

LỜI NÓI ĐẦU 7

CHƯƠNG 10 9
    ĐOÀN HÁT "PHÁP - VIỆT NHỨT GIA" 9
    NGƯỜI SÁNG LẬP GIẢI THANH TÂM 15

CHƯƠNG 11 53
    BẠCH CÔNG TỬ LÀM BẦU GÁNH CẢI LƯƠNG 53
    RẮC RỐI QUANH VỞ HÁT "TÌNH ANH BẢY CHÀ" 62
    ĐOÀN HOA SEN KẾT HỢP ĐIỆN ẢNH VỚI CẢI LƯƠNG..........71

CHƯƠNG 12 87
    TUỒNG MA MỘT THỜI ĂN KHÁCH 87
    BÀI VỌNG CỔ NHỊP 8 ĐẦU TIÊN "VẲNG VẲNG TIẾNG CHUÔNG CHÙA" 109

CHƯƠNG 13 115
    CHỮ KÝ THANH NGA ẢNH HƯỞNG CUỘC ĐỜI...........115
    THANH NGA VÀ PHIM "ĐÔI MẮT NGƯỜI XƯA" 126
    VỞ HÁT "THUYỀN RA CỬA BIỂN" 133
    SOẠN GIẢ VIỄN CHÂU "VUA" BÀI CA NHỎ...................148

CHƯƠNG 14 153
    ĐÀO CẢI LƯƠNG THẨM THÚY HẰNG............................153

    NGHỆ THUẬT "BAY" TRÊN SÂN KHẤU..................165
    NHẠC CÁC DÂN TỘC THIỂU SỐ 176

CHƯƠNG 15 .... **183**
    NĂM CHÂU VỚI CẢI LƯƠNG VÀ ĐIỆN ẢNH 183
    NGHỀ CHO VAY GÁNH HÁT CẢI LƯƠNG 192
    NHỮNG GÁNH HÁT NGHÈO Ở MIỀN QUÊ NÔNG THÔN 205

CHƯƠNG 16 .... **213**
    VỞ TUỒNG TUYỆT TÌNH CA...................................213

CHƯƠNG 17 .... **253**
    CA VỌNG CỔ HÀI HƯỚC..253
    CÁC "DƯỢNG ĐÀO" TRONG LÀNG CẢI LƯƠNG 260
    BÀI VỌNG CỔ "BÓNG NGƯỜI KỴ SĨ" 265
    SỰ RA ĐỜI CỦA DĨA HÁT HOÀNH SƠN 271

CHƯƠNG 18 .... **287**
    CHUYỆN VUI CHUYỆN THẬT TRONG LÀNG CẢI LƯƠNG 287

Lời Nói Đầu

Cách đây vài tháng cuốn sách "100 Năm Cải Lương Việt Nam" quyển 1 ra đời đã đáp ứng được một phần nào sự mong đợi của quí vị, những người yêu thích nghệ thuật cải lương, muốn lưu lại cho các thế hệ sau này sự hiểu biết về một bộ môn nghệ thuật đặc thù, độc đáo của dân tộc.

Như đã trình bày trong quyển 1, thời gian hoạt động cải lương dài đến 100 năm, mà tầm hoạt động thì tỏa rộng đi khắp năm châu bốn biển. Đầu gành hay cuối bãi nào cũng thấy bóng dáng cải lương, chân trời góc biển nào cũng có cải lương hiện diện. Tóm lại đâu đâu có người miền Nam hội tụ là có cải lương xuất hiện, thì dĩ nhiên một cuốn sách không thể nào ghi chép hết được.

Do vậy "100 Năm Cải Lương Việt Nam" quyển 2 nối tiếp ra đời, để tiếp tục đem đến quí vị những câu chuyện mà giới hâm mộ nghệ thuật sân khấu ai cũng muốn nghe; người yêu thích cải lương ai cũng muốn đọc. Cái thích thú là không câu chuyện nào giống với câu chuyện nào, mà hầu hết là những chuyện lạ, chuyện vui buồn mà chỉ trong làng cải lương mới có.

Diễn tiến hoạt động cải lương từ thời xa xưa ấy cho đến mấy lúc sau nầy, biết bao nhiêu là sự kiện diễn ra, bao nhiêu thăng trầm biến đổi sẽ lần lượt được lên sách cho thế hệ mai sau.

Một khi bộ sách "100 Cải Lương Việt Nam" hoàn thành thì kể như lịch sử văn hóa nghệ thuật nước nhà ở khắp nơi tập trung lại để gìn giữ, bảo tồn.

Ngành Mai

CHƯƠNG 10

ĐOÀN HÁT
"PHÁP - VIỆT NHỨT GIA"

Toàn Quyền Đông Dương
từng làm bầu gánh cải lương

Một sự kiện khá đặc biệt có liên quan đến cải lương rất khó tin nhưng lại có thật, đã từng xảy ra vào năm 1918, lúc đất nước ta còn ở thời kỳ thuộc địa Pháp, mà trong công cuộc sưu tầm, tìm hiểu về hoạt động của bộ môn nghệ thuật này, tôi đã nắm vững vấn đề, kể cả hình ảnh đã sưu tập được và ghi vào bộ sách 100 Năm Cải Lương Việt Nam.

Hoạt động sân khấu cải lương các thế hệ sau này, những người làm nghệ thuật, giới bầu gánh, nghệ sĩ và luôn cả khán giả chắc rất hiếm ai biết được rằng khi xưa (1918) từng xuất hiện một gánh hát mà diễn viên, nhạc sĩ, thầy tuồng hầu hết là những nhà trí thức thời bấy giờ và bầu gánh lại là Toàn Quyền Đông Dương.

Bức hình ban hát "Pháp - Việt Nhứt Gia" (gánh hát Bầu Rô) chụp trước nhà hát Tây Sài Gòn ngày 1 Tháng Mười Một 1918. Từ trái sang: 1. Cô Ba Kiều (danh ca ở Vĩnh Long, em ruột cô Ba Niệm, cũng một danh ca. 2. Ông Nguyễn Văn Hộ, đờn kìm. 3. Ông Hai Hòa. 4. Cụ huyện Nguyễn Văn Của nhân viên gánh hát Bầu Rô. 5. Ông Huỳnh Đình Điền trưởng ban âm nhạc. 6. Ông Nguyễn Văn Lang, giúp việc Sở Hỏa Xa (đóng vai Châu Văn Tiếp). 7. Ông Cao Huỳnh Cư, giúp việc Sở Hỏa Xa (phó trưởng ban âm nhạc) và sau này năm 1925 cũng với ông Phạm Công Tắc, ông Lê Văn Trung lập đạo Cao Đài. 8. Cụ Nguyễn Viên Kiều viết báo (đóng vai Bá Đa Lộc). Người đứng sau lưng cụ Viên Kiều là ông Huỳnh Trí Phú (tổng thư ký). 9. Ông Lê Khiêm Nhường, giúp việc Trạng Sư Cunia (phó thủ quỹ). 10. ông Nguyễn Văn Hoài, giúp việc Sở Tạo Tác (đóng vai Vua Gia Long). Người đứng sau ông Hoài có cầm mảnh

giấy trắng là Cụ Đặng Thúc Liêng (thầy tuồng). 11. Cụ Bùi Quang Chiêu (nhân viên). 12. Cụ Nguyễn Chánh Sắt, ký giả (vai Lê Văn Duyệt). Người đứng sau lưng cụ Bùi Quang Chiêu là cụ Hồ Biểu Chánh (đóng vai xã trưởng thâu thuế). 13. Ông Nguyễn Phú Khai, viết báo (nhân viên danh dự). 14. Ông Heloury, chủ nhân báo Lopinion và Công Luận. 15. Ông Nguyễn Văn Thế, ủy viên. Người đứng sau lưng ông Thế thắt nơ đen là ông Vân Phi Trần Văn Chim, ký giả (nhân viên danh dự). 16. Ông Danh (ban âm nhạc). Người mặc quốc phục đứng sau ông Nguyễn Văn Chim là cụ Nguyễn Kim Định (đóng vai Hương Sư). 17. Ông Trần Văn Huờn, thông phán Vĩnh Long, người đặt hai bài tứ đại oán, văn thiên tường Bá Lý Hề. Người mập bịt khăn đống đứng kế cụ Hồ Biểu Chánh là ông Lê Quang Liêm.

Bức hình mang ý nghĩa đặc biệt về lịch sử nước nhà lẫn lịch lịch sử cải lương trên đây, có hai vị mà rất nhiều người biết tên cùng thành tích. (1) Cụ Hồ Biểu Chánh, nhà văn đã để lại cho đời nhiều tác phẩm tiểu thuyết nổi tiếng như Ngọn Cỏ Gió Đùa, Nghĩa Vợ Chồng... (2) Cụ Cao Huỳnh Cư, một trong các vị khai sáng đạo Cao Đài, mà hầu hết tín hữu Cao Đài đều tôn kính và gọi là Đức Cao Thượng Phẩm (chức sắc Thiên Phong). Bức tượng Đức Cao Thượng Phẩm ở phía trước tiền đình Tòa Thánh Tây Ninh. (Hình: Bộ sưu tập của Ngành Mai).

Người ta có thể nói rằng Toàn Quyền Đông Dương thời đó quyền hành còn hơn cả vua chúa, thế mà tại sao ông ta lại đi làm bầu gánh hát cải lương chớ! Ông làm bầu cải lương để làm giàu như Bầu Long, hay là để mắc nợ như Năm Châu, Bảy Cao, bà Bầu Thơ chăng?

Số là cách nay non một thế kỷ, lúc Âu Châu đại chiến 1914 - 1918 giai đoạn ác liệt, chánh phủ Toàn Quyền Đông Dương có mở một cuộc công thải, mà người ta quen gọi là phong trào bán phiếu quốc trái "Rồng Nam Phun Bạc Đánh Đổ Đức Tặc". Muốn cho công cuộc ấy thành tựu tự nhiên là phải có cổ động tuyên truyền trong dân chúng mới được.

Các nhà trí thức Việt Nam lúc bấy giờ như cụ Nguyễn Văn Của, Nguyễn Phú Khai, Đặng Thúc Liêng, Huỳnh Trí Phú v.v... có sáng kiến lập ra gánh hát đi diễn khắp Lục Tỉnh kiếm tiền và cổ động bán phiếu quốc trái. Sáng kiến ấy được Toàn Quyền Albert Sarraut tán thành.

Thế là các cụ bắt tay vào việc, và một đoàn hát hát gồm các nhà trí thức, văn nhơn ký giả Việt Nam thành lập, lấy tên là đoàn hát "Pháp Việt Nhứt Gia". Dân chúng bấy giờ quen kêu gánh hát Bầu Rô, vì Toàn Quyền Albert Sarraut được coi như làm bầu gánh. Về tuồng tích do hai cụ Đặng Thúc Liêng và Nguyễn Viên Kiều biên soạn với tên tuồng "Cao Hoàng Phục Quốc", sự tích Vua Gia Long thống nhứt sơn hà. Đồng thời hai cụ Liên, Kiều cũng đảm trách phần thầy tuồng, tức đạo diễn.

Các vai tuồng trong vở "Cao Hoàng Phục Quốc" do mấy ông mấy thầy công tư chức, các ký giả, các nhà trí thức Việt Nam đóng vai và dàn nhạc cũng thế.

Gánh hát Bầu Rô ra mắt công chúng Sài Thành ngày 1 Tháng Mười Một 1918 tại nhà hát Tây (trụ sở Hạ Nghị Viện Việt Nam Cộng Hòa sau này). Nhờ các báo mạnh mẽ cổ động, và lại là chuyện lạ chưa từng có nên đêm diễn tuồng đầu tiên, gánh Bầu Rô thâu thập kết quả mỹ mãn quá sức tưởng tượng của ban tổ chức, công chúng tranh nhau vào coi chật cứng nhà hát Tây. Riêng về phần "nghệ sĩ" thì các cụ đóng tuồng rất hay, chẳng kém nghệ sĩ chuyên nghiệp nên được khán giả nhiệt liệt hoan nghinh.

Sau khi ra mắt công chúng Sài thành, gánh hát Bầu Rô lần lượt đi diễn tuồng khắp Lục Tỉnh, đến đâu cũng được khen ngợi khuyến khích, nhờ đó mà cuộc công trái "Rồng Nam Phun Bạc Đánh Đổ Đức Tặc" có kết quả tốt đẹp. Sau đó thì các cụ có vai trò trong tuồng hoặc có chân trong đoàn hát Bầu Rô phần nhiều được chánh phủ Toàn quyền Pháp ban tặng chức Huyện Hàm.

Để trình bày mở đầu cho quyển 100 Năm Cải Lương Việt Nam quyển 2, tôi ra công tìm được bức ảnh chụp toàn thể nhân viên gánh hát Bầu Rô trước nhà hát Tây Sài Gòn ngày 1 Tháng Mười Một 1918.

Trong bức ảnh hiếm có này, quí vị thấy đủ các vai trò trong tuồng "Cao Hoàng Phục Quốc" như: các cụ Nguyễn Văn Lang (vai Châu Văn Tiếp); cụ Nguyễn Văn Hoài, giúp việc Sở Tạo Tác Sài Gòn (vai Vua Gia Long); Nguyễn Văn Kiều, ký giả (vai Bá Đa Lộc) Nguyễn Chánh Sắt, ký giả (vai Lê Văn Duyệt).

Ngoài mấy vai tuồng chánh trên đây mà các cụ đã đóng một cách xuất sắc, ban âm nhạc của gánh Bầu Rô làm cho khán giả, nhứt là các tay âm nhạc chuyên môn của mấy gánh hát danh tiếng thời bấy giờ phải ngạc nhiên.

Ông Nguyễn Văn Thảo thổi ống tiêu xuất sắc, khiến cho bao nhiêu tâm hồn phải ngơ ngẩn, mơ xa theo giọng tiêu trầm bổng. Thấy ông Thảo trổ tài thổi tiêu, người ta bỗng nhớ đến chàng Tiêu Sử và nàng Lộng Ngọc, rể và con gái vua Tần Mục Công trong truyện Đông Châu Liệt Quốc ngày xưa đã sử dụng cặp tiêu thần, khiến bầy hạc trên trời phải bay xuống nhảy múa theo giọng tiêu, rồi xòe cánh quỳ mọp cho vợ chồng Tiêu Sử ngồi bay lên trời.

Ông Trần Văn Hườn, tục gọi Phán Hườn ở Vĩnh Long là phó trưởng ban âm nhạc, được khán giả chú ý với hai bản

Văn Thiên Tường và Tứ Đại Oán Bá Lý Hề, lâm ly thống thiết, não nùng... Hai bản Bá Lý Hề (đờn và lời ca) ấy về sau được phổ thông khắp miền Lục Tỉnh. Người sành điệu âm nhạc khi lên dây đờn bản Văn Thiên Tường, hoặc Tứ Đại Oán chắc không bao giờ quên ông Phán Hườn.

NGƯỜI SÁNG LẬP
GIẢI THANH TÂM

Tiểu sử và "nghiệp báo" của ông Trần Tấn Quốc

Người ta có thể nói rằng trong giới cải lương và những người yêu thích bộ môn nghệ thuật sân khấu thời thập niên 1950 - 1960 nếu không thấy mặt ông Trần Tấn Quốc thì cũng nghe danh cái bút hiệu Thanh Tâm của ông. Do bởi chữ "Thanh Tâm" được đặt tên cho một giải thưởng hằng năm của bộ môn sân khấu cải lương.

Năm 1950 khi vừa làm chủ nhiệm tờ báo Tiếng Dội thì ông Trần Tấn Quốc liền mở ngay "Trang Kịch Trường" nói về hoạt động cải lương, để rồi về sau rất nhiều tờ báo cũng theo chân mở trang kịch trường với đường lối gần giống như ông chủ trương.

Trước khi nói về hoạt động cùng thành tích đạt được của trang kịch trường trên báo Tiếng Dội, tôi sơ lược qua về tiểu sử ông Trần Tấn Quốc, cũng như cơ duyên nào đưa đẩy ông vào nghiệp báo chí để rồi suốt cuộc đời dấn thân vào trong cái nhục vinh của "nghiệp báo" này.

Ông Trần Tấn Quốc tên thật là Trần Chí Thành, sinh năm 1914 tại Cao Lãnh, học thi đậu bằng Sơ Học (Certificat d'Etudes Primaires). Theo lời ông kể thì ông yêu thích nghề làm báo từ lúc còn ngồi ghế nhà trường. Hai nhà báo mà ông ngưỡng mộ nhứt là: Nhà cách mạng Nguyễn An Ninh, và ông Diệp Văn Kỳ chủ bút tờ nhựt báo Thần Chung.

Ông Diệp Văn Kỳ là người Huế, thân mẫu là một bà công chúa em gái Vua Thành Thái. Từng du học bên Pháp đậu bằng Cử Nhân Luật, ông Kỳ về nước không chen chân vào đường quan lộ mà chọn nghề làm báo. Là người miền Trung nhưng ông lại lọt vào "hũ nếp" ở đồng bằng sông Cửu Long, (vợ ông Kỳ là bà Lê Thị Hạnh, con của một đại điền chủ giàu có số 1 ở Cao Lãnh).

Lúc ông Quốc đang học ở trường tiểu học Cao Lãnh thì ông Diệp Văn Kỳ nhân dịp về thăm quê vợ có đến thăm trường ông. Trước khi ra về, ông Diệp Văn Kỳ nói thẳng đám học sinh:

- Các em ráng học, để sau này giúp ích cho nước nhà. Chắc thầy các em đã nói cho các em biết tôi là ai hỉ? Có người lại bảo, tại sao tôi không ra làm quan? Nhưng làm quan để mà chi? Khi ta chỉ sung sướng một mình còn bao nhiêu đồng bào ta cực khổ, thì làm quan có ích gì? Tuy nhiên, về sau muốn làm nghề gì, thì lúc còn nhỏ cũng phải ráng học cái đã. Vậy tôi khuyên các em ráng học...

Ông Quốc kể lại:

- Lời khuyên bảo của ông Kỳ thật là ngàn vàng, nhưng thay vì đây càng ráng học để sau này giúp ích cho nước nhà như lời ông khuyên bảo, thì bắt đầu từ đó, tôi muốn... làm báo! Để làm gì? Thật ra tôi chưa biết làm báo để làm gì, điều chắc chắn làm báo để... thành ông chủ bút, như... ông chủ bút Diệp Văn Kỳ.

Năm 1930 ở Cao Lãnh có phong trào người dân biểu tình chống nhà cầm quyền thuộc địa Pháp. Ông Quốc mới 17 tuổi tham gia biểu tình bị bắt kêu án 5 năm đày đi Côn Đảo, vì tội "hoạt động phá hoại chống Nhà Nước". Thọ án 4 năm thì được "phóng thích có điều kiện" về quê nhà ở Cao Lãnh, mỗi tuần phải đi trình diện chính quyền sở tại.

Về nhà được một thời gian thì ông Trần Tấn Quốc lại bị thêm một tai nạn nữa, do bài cảm tưởng dưới đây gởi đến báo:

Lâu lắm rồi, từ ngày được trở về, tôi mới có dịp đi chợ quận chỉ cách nhà tôi một ngàn thước. Tôi đi xem lễ "14 Juillet" nghe nói năm nay được tổ chức lớn lắm theo lịnh của quan chủ quận.

Trong lúc nhiều người vui vẻ nô đùa với các trò chơi của buổi lễ, riêng tôi cảm thấy buồn thấm thía. Buồn cho đồng bào mình chưa thức tỉnh và tủi cho một dân tộc bị trị đã quên mất cái quá khứ oanh liệt. Ngoài đua thuyền, chạy bộ, kéo dây là những trò biểu diễn thể thao cần ích, đến cạp chảo, đập tĩn, leo cột thoa mỡ bò... là những trò khỉ vô bổ vô duyên không thể chấp nhận.

Người ta gắn dính một cắc bạc vào đít cái chảo đầy lọ đen rồi treo chảo lên một hàng năm cái. Ai muốn lấy cắc bạc ấy phải dùng răng mà cạp và không được làm rơi đồng tiền xuống đất. Dù lấy được hay không mặt mày người nào người nấy cũng dính đầy lọ chảo, trông không còn là mặt con người. Vậy mà cũng có nhiều người tranh nhau cạp để... giúp vui thiên hạ!

Một hàng tĩn sáu cái (thứ tĩn đựng nước mắm hồi trước) treo lên cao ngang đầu người, cách khoảng một thước một cái. Trong mỗi tĩn có một cắc bạc. Sáu người đều bịt mắt, mỗi người cầm một khúc cây, đứng xa hàng tĩn bốn thước. Quay tròn bốn vòng thật nhanh rồi tự mình nhắm tìm hàng tĩn mà đập. Tĩn bị đập bể, cắc bạc rớt ra thì lượm lấy. Nhưng không dễ gì! Những đòn đập gió, thiên hạ cười ồ. Người này ra sức đập vào... đầu người nọ, đôi khi đến phun máu, thiên hạ cũng... cười!

Sau cuộc cách mạng 1789, mỗi năm đến 14 Juillet, nhân dân Pháp kỷ niệm ngày dân chúng nổi dậy phá ngục Bastille, đạp đổ đế quyền chuyên chế bằng tổ chức mít tinh, biểu tình nêu cao tinh thần tự do, bình đẳng, bác ái. Còn ở nước ta, từ khi Pháp xâm chiếm và thống trị, đa số dân chúng không biết ý nghĩa ngày 14 Juillet ra sao? Bình dân gọi là "Lễ Chánh Chung", người có học Pháp thì gọi "Lễ 14 Juillet". Dịp này, mỗi địa phương đều tự động tổ chức những trò vui theo sáng kiến của nhà cầm quyền, trong đó có bày ra nhiều trò vô ý thức, hạ thấp phẩm cách con người, làm tổn thương truyền thống oai hùng của một dân tộc.

Những đoạn trên là nội dung bài "cảm nghĩ khi xem Lễ 14 Juillet tại Cao Lãnh" ký tên CT (trong giấy tờ hộ tịch ông Quốc tên là Trần Chí Thành) đăng trên một nhật báo ở Sài Gòn. Bài báo này làm cho quan chủ quận T. nổi trận lôi đình khi điều tra biết tôi là tác giả và lúc bị quận đòi hỏi tôi cũng xác nhận như vậy, quan liền áp dụng biện pháp trừng phạt thật nghiêm khắc.

Kể từ đây, tuyệt đối tôi không được đến chợ và cũng không được đi ra khỏi làng đang cư ngụ bất cứ vì lý do gì; ngoài ra, mỗi ngày phải đến công sở xã Hòa An ký tên vào sổ hiện diện. Cò bót và làng xã trong toàn quận đều được thông báo quyết định của quan đối với tôi để nghiêm chỉnh thi hành.

Trong cái cảnh bị giam lỏng như thế với nguy biến không biết xảy ra lúc nào, nên một hôm thừa dịp con nước ròng, tối trời, mẹ và em ông Quốc âm thầm bơi xuồng xuôi dòng sông Cửu Long xuống Sa Đéc, đưa ông lên chiếc xe đò sớm nhứt đi Sài Gòn. Lần ra đi này ông Quốc gọi là "bỏ xứ... đi làm báo".

Những bước chân đầu tiên đặt lên vùng đất lạ Sài Gòn, thủ phủ của xứ Nam Kỳ nên ông Quốc không sao tránh khỏi những bỡ ngỡ trước cuộc đời mới. Mộng làm báo vẫn đeo đẳng bên mình. Đứng trước thực tế vô vàn khó khăn không giống như những điều mơ ước của cậu học trò năm xưa, khiến ông phải nhiều suy nghĩ để quyết tìm cho mình một chí hướng.

Nhắc lại những ngày dấn thân ấy, ông kể tiếp:

- Lúc còn đi học, mình tha thiết nghề viết báo bao nhiêu, giờ đây đứng trước thực tế, thấy khó gia nhập làng báo bấy nhiêu. Viết báo chẳng những giỏi Việt văn mà còn phải có một số vốn liếng Pháp văn ở mức nào đó, dầu là một phóng viên đi lượm tin nơi các nhà thương và cò bót. Một anh phóng viên cầm cuốn sổ tay đến bót cảnh sát, thì từ anh Biện đến ông Cò, là những người có quyền cho tin nhà báo, đều là người Pháp; vào nhà thương thì gặp bác sĩ người Pháp, mà dầu bác sĩ người Việt, họ cũng nói tiếng Pháp. Lên Tòa án từ ông chánh án đến công tố viện và luật sư đều dùng tiếng Pháp trong việc hỏi cung, buộc tội và biện hộ.

Vấn đề mộng và thực đã đặt ra trước mắt tôi. Lúc ở trường, mình viết bài gởi đến báo đăng chơi, hoặc tạo cho mình một cái bút hiệu để "làm tàng với chúng bạn", bây giờ viết bài đem bán cho nhà báo để lấy tiền sống lại là việc khác.

Lúc bơ vơ giữa chợ đời với muôn nẻo sáng, tối thì may quá, tôi gặp một giáo sư tư thục, thương tình cảm cảnh dẫn về ở với ông, vừa nuôi ăn, vừa cho theo ông vào lớp để học ké với nhóm học sinh có đóng học phí hẳn hòi. Đó là giáo sư sống độc thân chuyên dạy Pháp văn mà tên Đinh Nho Hàng của ông đã khắc sâu vào tâm khảm tôi từ đó.

Ông Trần Tấn Quốc
và trang kịch trường tờ báo Tiếng Dội

Lên Sài Gòn được một năm, nhờ một cơ hội khá hy hữu mà đạt được sở nguyện, và năm 22 tuổi ông chính thức bước chân vào làng báo. Khởi đầu chỉ làm anh phóng viên đi xe đạp lượm tin hàng ngày gọi là tin local (tin vặt - địa phương) mà có kẻ xấu mồm gọi là tin "xe cán chó". Tuy vậy với số lương đầu tiên trong nghề cũng có thể sống được để theo đuổi cái "nghiệp báo" hay là "nghiệp chướng" mà khi vào nghề mới thấy.

Lúc ấy mỗi tháng ông Quốc lãnh 30 đồng tiền Đông Dương, gởi về cha mẹ 10 đồng, ăn ở 6 đồng, tiền học lớp đêm 3 đồng, còn lại những 11 đồng để sắm quần áo, xài vặt phủ phê, vì lúc đó chưa biết hút thuốc lá, và chưa quen uống cà phê đen. Hai năm sau ông Quốc về cộng tác với tờ báo khác mang tên Nhựt Báo của ông Nguyễn Bảo Toàn, và những năm kế tiếp làm cho các tờ Công Luận, Điển Tín cùng vài tờ báo nào đó nữa.

Đến năm 1950 ông Phan Văn Thiết là người bạn cùng quê Cao Lãnh với ông (người ta thường gọi là ông Tòa Thiết, do bởi ông đậu Luật khoa cử nhân từ đầu thập niên 1930, từng làm chánh án, luật sư) nhường tờ Tiếng Dội cho ông Trần Tấn Quốc khai thác với danh nghĩa chủ nhiệm có sự chấp thuận của nhà cầm quyền.

Với tờ Tiếng Dội của ông Thiết, Trần Tấn Quốc bắt đầu làm chủ báo từ đây. Trong làng báo miền Nam ai cũng biết Trần Tấn Quốc là một ký giả, đồng thời là chủ báo mạnh dạn chủ trương mở riêng biệt một trang kịch trường đầu tiên trên tờ Tiếng Dội, nhằm thúc đẩy sự tiến triển liên tục của ngành sân khấu cải lương.

Là chủ nhiệm kiêm chủ bút, nhưng ông Quốc đích thân chăm lo trang kịch trường chớ không giao cho một biên tập viên nào. Lý do vì đây là công việc đòi hỏi người phụ trách phải am tường, phải hiểu biết sâu rộng về cải lương. Nói một cách khác là phải theo dõi liên tục hoạt động sân khấu với một trình độ căn bản về thu thập, chứ không phải hiểu biết cách lơ tơ mơ mà làm được. Ông Quốc đã nghĩ rằng không ai rành rẽ bằng ông trong vấn đề này. Nhưng vì sao mà ông Quốc lại đặt nặng trang kịch trường đến như thế? Để trả lời câu hỏi trên, thì đây là lời của nghệ sĩ Năm Châu thường nói với các ký giả kịch trường ở Ngã Tư Quốc Tế: "Ở Sài Gòn này có trên 10 rạp cải lương, đêm nào cũng có hát, chưa kể miền Lục Tỉnh từ Mỹ Tho dài xuống Vĩnh Long, Cần Thơ, Long Xuyên, Rạch Giá... nơi nào cũng có rạp hát và gần như lúc nào cũng có các gánh cải lương lớn, nhỏ trình diễn. Cải lương hoạt động tất nhiên có nhiều tin tức liên quan đến bộ môn nghệ thuật mà đa số người miền Nam ưa thích. Nếu tin lên báo thì không riêng gì khán giả mua báo theo dõi chuyện cải lương, mà rất nhiều thành phần khác có liên hệ làm ăn với nghệ thuật sân khấu, họ cũng cần có tờ báo để nắm bắt tình hình, hầu tính toán công cuộc làm ăn. Ông Quốc chăm lo kỹ lưỡng trang kịch trường là do vấn đề thương mại, chỉ nội người ham mê cải lương mua báo, ông Quốc cũng bỏ tiền nặng túi rồi!"

Lời nhận định của nghệ sĩ lão thành Năm Châu rất thực tế vào thời đó, vì đa số độc giả của Tiếng Dội là những người hâm mộ cải lương. Năm 1950 lúc ông Quốc mới làm chủ nhiệm, tờ Tiếng Dội chỉ đăng vài tin hoạt động cải lương nơi trang 2, không nhứt thiết ngày nào trong tuần. Thế rồi dần dần thì ở trang 2 này kịch trường chiếm trọn, nhưng mỗi tuần chỉ có một ngày thứ Năm. Đến 1953 thì mỗi tuần tăng lên hai ngày Thứ Tư và Thứ Bảy. Tuy vậy vẫn không đáp ứng được số độc giả ham đọc tin tức cải lương, họ muốn đọc mỗi ngày. Có người hỏi ông Quốc tại sao không đăng luôn tin tức cải lương mỗi ngày? Ông trả lời: "Mỗi tuần 2 ngày mà tôi còn muốn điên cái đầu đây rồi, nếu làm suốt cả tuần chắc tôi phải vô Chợ Quán hay lên Biên Hòa thôi"! (Có 2 nhà thương điên: 1 ở Chợ Quán và 1 trên Biên Hòa).

Là người nắm vận mạng tờ Tiếng Dội, ông Trần Tấn Quốc quan niệm tờ báo như món hàng, món hàng ấy phải trình bày thế nào đập vào nhãn quang của người đọc. Có lần vào tháng 6 - 1954 cô đào Năm Phỉ chết trong lúc đang coi chiếu bóng ở rạp Nam Quang, Chợ Đũi. Tờ Tiếng Dội của ông Quốc đã đăng tin ấy với cái tựa sắp bằng chữ lớn nhứt của nhà in, kéo dài 8 cột đặt trên đầu trang nhứt. Mới nhìn qua có người cho là "chướng quá" và đặt câu hỏi mỉa mai: "Cô Năm Phỉ có phải là một nhân vật quốc tế? Cái chết của cô phải chăng như cái chết của Staline"?

Nhưng con mắt những ký giả nhà nghề đã thấy rõ dụng tâm của đồng nghiệp Tiếng Dội: Quần chúng miền Nam rất ưa thích cải lương, mà cô Năm Phỉ là thần tượng của tri kỷ mộ điệu muôn phương. Cô Năm đã thu hút được tình cảm của bao nhiêu triệu khán giả ái mộ trên 30 năm nay. Tờ Tiếng Dội đăng lớn tin cô từ trần là có dụng ý làm cho báo bán chạy... Lẽ dĩ nhiên ngoài phần hình thức, ông luôn luôn quan tâm đến giá trị nội dung của bài vở trang ngoài cũng như trang trong, vì đó là chính yếu để tờ Tiếng Dội có thế đứng vững vàng trong làng báo.

Theo nhận xét riêng của tôi, tác giả Ngành Mai, thì tờ Tiếng Dội làm ăn khá nhứt là thời kỳ 1953 lúc đoàn Hoa Sen khai trương lần thứ hai tại rạp Nguyễn Văn Hảo, với những máy bay, xe tăng cùng phim ảnh lên sân khấu. Thời kỳ mà đoàn Hoa Sen oai trùm với những tuồng chiến tranh, thì trang kịch trường của tờ Tiếng Dội cũng tràn ngập tin... chiến tranh cải lương. Lúc bấy giờ hàng đêm ông Quốc đi coi tuồng chiến tranh, rồi về viết phóng sự ngoài việc tường thuật cái mới lạ của sân khấu Hoa Sen, còn nói về cảnh chen lấn mua vé, hôm nào cũng vé bán hết từ chiều, đã vô tình quảng cáo thêm cho đoàn Hoa Sen vậy.

Có điều là thời này vé hát mua trễ là hết, nếu như tuồng hay, nhưng lại không có cái nạn vé chợ đen. Còn mấy lúc sau này, vé hát thường bị ế, ghế trống hơn nửa rạp. Vậy mà muốn có "ghế tốt" khán giả phải mua vé chợ đen mới có. Thế mới ngược đời!

Khi xưa 1954 trở về trước chưa có nhà phát hành báo chí, ra báo thì tờ nào cũng tự bán lấy, do đó người chủ báo ngoài sự hiểu biết, kinh nghiệm về báo chí, mà còn phải có khả năng về thương mại thì mới dám ra báo. Khi tờ báo đã có con số độc giả rồi như tờ Tiếng Dội thì từ lúc 4, 5 giờ khuya trời chưa sáng, thiên hạ còn ngủ thì ở trước các báo quán đã sinh hoạt náo nhiệt. Người của những sạp báo ở Đô Thành và phụ cận đã có mặt để lấy báo về bán cho kịp buổi sáng trước khi công tư chức vào sở làm việc. Giới thầy chú này có thói quen là trước khi vô sở, họ thường ngồi tiệm cà phê vừa đọc báo vừa nhâm nhi ly cà phê, phì phà điếu thuốc lá.

Trong thời gian trang kịch trường nói về đoàn Hoa Sen với những tuồng sấm sét: Đoàn Chim Sắt, Mộng Hòa Bình, Nợ Núi Sông... thì tại trước báo quán Tiếng Dội ở đường Lagrandière (đường Gia Long sau này) cảnh giành giựt lấy báo thường diễn ra, do bởi chiếc máy in của báo Tiếng Dội là máy thường, ra báo có hạn, số cung không đủ cho số cầu.

Lúc đó mấy sạp báo quanh vùng Sài Gòn, Chợ Lớn, Gia Định có khi mua trễ là hết tờ Tiếng Dội. Còn ở các tỉnh thì dân ghiền cải lương cũng mỗi ngày coi cải lương hàm thụ bằng cách tập trung tại địa điểm bán báo, chờ chiếc xe đò mang báo về, mua tờ Tiếng Dội để đọc bài tường thuật đêm hát của đoàn Hoa Sen.

Tóm lại là ông Trần Tấn Quốc mở trang kịch trường trên tờ Tiếng Dội đã đưa đến sự tiến triển bộ môn nghệ thuật sân khấu cải lương, thì ngược lại cải lương sân khấu cũng gián tiếp nuôi sống tờ Tiếng Dội. Có nhiều người mua báo thì tờ Tiếng Dội mới sống vững, mới tồn tại, mới có tiền trả lương cho biên tập, cho nhân viên tòa soạn, cho in ấn... Chớ không như bây giờ ở hải ngoại có nhiều tờ báo tốn tiền in ra rồi đem... bỏ ở các chợ. Báo bỏ chồng đống mạnh ai nấy lấy, một tờ cũng được mà mười tờ cũng chẳng sao, có khi hốt cả xấp mang về mà không biết có đọc hay chăng nữa? Nếu như thời đó mà ông Quốc ra báo cái kiểu này thì từ chết tới chết, chớ không phải bị thương đâu!

Cô vợ đào hát của người sáng lập giải Thanh Tâm

Khi xưa, thời thập niên 1960 giải Thanh Tâm hoạt động liên tục 10 năm gây nên phong trào cải lương rầm rộ. Đồng thời những gì liên quan đến giải cũng biến thành câu chuyện để thiên hạ bàn tán, mà trong số có vấn đề "cô vợ đào hát" của người sáng lập giải Thanh Tâm, tức nhà báo Trần Tấn Quốc, và người ta còn nói thêm rằng cô đào ấy là nghệ sĩ tên tuổi nổi tiếng.

Thế nhưng, trong những lần phát giải người ta lại không thấy cô vợ đào hát của ông Quốc xuất hiện với vai trò gì, dù chỉ là tư cách khách tham dự. Tại sao thế chứ? Có hay không, nếu có thì cô đào tên tuổi ấy là ai?

Thắc mắc thì nhiều, mà câu trả lời chính xác, rõ ràng thì không, bởi có ai dám trả lời đâu. Thành thử ra bao nhiêu câu hỏi đều như nước chảy qua cầu, lui dần theo thời gian, đợi mùa giải Thanh Tâm năm sau lại thắc mắc tiếp.

Đào Thanh Loan, người vợ thứ 5 của nhà báo Trần Tấn Quốc.

Thật ra thì cũng có một số người biết rõ vấn đề trên nhưng họ không muốn trả lời đấy thôi. Chẳng hạn như các nghệ sĩ Năm Châu, Phùng Há, Bảy Nhiêu, Ba Vân, hoặc các soạn giả Thu An, Hoàng Khâm, Lê Khanh thì làm gì lại không biết bà vợ đào hát của ông Quốc là ai, làm gì, ở đâu. Cũng như các ký giả, nhà báo bạn cùng thời với ông Quốc dĩ nhiên là phải biết chớ. Nhưng chẳng ai muốn nói đến việc "cô vợ đào hát" của người sáng lập giải Thanh Tâm làm chi, bởi nói ra có thể lôi thôi phiền phức cho bản thân, thành ra họ lắc đầu trả lời không biết cho xong.

Đây là vấn đề thời ấy mà ngay cả bây giờ rất nhiều người muốn biết. Và tôi cũng xin nói nói mau rằng chuyện ấy có thật, chớ không phải khơi khơi mà người ta dựng lên. Cô đào hát vợ của ông Trần Tấn Quốc là nữ nghệ sĩ Thanh Loan nổi tiếng từ thời thập niên 1940 - 1950.

Cô ba Thanh Loan là mối tình thứ năm của ông Quốc. Ông có đến 6 mối tình, cô Thanh Loan là bà thứ năm, 4 bà trước và 1 bà sau tôi sẽ đề cập ở phần sau, ở đây chỉ nói riêng về nữ nghệ sĩ Thanh Loan mà thôi.

Những người đàn bà đi qua cuộc đời ông Trần Tấn Quốc, chỉ có hai người chung sống với ông lâu dài nhứt. Đó là nữ nghệ sĩ Thanh Loan và người sau cùng là bà Thu Tâm, mỗi bà sống hạnh phúc với ông được 10 năm. Cô Ba Thanh Loan kết nghĩa trăm năm với ông Trần Tấn Quốc từ năm 1948, lúc ấy cô đang cộng tác với đoàn Việt Kịch Năm Châu của nghệ sĩ Nguyễn Thành Châu.

Vào khoảng đầu thập niên 1940 tác phẩm "Hồn Bướm Mơ Tiên" của văn hào Khái Hưng được đoàn Việt Kịch Năm Châu đưa lên sân khấu đã làm say mê khán giả từ Nam chí Bắc.

Với vở hát này, nữ nghệ sĩ Thanh Loan đã nổi tiếng vang lừng tên tuổi trong vai Tiểu Loan, bên cạnh những Năm Châu (vai Ngọc) Phùng Há (vai cô Vân), kép Năm Thiện (vai Sư Cụ).

Lúc đóng vai Tiểu Loan, cô đào Thanh Loan chỉ ngoài 20 tuổi dáng dấp rất đẹp, rất xinh, lại ca hay diễn giỏi, dễ làm mê mệt khán giả nam giới, mà trong số có cả nhà khảo cổ Vương Hồng Sển. Sau đây xin trích một đoạn trong cuốn "50 Năm Mê Hát" của cụ Vương nói về cô đào Thanh Loan:

"Năm Phỉ, Thanh Loan, Cô Bảy Phùng Há - ba tay nghệ sĩ khác nhau. Tôi đã nhắc cô Năm Phỉ nhiều rồi, nay không nói nữa. Cô ăn đứt nghề khóc, vai Bàng Quí Phi là biểu hiện. Cô Bảy Phùng Há tôi cũng nói rồi, tuy tuổi đã cao nhưng tài nghệ vẫn còn, nhiều người biết tiếng nên tôi không nói. Một người nay đã vắng bóng trên sân khấu, nhưng tài nghệ còn được nhắc là cô Ba Thanh Loan. Thuở cô đóng vai Lan trong gánh Năm Châu, đóng vai nữ y tá, hoặc các vai tuồng xã hội khác, mỗi lần xem hát về, tôi mường tượng thấy bóng một nữ sinh áo tím, duy khác một điều là cô giống một học trò ngây thơ trường Gia Long thật, nhưng ăn nói ráo rẽ hơn bội phần, thêm ca hay và cái giọng khô khàn khàn càng dễ gây cảm tình. Lúc ở Sóc Trăng năm 1947 tôi chạy lên tá túc phố lầu 34 Lê Lợi, gặp lại cô mà khó nói nên lời." Lời nhận định của cụ Vương Hồng Sển đã nói lên tài năng cùng sắc vóc của nữ nghệ sĩ Thanh Loan.

Cô Ba Thanh Loan sanh năm 1917, tức nhỏ hơn ông Quốc ba tuổi. Từ những năm đầu của thập niên 1940, cô đào tài sắc Thanh Loan xuất hiện trong làng cải lương cùng thời với các nữ nghệ sĩ Bảy Nam, Bảy Ngọc, Sáu Nết. Khi về chung sống với ông Quốc, nữ nghệ sĩ Thanh Loan đã có con riêng là bé Hạnh, và ông Quốc cũng thương bé Hạnh như con ruột của mình. Trong những bút hiệu viết về sân khấu, ông Quốc thường ký "cô Hạnh" tức là tên của ái nữ nghệ sĩ Thanh Loan.

Chồng là nhà báo, lại có tâm hồn nghệ sĩ, yêu thích cải lương, vợ là một nghệ sĩ hữu danh của làng sân khấu, như vậy là tâm đầu ý hợp lắm rồi. Có lẽ do vậy nên hai ông bà mới gắn bó với nhau được mười năm, từ 1948 đến năm 1958 mới chia tay (có chia tay thật hay không chẳng biết).

Sang thập niên 1960 do lớn tuổi, nữ nghệ sĩ Thanh Loan không còn đóng đào thương, mà chuyển sang đào lẳng, độc. Trong tuồng "Nửa Đời Hương Phấn" Thanh Loan đóng vai bà chủ nợ Hai Lung ác quá! Đúng là vai đào độc vậy. Thế nhưng Thanh Loan đang nổi tiếng, tài năng đang độ chín mùi, thì cô lại vắng bóng trên sân khấu, và lúc bấy giờ quanh cô là những huyền thoại, mà người ta rất khó giải thích cho cặn kẽ.

Chuyện vợ chồng giữa Trần Tấn Quốc và cô Ba Thanh Loan gặp trục trặc lớn về chính trị thời Đệ Nhứt Cộng Hòa, đặt ông Quốc vào thế "kẹt cứng". Bởi ông Trần Tấn Quốc là một chủ báo nổi tiếng, mà bà xã của ông tức nữ nghệ sĩ Thanh Loan, là một cán bộ nằm vùng. Cái "kẹt" của ông Quốc là như thế. Từ chuyện hạnh phúc gia đình đến những tương quan chánh trị ngoài xã hội đã khiến ông Quốc mất ăn mất ngủ.

Khoảng 1961 sau khi xuất hiện lần cuối trong vở hát "Nửa Đời Hương Phấn" trên sân khấu Thanh Minh Thanh Nga thì Thanh Loan vắng bóng. Rồi thì người ta chỉ nói nhỏ với nhau rằng Thanh Loan đã vào chiến khu, và cũng làm văn nghệ. Lúc ông Quốc đang làm chủ bút tờ báo Buổi Sáng, thì Thanh Loan xuất hiện trên làn sóng phát thanh của đài phát thanh Mặt Trận Giải Phóng Miền Nam tuyên bố rùm beng. Thế mới chết cho ông Quốc! Và cũng do vấn đề này mà ông Quốc phải rời chức vụ chủ bút tờ báo Buổi Sáng, ông về quê Cao Lãnh tịnh dưỡng.

Những hệ lụy cho ông Trần Tấn Quốc sau ngày đào Thanh Loan vào mật khu

Đang là đào hát của đoàn Thanh Minh Thanh Nga, bỗng nhiên Thanh Loan vắng bóng trên sân khấu, giới cải lương không ai nghĩ rằng cô đi vào chiến khu, cứ tưởng đâu là đi về thăm nhà ở Lai Vung, Sa Đéc, như hầu hết nghệ sĩ xuất thân từ miền Lục Tỉnh thỉnh thoảng về thăm quê vậy. Bà Bầu Thơ cũng nghĩ thế, cứ ngày một chờ Thanh Loan về, đoàn sẽ cho tái trình diễn vở hát "Nửa Đời Hương Phấn", vì tưởng vẫn còn khán giả đi coi nếu như đăng bảng mở màn.

Thế nhưng, chờ mãi vẫn không thấy đào ta trở về, để rồi một ngày nọ có người cho bà hay tin Thanh Loan đã vào rừng, đang ca hát trên đài phát thanh giải phóng. Bà Bầu Thơ tá hỏa, nhưng chẳng dám nói với ai chuyện này, kể cả đi gặp ông Trần Tấn Quốc để hỏi han sự việc, bà cũng chẳng dám luôn, dù rằng vợ chồng bà và ông Quốc rất thân từ những ngày nghệ sĩ Năm Nghĩa còn sống. Bà nghĩ bụng đi gặp ông Quốc lúc này là không nên, có thể bị vạ lây.

Về phần ông Trần Tấn Quốc thì người ta chẳng biết ông có rõ việc vợ ông vào mật khu hay không. Nhưng trước đó khoảng 2 năm ông có lên tiếng với các nghệ sĩ Năm Châu, Phùng Há, rằng ông và đào Thanh Loan đã đường ai nấy đi rồi. Các nghệ sĩ tiền phong nói trên chẳng tin, bởi không hề nghe thấy một dấu hiệu "cơm không lành canh không ngọt" nào giữa hai người. Hơn nữa trong buổi lễ phát giải Thanh Tâm 1958 cho Thanh Nga tại tửu lầu Bồng Lai, người ta thấy

2 người vẫn có mặt ngồi chung một bàn thì không lẽ họ thôi nhau một cách êm thắm. (Giải Thanh Tâm 1958 phát vào tháng 4 - 1959).

Đến lúc có tin Thanh Loan vào mật khu thì các nghệ sĩ tiền phong kia nhớ lại lời ông ông Quốc từng nói "thôi" nhau với đào Thanh Loan. Lời nói như tung tin ấy có liên quan gì đến sự vắng bóng Thanh Loan trong lúc này?

Cô Ba thoát ly gia đình đi theo Mặt Trận Giải Phóng Miền Nam thì người chồng không thể yên thân được. Trong tình trạng này dù là người dân thường cũng phải điêu đứng với chính quyền hiện tại, huống chi ông Quốc là một nhà báo tên tuổi. Vậy thì những gì đã xảy ra cho ông Quốc?

Với sự việc như thế thì dĩ nhiên cơ quan an ninh đâu có để yên cho ông Quốc ngồi ở tòa soạn mà làm chủ bút. Tuy rằng ông không bị câu lưu, bắt giữ, nhưng mỗi lần đi lấy lời khai ở bót công an về thì gương mặt ông buồn dàu dàu, không tươi vui như thường khi, làm việc một cách uể oải, do vậy mà không khí đè nặng trong tòa soạn, mọi người không biết ngày mai sẽ ra sao.

Từ sau ngày tờ Tiếng Dội bị bị đóng cửa vào cuối năm 1954, ông Quốc cộng tác với tờ báo nào thì cũng chủ trương 3 vấn đề:

Nắm giữ bút quyền tờ báo (chủ bút).

Làm việc với ê kíp, bộ biên tập cũ tờ Tiếng Dội của ông.

Dành một trang báo mở trang kịch trường.

Năm 1958, nhơn báo Buổi Sáng đã tự ý đình bản trên một tháng, vị chủ nhiệm báo nầy là ông Tam Mộc (Mai Lan Quế) thấy Trần Tấn Quốc và ê kíp của ông thất nghiệp, nên ông Tam Mộc kêu giao tờ Buổi Sáng cho ông Quốc khai thác. Trụ sở tòa soạn Buổi Sáng đặt tại căn nhà của ông Trần, số 216 đường Gia Long Sài Gòn.

Dưới quyền điều khiển của ông Quốc, nhựt báo Buổi Sáng càng ngày càng có thế đứng vững mạnh. Cuối tháng 2, 1961, nhựt báo Buổi Sáng có được số phát hành mỗi ngày từ 23,000 đến 24,000 số.

Dù rằng tờ báo sống vững vàng, nhưng đứng trước tình trạng căng thẳng như vậy, cũng như biết trước rằng khó mà tiếp tục làm chủ bút tờ Buổi Sáng, bởi trong tòa soạn đã có tiếng xầm xì: "Mai mốt đây tờ báo bị đóng cửa chết đói cả đám!"

Không thể để cho tình trạng ngột ngạt ấy kéo dài, nên buổi tối của một ngày sau đó, ông chủ nhiệm Tam Mộc và ông Quốc ăn cơm tối tại nhà hàng, bàn bạc số phận tờ báo Buổi Sáng. Ngày hôm sau ông Quốc cho họp toàn bộ những người cộng tác, nói rằng do quá mệt mỏi nên kể từ nay ông nghỉ hẳn nghề làm báo và về quê Cao Lãnh tịnh dưỡng. Thôi thì mạnh ai nấy lo, tìm tờ báo khác mà hành nghề vậy. Ai cũng bùi ngùi, bởi không biết làm sao hơn!

Về tờ báo coi như ông Quốc giải quyết bằng cách giải nghệ, còn giải Thanh Tâm thì sao? Đây là vấn đề khá rắc rối, bởi thời gian này ban tuyển chọn đang họp để chọn nghệ sĩ triển vọng năm 1960 (thông thường cứ sau khi ăn Tết Nguyên Đán xong thì Ban thường vụ Ban Tuyển Chọn giải Thanh Tâm bắt đầu làm việc).

Từ hơn một năm nay, ký giả Hoài Ngọc coi như phụ tá cho ông Quốc nắm giữ hồ sơ giải Thanh Tâm. Do về quê, cũng như không còn làm chủ bút tờ báo, nên ông Quốc giao cho Hoài Ngọc (có giấy ủy quyền của ông) thay thế điều hành giải quyết toàn bộ giải Thanh Tâm.

Ông Trần Tấn Quốc và bà Thu Tâm
(bà vợ thứ 6 cũng là bà cuối cùng của ông Quốc).
Hình chụp trước tòa soạn báo Buổi Sáng 1963.

Ông Quốc về tới Cao Lãnh thì ban tuyển chọn cũng chọn xong nghệ sĩ triển vọng năm 1960: Ngọc Giàu và Bích Sơn. Ai cũng hỏi chừng nào ông Quốc trở lại Sài Gòn để phát giải? Giờ đây thì ký giả Hoài Ngọc đành nói ra sự thật là ông Quốc không trở lại Sài Gòn nữa mà về quê luôn, đồng thời đưa ra tờ giấy ủy quyền.

Thế nhưng, nghệ sĩ lão thành Năm Châu phản đối, rằng như vậy không được, bởi phát giải mà chủ giải không có mặt thì còn ý nghĩa gì chứ! Ông nói thêm nếu như ông Quốc có qua đời thì phải có đại hội bầu chọn người lên thay, chớ việc ủy quyền thì không đủ tư cách. Rồi thì rất nhiều nghệ sĩ tiền phong cũng lập luận như Năm Châu. Coi như chuyện giải Thanh Tâm đã trở thành lớn chuyện.

Người ta không biết 2 cô đào Ngọc Giàu, Bích Sơn có biết rằng năm này mình đã được chọn? Cũng như có biết chiếc huy chương vàng giải Thanh Tâm của mình treo trên sợi chỉ mành?

Nghệ sĩ Năm Châu đưa ý kiến gọi ông Trần Tấn Quốc về Sài Gòn

Do vấn đề cô vợ đào hát Thanh Loan là cán bộ nằm vùng, là người của Mặt Trận Giải Phóng Miền Nam mà ông Trần Tấn Quốc phải quá khổ tâm, nhận lãnh nhiều rắc rối, ngoài việc bị mời đến cơ quan an ninh nhiều lần lấy lời khai. Cũng như không còn được tín nhiệm chức vụ chủ bút tờ nhụt báo Buổi Sáng, dù rằng ông rất có tài trong lãnh vực báo chí. Viễn ảnh trước mắt hầu như không có tờ báo nào mời cộng tác trong lúc này, do vậy mà ông quyết định rời Sài Gòn về quê Cao Lãnh tịnh dưỡng.

Nhưng có lẽ do Tổ nghiệp cải lương an bài hay sao, mà ông Quốc về Cao Lãnh vào cuối Tháng Hai 1961, lại đúng vào thời điểm ban tuyển chọn giải Thanh Tâm họp tuyển chọn nghệ sĩ triển vọng của năm 1960. Hai nữ nghệ sĩ Ngọc Giàu và Bích Sơn trúng giải nhưng chưa ai dám công bố vì vắng mặt ông chủ giải.

Năm đó thành viên ban tuyển chọn gồm 15 người, chia ra 2 phe: Một phe thì đòi cứ công bố kết quả dù có mặt ông Quốc hay không, với lý luận nếu như ông Quốc chết rồi cũng chờ đợi ông sống dậy hay sao? Còn phe kia có 2 thành viên nặng ký là nghệ sĩ lão thành Bảy Nhiêu và Duy Lân thì nhứt quyết không chịu, nói rằng công bố kết quả giải Thanh Tâm mà vắng mặt chủ giải Thanh Tâm không lý do chính đáng thì còn ý nghĩa gì nữa chứ!

Nghệ sĩ Năm Châu và Má Bảy Phùng Há năm đó không có tên trong ban tuyển chọn, nhưng là nghệ sĩ kỳ cựu được hỏi ý kiến thì cũng chẳng đồng ý việc công bố kết quả mà thiếu vắng ông Trần Tấn Quốc. Do vậy giải Thanh Tâm lâm vào khủng hoảng khó mà giải quyết.

Tình trạng khủng hoảng kéo dài cả tuần không có lối thoát, chưa ai tìm ra phương thế giải quyết thì sự việc quan trọng diễn ra mà không ai có thể ngờ được. Vấn đề này về sau nghệ sĩ Năm Châu kể lại rằng thời ấy ông thường có mặt ở Trường Quốc Gia Âm Nhạc Sài Gòn, do được mời đến bàn luận về việc soạn thảo giáo trình cổ nhạc cải lương.

Ngày nọ khoảng 2 giờ chiều ông vừa đến trường thì vị giám đốc trường là giáo sư Nguyễn Phụng xuống báo tin, rằng ông Ngô Trọng Hiếu ở Phủ Tổng Ủy Công Dân Vụ vừa cho người mời ông và Năm Châu đến đó mà không biết có việc chi.

Số là ông Ngô Trọng Hiếu, một nhân vật được coi như có uy quyền, thân cận với Ngô Triều, ông đã đưa nghệ thuật cải lương vào chiến lược dân vận do ông đề ra. Lúc làm Đại Sứ Việt Nam Cộng Hòa tại Nam Vang, ông thường "giả dạng thường dân" đi thăm xóm nhà người Việt sinh sống trên đất Miên. Ông nhận thấy cứ mỗi trưa, khi đài phát thanh Sài Gòn, giờ chương trình cổ nhạc thì hầu như mọi chiếc radio trong xóm nhà người Việt đều mở. Và khi hết cổ nhạc thì phần lớn họ tắt máy hoặc đổi sang đài Nam Vang nghe tiếng Miên (người Việt ở Nam Vang rất thông thạo tiếng Miên).

Sau khi Việt Nam và Miên đoạn giao, ông Hiếu về nước được bổ nhiệm đứng đầu Phủ Tổng Ủy Công Dân Vụ. Từ đó thì bộ môn nghệ thuật cải lương được chính quyền lưu tâm, mà dễ thấy nhứt là mỗi tối Thứ Bảy cho đài phát thanh Sài Gòn trực tiếp truyền thanh tuồng cải lương tại các rạp suốt 3 tiếng đồng hồ.

Vào thời này người dân nông thôn chiếm hơn 90 phần trăm dân số, quanh năm suốt tháng hầu như chẳng có nguồn vui nào, ngoài cái thú được nghe radio hát tuồng cải lương. Sau một ngày làm lụng cực nhọc ngoài ruộng rẫy, tối đến đỏ đèn là đi ngủ, và mỗi đêm Thứ Bảy là họ tập trung tại mấy nhà có radio để nghe cải lương, theo dõi cho đến vãn hát, tức sau 11 giờ đêm. Dĩ nhiên những đài khác phát thanh cùng giờ đã không có thính giả.

Cũng nên biết rằng thời đó một xóm chỉ có vài cái radio mà thôi, nên mỗi tụ điểm nghe cải lương chẳng khác gì một rạp hát. Mỗi cái radio có hàng trăm người đến nghe ké, già trẻ bé lớn ngồi từ trong nhà tràn ra sân.

Thông thường một tuồng cải lương có 3, 4 màn, trong lúc buông màn chuyển cảnh là lúc bản tin của Bộ Thông Tin được đọc thông báo tin tức, chánh sách của chính phủ, do đó mà dù muốn dù không người dân cũng phải nghe bản tin. Sự thể trên chứng tỏ bộ máy tuyên truyền chiến lược của ông Ngô Trọng Hiếu thật tinh vi trong vấn đề cho phát thanh tuồng cải lương.

Máy radio thời này chạy băng pin khối của máy truyền tin quân đội, mua rất đắt nên đa số máy chỉ mở vào đêm Thứ Bảy, ngày thường họ không mở để tiết kiệm pin. Về sau radio Transistor xài pin 1, 5V của Nhựt được nhập cảng vào nhiều với giá vừa phải, nên con số nhà có máy radio tăng lên, người đi nghe ké giảm dần cho đến khi hết hẳn.

Ngoài ra ông Hiếu cũng từng đến trụ sở Hội Nghệ Sĩ Ái Hữu ở đường Cô Bắc dự lễ cúng Tổ và bầu ban chấp hành. Ngoài việc ban huấn từ, ông còn tặng tiền cho hội mở rộng công tác văn hóa. Tóm lại ông Ngô Trọng Hiếu là người rất quan tâm đến hoạt động cải lương, nên khi biết được giải Thanh Tâm bị khủng hoảng, ông liền cho lệnh gọi Giáo sư Nguyễn Phụng và nghệ sĩ Năm Châu đến.

Lúc Giáo Sư Nguyễn Phụng và nghệ sĩ Năm Châu đến nơi thì ông Hiếu hỏi ngay về vấn đề khủng hoảng giải Thanh Tâm, và sau khi Năm Châu trình bày tự sự thì ông Hiếu nói: "Vậy theo ý anh Năm Châu thì sự việc phải giải quyết thế nào cho ổn"?

Từ những năm trước, khi đài phát thanh Sài Gòn cho trực tiếp truyền thanh tuồng cải lương thì nghệ sĩ Năm Châu từng nói với vài nhà báo là ông rất thán phục ông Ngô Trọng Hiếu sự việc trên, đã có cái nhìn thực tế và không ngần ngại khen tặng ông Hiếu là một chiến lược gia lỗi lạc về chính sách dân vận. Giờ đây ông Hiếu hỏi vấn đề, Năm Châu cũng nói thẳng ra sự thật, và ông cặn kẽ giải bày rằng mình từng quen biết với ông Trần Tấn Quốc từ 20 năm nay, nhận thấy ông ta có 2 cái đam mê: Một là làm báo và thứ hai là yêu thích sân khấu cải lương, làm chủ bút tờ báo nào cũng mở trang kịch trường nói về cải lương. Thế nhưng, từ những tháng đầu tiên Ngô Tổng Thống về nước làm Thủ Tướng thì Bộ Thông Tin liền ra nghị định đóng cửa 3 tờ báo: Nhựt báo Thần Chung của Nguyễn Kỳ Nam (Nam Đình), tờ Dân Ta của Nguyễn Vỹ và tờ Tiếng Dội của Trần Tấn Quốc. Từ ấy đến nay ông Quốc hết làm chủ bút tờ báo này thì đến chủ bút tờ báo khác, và sau cùng là tờ Buổi Sáng đang vững mạnh thì xảy ra chuyện bà vợ Thanh Loan...

Ông Quốc thấy rằng giờ đây khó mà tiếp tục hành nghề nên bỏ về quê Cao Lãnh, một địa danh sát nách với Đồng Tháp Mười, cứ địa của kháng chiến trong thời kỳ chiến tranh Việt - Pháp vừa qua. Theo ông thì ông Quốc đang lo phụng dưỡng mẹ già, do hoàn cảnh mà phải chịu gác bút, thế thôi! Nếu như bị chèn ép quá, ông Quốc chỉ một bước là đi theo bà vợ Thanh Loan dễ dàng, chừng ấy giải Thanh Tâm vô phương cứu vãn, đại đa số người dân miền Nam yêu thích cải lương sẽ bất mãn.

Năm Châu nói tiếp giờ đây phương thức hay nhứt là gọi ông Quốc về tiếp tục nghề làm báo, nếu ông có mặt ở Sài Gòn thì giải Thanh Tâm đương nhiên được giải quyết mà không cần phải ai yêu cầu. Hiện giờ giải Thanh Tâm chỉ khủng hoảng trong nội bộ, dư luận thiên hạ bên ngoài chưa biết nhiều, phải gọi ông Quốc về liền chớ không thôi thì đã muộn, vì nghe nói thì ông vẫn còn ở Cao Lãnh chứ chưa đi đâu hết. Năm Châu giải thích xong, ông Hiếu tươi cười nói rằng ông sẽ có cách giải quyết vấn đề.

Thế là sau khi Năm Châu và Giáo sư Nguyễn Phụng ra về thì ông Ngô Trọng Hiếu đi ngay vào Dinh Độc Lập trình bày sự thể với Tổng Thống Ngô Đình Diệm. Liền sau đó một công điện hỏa tốc từ Phủ Tổng Thống gởi cho Trung Tá Đinh Văn

Phát, Tỉnh Trưởng Kiến Phong, ra lệnh cho viên tỉnh trưởng này phải tìm cho ra ông Trần Tấn Quốc, mời về Sài Gòn gấp để gặp Ngô Tổng Thống tại Dinh Độc Lập.

Thời Đệ Nhứt Cộng Hòa mà có một nhà báo nào được Ngô Tổng Thống mời vào Dinh Độc Lập đàm đạo là chuyện hiếm thấy, nếu người ta không muốn nói là khó có thể xảy ra. Thế mà đã có một nhà báo miền Nam: Ông Trần Tấn Quốc lại được mời gặp Ngô Tổng Thống đến 4 lần trong một tháng ắt phải có điều gì quan trọng lắm.

Từ Cao Lãnh nhà báo Trần Tấn Quốc về Dinh Độc Lập gặp Ngô Tổng Thống

Tháng Ba năm 1961, ông Trần Tấn Quốc cuốn gói về quê nhà ở Cao Lãnh, nói là để an dưỡng một thời gian sau những năm tháng dài quá vất vả gian nan với nghề nghiệp. Chớ thật ra thì đối với một người đam mê nghiệp làm báo từ thuở nhỏ như ông Quốc thì không thể an dưỡng sớm như vậy. Do đó mà những người am tường sự việc, và trong giới báo chí thì quá rành cái nguyên nhân gác bút của ông Quốc là vì cô vợ đào hát Thanh Loan, một cán bộ nằm vùng trước khi thoát ly ra mật khu.

Lúc bấy giờ không ai có thể tiên đoán được những gì sẽ xảy ra cho ông Trần Tấn Quốc sau khi rời Sài Gòn. Do bởi đâu đâu cũng là chính quyền quốc gia, trừ phi ông nối bước theo bà vợ đào hát Thanh Loan.

Nhưng rồi mới về Cao Lãnh ở được một tuần thì Tổng Thống Ngô Đình Diệm đánh công điện xuống tỉnh Kiến Phong, lệnh cho Trung Tá Tỉnh Trưởng Đinh Văn Phát bảo tìm cho được Trần Tấn Quốc, và dĩ nhiên ông Quốc phải trở về Sài Gòn (phải về hay được về cũng vậy).

Khi nhận được tin điện như vậy chính ông Trần Tấn Quốc cũng chả biết chuyện gì đây, và ông phải khăn gói trở lại Sài Gòn theo lời mời của Ngô Tổng Thống.

Sau nầy ông Quốc có kể rõ từ ngày 8 - 3 - 1961 đến 10 - 4 - 1961, trong thời gian một tháng, ông được Ngô Tổng Thống mời đến Dinh Độc Lập tất cả 4 lần. Nội dung đàm đạo giữa hai người thì nào ai biết được, nhưng có ai hỏi thì ông Quốc trả lời chủ yếu là để thăm dò ý kiến về các vấn đề quốc kế dân sinh, và ông được mời hội đàm với Tổng Thống Ngô Đình Diệm với tư cách một ký giả mà thôi.

Có điều là sự có mặt của ông Trần Tấn Quốc ở Sài Gòn đã đương nhiên giải tỏa được cuộc khủng hoảng giải Thanh Tâm 1960. Do bởi chính ông Quốc là người công bố hai nữ nghệ sĩ Bích Sơn và Ngọc Giàu đoạt giải nghệ sĩ triển vọng năm đó, lễ phát giải tổ chức tại rạp Hưng Đạo.

Đến tháng 5 - 1961, ông Trần Tấn Quốc được phép xuất bản tờ Tiếng Dội Miền Nam, trụ sở vẫn ở 216 đường Gia Long, Sài Gòn. Thế là ông Quốc trở lại làng báo một lần nữa.

Với chuyện trở lại Sài Gòn lần này rồi tiếp tục ra báo, ông Quốc có tâm sự rằng: Sau mấy lần hội kiến với Ngô Tổng Thống chính Tổng Thống có nói với ông Quốc câu nầy:

- "Tôi mến ông là một nhà báo có tài, tôi quý ông là một cây bút có tiết tháo..."

Khi tờ Tiếng Dội Miền Nam ra đời, lúc đó có những bàn tán xôn xao trong giới báo chí Sài Gòn. Đại khái như: Trần Tấn Quốc được Ngô Tổng Thống chiếu cố, trong tương lai chiếc ghế Bộ Trưởng Thông Tin sẽ giao cho ông là cái chắc! Hoặc có những lời mỉa mai xem tờ Tiếng Dội Miền Nam như là tiếng nói của nhóm "gia nô" v.v...

Sở dĩ có sự đồn đãi, mỉa mai như vậy cũng có cái lý của nó, bởi từ lúc tờ Tiếng Dội Miền Nam ra đời thì mỗi lần Ngô Tổng Thống đi kinh lý thì y như rằng, chánh văn phòng Phủ Tổng Thống gọi điện thoại báo cho ông Quốc tháp tùng phái đoàn. Và dĩ nhiên mọi tin tức sốt dẻo liên quan đến cuộc kinh lý, và những lời huấn thị của Tổng Thống đã được lên tờ Tiếng Dội Miền Nam trước nhứt.

Ngô Tổng Thống đi kinh lý.
Người mang kiếng đen là nhà báo Trần Tấn Quốc.

Ông Quốc từng nói với bạn bè, với các ký giả cộng tác với ông rằng, dầu được sự chú ý của Ngô Tổng Thống, nhưng ông không bao giờ lợi dụng thời cơ để mưu đồ tư lợi, chạy theo bả công danh. Trần Tấn Quốc này chỉ biết "hành đạo" với đầy đủ lương tâm và chức nghiệp của một ký giả độc lập. Con đường làm báo của ông luôn luôn quyết tâm phục vụ theo quan niệm sống và làm người của nhà cách mạng Nguyễn An Ninh: là sử dụng ngòi bút mình để "quyết làm cho điều phải nó thắng điều quấy."

Với 40 năm làm báo, những người hiểu biết ông đều không thấy ông bị ràng buộc vào một tổ chức chánh trị nào. Từ đó người ta có thể hiểu rằng những năm đầu của thập niên 60 qua lời đồn đãi "Trần Tấn Quốc sẽ làm Bộ Trưởng Thông Tin" cũng chỉ là câu chuyện phù phiếm.

Tờ báo Tiếng Dội Miền Nam của ông vẫn mạnh tiến với số độc giả ủng hộ càng ngày càng cao, xuất bản liên tục cho đến ngày Ngô Triều sụp đổ (ngày 1 tháng 11 năm 1963).

Sự việc trên đây đã cho người ta thấy rằng thời nào cũng vậy, chính quyền rất quan tâm đến cải lương. Sự việc ông Trần Tấn Quốc thay vì "lãnh đủ" do vấn đề bà vợ Thanh Loan, thì ngược lại ông Quốc được gọi về gặp Ngô Tổng Thống, và lại được ra tờ báo Tiếng Dội Miền Nam, tức làm chủ báo, so với trước đó chỉ làm chủ bút cho tờ Buổi Sáng. Có nghĩa là ông được "lên hương".

Những người am tường vấn đề trên đã nói rằng đó là nhờ giải Thanh Tâm, nếu như không có chuyện giải Thanh Tâm 1960 bị khủng hoảng thì chưa biết chuyện của ông Trần Tấn Quốc sẽ ra sao? Đó là do Tổ nghiệp cải lương an bài, mới khiến cho ông Ngô Trọng Hiếu can thiệp vào.

Cuộc đời tình cảm của ông Trần Tấn Quốc

Năm 17 tuổi ông Trần Tấn Quốc đã biết yêu, và cô gái Côn Đảo là mối tình đầu. Chia tay với bà này, chẳng bao lâu là có bà khác. Vậy mà suốt cuộc đời lại không có được một đứa con nối dõi. Ông Quốc có tất cả 6 mối tình:

Người đầu tiên tên Xuân Hoa, cô gái Côn Đảo, con của ông giám thị đề lao, mà ông Quốc lại là tù nhân, lúc ấy mới 17 tuổi, ông Quốc hoạt động chống chính quyền thuộc địa Pháp, bị bắt lưu đày Côn Đảo. Mối tình chấm dứt khi cha cô Xuân Hoa thuyên chuyển về đất liền, cô vâng lệnh cha thành hôn với một nhà giáo.

Mối tình thứ hai là cô Bảy Tới. Lúc ông Quốc mãn tù về hai người yêu nhau, chuẩn bị để "người lớn" đến gặp nhau đặng hôn lễ tiến hành thì thân mẫu của cô Bảy lại trả lời dứt khoát với con gái rằng: "Nó là một thằng ở tù chánh trị ngoài đảo mới về, lại đi làm nghề... viết nhựt trình. Má ghét mấy thằng viết báo dữ lắm, nên tao không chấp nhận nó trở thành con rể nhà nầy". Lời "phán quyết" của má cô Bảy Tới làm đứt mối tơ vương giữa ông Quốc và người yêu.

Sau lần dang dở đó, ông Quốc lại gặp cô Ba Liên, hành nghề buôn bán vải, và có tiệm vải "Chí Thành" rất bề thế ở chợ Thái Bình, Sài Gòn. Nhưng quảng đường tình của ông Quốc và bà chủ tiệm vải cũng chỉ gắn bó được mấy năm thì đường ai nấy bước.

Người bạn đời đến với ông Quốc sau cô Ba Liên là cô Bảy Tuất, má của nữ nghệ sĩ Kiều Mai Lý. Có nhiều người lầm tưởng Kiều Mai Lý là con ruột của ông Trần Tấn Quốc. Thực tế không phải như vậy, bởi sau khi chia tay với ông Trần, cô Bảy Tuất bước thêm một bước nữa với ông Nguyễn Văn Kỷ mới sanh ra Kiều Mai Lý.

Nhà báo Trần Tấn Quốc và bà Thu Tâm nằm chung một ngôi mộ cạnh con sông Đình Trung, Cao Lãnh.

Người vợ thứ Năm là cô đào Thanh Loan như đã nói, sống chung với ông 10 năm thì cô vào mật khu theo Mặt Trận Giải Phóng Miền Nam. Đến đầu thập niên 1970 cô Ba Thanh Loan được điều ra Bắc trị bệnh và đi thăm văn nghệ các nước Đông Âu. Sau khi mổ thận bình phục cô Ba về Nam bằng con đường Trường Sơn. Nhưng lúc này tuổi đã lớn, chẳng hát xướng bao nhiêu, cô được biệt phái xuống Đồng Bằng Sông Cửu Long. Đoàn cải lương Trung Ương Cục về đây phục vụ, cô Ba song song cùng lúc làm 2 nhiệm vụ, vừa chỉ đạo nghệ thuật cho đoàn cải lương Trung Ương Cục, vừa xây dựng phong trào văn nghệ nơi đây.

Có điều mà người ta thắc mắc là khi chia tay với ông Quốc vào chiến khu, về tình cảm, nữ nghệ sĩ Thanh Loan có bước thêm bước nào không? Chứ ông Quốc thì hai năm sau (1962) ông chính thức có vợ khác: Bà Thu Tâm, thư ký tòa soạn tờ báo Tiếng Dội. Bà này nhỏ hơn cô Ba những 16 tuổi.

Người ta cũng thắc mắc năm 1975 trở lại Sài Gòn, cô Ba có gặp ông Quốc lần nào không (dù chỉ là tình bạn), hay là cô sợ miệng đời "vợ chồng cũ không rủ cũng tới" mà không gặp lại. Cũng như lúc này thì cô đã "làm lớn" với chức Đại Biểu Quốc Hội, còn ông Quốc thì thất nghiệp và nghỉ luôn nghề làm báo. Năm 1976 ông Quốc về quê ở Cao Lãnh dưỡng già. Cô Ba Thanh Loan về với Tổ nghiệp năm 1982 và ông Trần Tấn Quốc thì qua đời năm 1987 tại Cao Lãnh.

Cô Thanh Loan vào rừng khoảng hơn một năm thì ông có người vợ sau cùng là cô Thu Tâm. Bà nhỏ hơn ông 19 tuổi, nên ông thường nghĩ thế nào ông cũng "ra đi" trước bà, nhưng nào ngờ bà lại chết trước ông mười lăm năm.

Năm 1952, lúc ông Trần Tấn Quốc làm chủ nhiệm báo Tiếng Dội, cô Thu Tâm 19 tuổi người cùng quê Cao Lãnh với ông, cô từ giã đời học sinh để làm thơ ký cho báo nầy. Và cũng từ năm ấy cô là nhân viên tòa soạn của các tờ báo do ông Quốc nắm bút quyền, liên tục cho đến đầu tháng giêng năm 1962 cô Thu Tâm mới chánh thức trở thành phu nhơn của Trần Tấn Quốc.

Ký giả Hoài Ngọc, ban thường vụ Ban tuyển chọn giải Thanh Tâm.

Bà Thu Tâm đột ngột ra đi năm 1972, an táng tại nghĩa trang Mạc Đỉnh Chi, Sài Gòn. Năm 1976 ông Quốc cải táng về chôn ở phần đất sau nhà, ngôi mộ nằm cạnh con sông Đình Trung, Cao Lãnh.

Mấy năm sau soạn giả Yên Lang theo đoàn hát xuống Cao Lãnh, có đến thăm ông Quốc, ông dẫn ra ngôi mộ nói rằng, bà Thu Tâm chôn sâu đến 2 thước 3, chừa phần trên cho ông. Có nghĩa là hai người nằm chung một ngôi mộ. Thật vậy, ngày ông Quốc mất, theo lời trăn trối của ông, người con (con nuôi) hỏa thiêu và tro cốt chôn ở phần trên.

Trong số 6 bà vợ, có 2 bà sống lâu năm hạnh phúc với ông Quốc là cô Ba Thanh Loan (10 năm) và bà Thu Tâm cũng 10 năm. Tất cả 6 bà nói trên không bà nào có con với ông Quốc. Con của các bà là có trước, hoặc sau ngày chia tay với ông Quốc. Người ta nói cái số của ông Quốc là... tuyệt tự.

Trong những năm cuối đời, cô Bảy Tuất trở về sống với ông Quốc. Hai người "bạn già" gặp nhau sau 1975, cô Bảy Tuất cư xử đầy tình nghĩa với... cố nhân.

Chuyện đời, chuyện tình của ông Trần Tấn Quốc, người sáng lập giải Thanh Tâm của cải lương kể đến đây cũng tạm đủ vậy.

Tác giả thành thật cảm ơn ký giả Thiện Mộc Lan ở Sa Đéc, đã cung cấp cho tác giả một số tư liệu để phong phú thêm cho mục này. Ký giả kịch trường Thiện Mộc Lan từng cộng tác với tờ Đuốc Nhà Nam của ông Trần Tấn Quốc.

"Nguyên Soái" Năm Lửa Cử kiêng tiếng "lửa"

Hồi ông Tướng Trần Văn Soái còn ngự trị tại Cái Vồn, Cần Thơ thì ai nấy đều phải kiêng kêu tiếng lửa, vì đó là tên tộc của ông (Năm Lửa). Nhưng tính của ông tướng của lực lượng võ trang Hòa Hảo này thì rất thích cải lương, nhứt là bà Năm Lửa phu nhân của ông, nên cải lương lại về Cái Vồn hát liên miên. (Có lúc báo chí gọi bà là Phàn Lê Huê, do bởi bà ta chỉ huy một số khá đông nữ binh).

Gánh hát Phát Thanh của bầu Ba Tẹt thì có tuồng "Nữ Thần Trong Động Lửa". Tới đây thì biến thành tuồng "Nữ Thần Trong Động Hỏa", và gánh này cũng căn dặn đào kép phải thận trọng mà tránh chữ "lửa" trong câu ca câu lối.

Rồi một bữa nọ, đoàn Tử Kỳ của bầu Vui tới hát và kép Ba Xây đóng vai chánh. Ba Xây không mấy để ý tới lời căn dặn của đoàn, nên đến khi anh vô Vọng Cổ câu: Trời ơi! Khói lửa chiến tranh đã... Tới chữ lửa anh lại ấm ớ và không nuốt xuôi được chữ kế tiếp, làm hư câu vô khiến cho khán giả biết ra mà cười ầm lên, thì ông tướng nhà ta đứng dậy nói lớn để trấn tĩnh Ba Xây: "Không sao đâu Ba, cứ ca đại đi, hổng hề gì mà..." Thiệt ra thì hung dữ với ai, chớ còn với cải lương thì ông Tướng Trần Văn Soái rất điệu vậy.

Và câu chuyện dưới đây tôi - Ngành Mai viết theo ký ức của ông Trần Tấn Quốc tức ký giả Thanh Tâm:

Vào trung tuần Tháng Giêng Dương Lịch năm 1950, lúc ấy đúng 6 giờ 20 phút chiều, tất cả nhơn viên của nhựt báo "Tiếng Dội" trong bộ biên tập cũng như bên quản lý đã kéo nhau ra về từ hồi đúng 6 giờ.

Tại báo quán ở số 216 đường Lagrandière (tức Gia Long sau này) chỉ còn có một mình tôi phải ở nán lại vì phận sự đối với nhà báo. Tôi ngồi cặm cụi với một chồng bài vở, bên bàn viết để tận phía trong, sát vách tường. Cửa lớn của báo quán chỉ khép lại phân nửa.

Cộp! Cộp! Cộp! Tôi vừa ngẩng đầu lên, thì một người đàn ông cũng vừa lách mình bước vào cửa:

- Có phải ông là chủ nhiệm báo Tiếng Dội?

Ông khách có hành động hơi đường đột ấy mặc âu phục toàn trắng, người dong dẩy, mắt đeo kiếng trắng ra vẻ con nhà trí thức. Nhưng, chỉ nhìn qua cũng nhận được vẻ quạu đương hiện trên bộ mặt gần giống "chủ điền" của ông khách.

- Phải, chính tôi. Thưa ông, có chuyện chi?

Tức thì, ông khách ấy nói như một vị tướng ban lịnh:

- Nguyên soái mời ông ra xe?

Tôi ngạc nhiên và dão tai:

- Thưa ông... ông đã nói chi?

- Nguyên soái mời ông ra ngoài xe hỏi thăm chút chuyện. Vậy ông hãy đi mau lên!

Thật lạ quá. Bấy lâu, danh từ Nguyên soái chỉ nghe trong các lớp hát bội, và chỉ đọc thấy trong các truyện Tàu như: Nguyên soái Địch Thanh, Nguyên soái Tiết Nhơn Quí, bây giờ danh từ ấy lại xuất hiện bằng người ngoài đời và đòi... nói chuyện với mình!

Tôi không vội đáp, mặc dầu vẻ quạu trên mặt ông khách khi nãy tức thì đổi ra một sắc hầm hầm. Tôi buông viết, bước lẹ ra cửa, nhìn ra đường:

- Ông hãy đi thẳng ra ngoài xe, Nguyên soái đương chờ.

Một lão to con, ngồi bật ngửa trên chiếc xe hơi Huê Kỳ thật lớn, sơn màu hồng quân, phía trước có cắm chiếc cờ hiệu nhỏ màu dà đậu ngay cửa báo quán. Hai bàn tay của lão như đua nhau vo lia lịa hai ngọn râu của một bộ râu vảnh khá oai vệ.

- Chết cha! Năm Lửa!

Chắc có chuyện chẳng lành... Tôi day lại ông khách đương đứng sát bên tôi:

- Nếu có chuyện cần, tôi nhờ ông ra xe thưa lại, tôi mời Đại tướng vào báo quán, tiện hơn.

Ông khách ấy toan nắm tay tôi:

- Không được. Ông phải ra cho Nguyên soái tôi hỏi.

Tôi giựt tay và giấu cả hai tay vào hai túi quần, dầu biết làm như vậy là vô phép, nhưng đã bực mình rồi:

- Chuyện gì mà phải nói ngoài đường? Huống chi người mời tôi là một vị Đại tướng!

Ông khách quày quả ra xe. Tôi mở toang cửa lớn rồi trở vào ngồi bên bàn viết phía trong, nơi góc tường, chờ chuyện gì sẽ đến.

Năm Lửa mặc bộ đồ nỉ xám, bước vào báo quán. Theo sau là ông khách khi nãy. Tôi đứng dậy, ra vẻ ân cần:

- Chào Đại tướng. Mời Đại tướng ngồi.

Ông ta không thèm ngồi trên chiếc ghế đối diện với tôi, mà chỉ đứng hỏi:

- Ông là chủ nhiệm à?

- Dạ phải. Tôi là chủ nhiệm báo "Tiếng Dội".

- À! Vậy nghe tôi hỏi đây: Tại sao ông viết báo mà nói Lương Trọng Tường Hòa Hảo? Hả? Tại sao vậy? Tại sao ông dám nói Hòa Hảo "vô làm chánh phủ" với Nguyễn Phan Long? Hả?

Rồi Tướng Năm Lửa tự nhiên lại giận run lên, mặt hồng đỏ ngầu ngầu. Ông khách đi theo - chắc là quan hầu cận - cũng tự nhiên làm mặt giận dữ theo chủ soái.

- Chuyện đâu còn có đó. Đại tướng bớt giận, mời Đại tướng ngồi rồi tôi sẽ giải thích cho Đại tướng rõ.

- Giải thích... thiết gì, tôi không cần... Mà tại sao vậy chớ?

Tôi cười lạt:

- Thì Đại tướng hỏi, tôi phải trả lời, sao Đại tướng lại không cần?

Ông khách hầu cận Năm Lửa "sửa" nhẹ tôi:

- Mặc dầu ông là chủ nhiệm nhưng ông phải hầu chuyện với Đại tướng cho đàng hoàng.

Năm Lửa tiếp thêm:

- Bây giờ tôi không cần nghe. Tôi phải xử ông liền tại chỗ. Tôi xử tội ông...

Năm Lửa thọc tay mạnh vào túi quần tây và đôi mắt lườm ngay tôi.

Tôi liền đứng dậy. Người hầu cận Năm Lửa lại dang xa chủ soái một bước.

Năm Lửa run run:

- Tôi phải... xử... xử tại chỗ.

- Đại tướng nhớ đây là nhà báo và đây là Sài Gòn.

- Thây kệ chỗ nào. Hễ người nào có tội, tội xử ngay.

Tôi bước lần ra ngoài, để khỏi bị kẹt trong góc tường. Hai mắt tôi luôn luôn dán dính vào túi quần tây của Năm Lửa mà một bàn tay ghê gớm đương thọc vào đó và lăm le rút ra...

Cải lương không có giải Thanh Tâm nếu...

Mãi đến bây giờ, tôi vẫn còn tự hỏi, nếu lúc đó, giá như tôi liều thân dùng miếng "tiên hạ thủ vi cường" mà nhảy tới thì Năm Lửa có dám cho nổ hay không? Có điều, ngay phút nghiêm trọng ấy, tôi liền lấy quyết định: nếu Năm Lửa rút khẩu súng lục trong quần ra, thì tức thời tôi phải nhảy tới chụp tay ông ta rồi làm nhầu, chớ không lẽ, mình đứng bó tay chịu "xử liền tại chỗ"?

- Ủa, rồi ông tính sao đây?

- Tôi còn tính lẽ nào được khi Đại tướng hỏi, tôi toan trả lời thì Đại tướng lại gạt ngang!

- Ông phải đính chánh.

- Đại tướng muốn tôi đính chánh như thế nào?

- Thì nói Lương Trọng Tường không phải Hòa Hảo và Hòa Hảo không có làm chánh phủ với Nguyễn Phan Long.

Thấy ông ta hơi dịu, tôi giãi bày:

- Chuyện kể sau thì được, còn chuyện ông Tường, tôi đã biết chắc ông ấy là tín đồ trung kiên của Huỳnh Giáo Chủ. Vì cuối năm 1945, tôi đã từng hội họp nhiều lần với Huỳnh Giáo Chủ, mà mỗi lần như thế là tôi đều gặp ông Tường với tư cách là Bí thư của Huỳnh Giáo Chủ, người khai sáng Phật Giáo Hòa Hảo.

- Ừ, mà bây giờ thì khác rồi... Ông hãy viết theo lời của tôi nói...

Ngày mai, tôi còn hội tại Sài Gòn, nếu tôi không thấy ông đính chánh thì... Thôi, tôi về đa!

Tôi thở nhẹ.

Hôm sau, bạn bè hay chuyện đến hỏi thăm đuôi đầu. Thì có gì đâu. Cách vài hôm trước, trong khi Thủ Tướng Nguyễn Phan Long sắp trình diện chánh phủ (21 tháng 1, 1950) báo Tiếng Dội phỏng đoán rằng Bộ Thông Tin trong nội các Nguyễn Phan Long sẽ giao cho ông Lương Trọng Tường, một nhân vật của Hòa Hảo. Nhưng, mình nào biết Năm Lửa không thuận với cụ Long, nào mình có hay lúc đó giữa Năm Lửa với ông Tường có xích mích.

Chỉ có thế mà suýt mình bị "xử liền tại chỗ".

Nhưng tức cười là lúc ấy Năm Lửa mới "nhảy dù" được hai ngôi sao của thiếu tướng mà có người lại gọi nịnh là "Nguyên soái". Lại cười cho mình, trong lúc ngộ bất cập phải gọi tưng "già râu" ấy là... Đại tướng.

Rồi trong những năm sau, thường gặp nhau trong các cuộc tiếp tân, mỗi lần bắt tay với Năm Lửa, lòng tôi không dằn được một cơn cười sùng sục.

Năm nọ, thời thập niên 1960, ban tuyển chọn giải Thanh Tâm họp tại trụ sở Hội Ái Hữu Nghệ Sĩ ở đường Cô Bắc, Sài Gòn. Ông Trần Tấn Quốc có kể câu chuyện này, và nghệ sĩ Năm Châu cười nói: "Nếu câu chuyện xảy ra tại miệt Cần Thơ, Cái Vồn thì giờ đây mình đâu có họp ban tuyển chọn, cũng như cải lương làm gì có giải Thanh Tâm".

CHƯƠNG 11

BẠCH CÔNG TỬ
LÀM BẦU GÁNH CẢI LƯƠNG

Mối tình nghệ sĩ Phùng Há và Bạch Công Tử

Thuở xưa đất Nam Kỳ Lục Tỉnh có hai chàng công tử nổi tiếng trong thiên hạ thời bấy giờ, mà trong dịp tiếp xúc với nữ nghệ sĩ tiền phong Phùng Há, tôi đã thu thập khá nhiều sự kiện có liên quan đến một trong hai chàng công tử nói trên.

Trước hết xin nói sơ qua về chàng công tử Bạc Liêu, mà cho đến nay thỉnh thoảng trong những câu chuyện đời người ta vẫn còn nhắc đến, nhứt là ở các tỉnh miền Tây thì nhiều người biết hơn, do những di tích còn lưu lại như nhà cửa, vườn đất, tài sản, v.v... Cũng như trong sử sách của tỉnh Bạc Liêu cũng có đề cập đến chàng công tử này.

Cái biệt danh "Công Tử Bạc Liêu" đã nói lên nơi sinh trưởng của chàng công tử ở một tỉnh được coi như vựa lúa miền Tây, và cũng nhờ sự trù phú của tỉnh đã đem lại cho Tổ Phụ của cậu công tử nhiều tài sản ruộng vườn, để rồi đến đời của cậu thì tung ra xài tiền như nước, không biết bao nhiêu mà kể. Công tử Bạc Liêu, cũng có người gọi là "Hắc Công Tử" (có lẽ do nước da không được trắng), để phân biệt với chàng Bạch Công Tử ở Mỹ Tho, cũng con nhà giàu, ruộng đất cò bay thẳng cánh và cũng nổi tiếng ăn chơi không kém Hắc Công Tử nhưng với hình thức khác.

Thế nhưng, Bạch Công Tử là ai, liên hệ như thế nào với Má Bảy Phùng Há? Cái điều đáng ghi ở đây là Bạch Công Tử liên hệ nhiều đến Má Bảy cả về tình cảm lẫn nghệ thuật. Về tình cảm thì Má Bảy chung sống với Bạch Công Tử đến 7 năm và có hai mặt con (cả hai đều chết khi còn nhỏ nên sau này ít được nói đến). Còn về nghệ thuật thì Bạch Công Tử là bầu gánh hát Huỳnh Kỳ, một gánh hát lớn thời đó, mà toàn bộ nghệ thuật do Má Bảy điều khiển.

Bạch Công Tử tên thật là Lê Công Phước, biệt danh là Phước George, sinh tại Mỹ Tho vào khoảng đầu thế kỷ 20 hoặc trước đó vài năm, tức khoảng 1896 - 1897, thiên hạ đã căn cứ vào những người đồng chạng cùng đi học để định tuổi chớ không ai biết chính xác. Có người nói rằng do lớn hơn Má Bảy nhiều tuổi, sợ rằng Má Bảy mặc cảm nên ông giấu tuổi (lớn hơn khoảng 15 tuổi).

Công tử Phước George du học từ bên Pháp về, ăn chơi khét tiếng đất Mỹ Tho (Má Bảy cũng sinh trưởng tại Mỹ Tho), và mê mệt cô đào cải lương Phùng Há nên bỏ tiền ra lập gánh hát, để có cơ hội chiếm con tim của cô đào trẻ đẹp lúc bấy giờ. Người ta nói mục tiêu lập gánh hát của Phước George vì nghệ thuật thì ít, mà vì cô đào làm nghệ thuật thì nhiều.

Mỹ Tho, một tỉnh thuộc đồng bằng sông Cửu Long, cách Sài Gòn 70 cây số, nổi tiếng với món đặc sản chuối khô cung cấp khắp các tỉnh từ Nam ra Trung, và người ta dùng làm quà tặng mỗi khi thăm viếng nhau. Đất Mỹ Tho cũng là nơi chào đời của một cậu công tử nổi tiếng trong thiên hạ nhờ ăn chơi, và mối tình của ông với nghệ sĩ Phùng Há đã một thời gây xôn xao dư luận, không chỉ ở Mỹ Tho mà còn lan ra nhiều nơi kể cả Sài Gòn cũng nghe.

*Nữ nghệ sĩ tiền phong Phùng Há
và người đẹp Bình Dương Thẩm Thúy Hằng.*

Trong một lần tiếp xúc với nghệ sĩ tiền phong Phùng Há tại Chùa Nghệ Sĩ ở Gò Vấp, về vấn đề Bạch Công Tử, tôi Ngành Mai (NM) đặt câu hỏi và câu trả lời của Má Bảy Phùng Há (MB):

- NM: *Thưa Má Bảy, công tử Phước George, mà người đời gọi là Bạch Công Tử, là con trai duy nhứt của ông Đốc Phủ Sứ Lê Công Xũng, giàu có vào bực nhứt ở Mỹ Tho thời bấy giờ, xin Má Bảy cho biết đã gặp Bạch Công Tử trong trường hợp nào?*

- MB: *Lúc gánh hát Trần Đắc về trình diễn ở Mỹ Tho, thì ông (Bạch Công Tử) được bạn bè rủ đi coi hát, chớ trước đó ông chẳng để ý gì đến cải lương hết. Đêm đó tôi đóng vai Mạnh Lệ Quân trong tuồng Mạnh Lệ Quân thoát hài, và khi vãn hát ra cửa thì thấy ông đứng ngay ở đó, ông không ra về như mọi người mà ra phía sau hậu trường rạp hát chào tôi, đưa tay cho tôi bắt. Tôi rụt rè không dám đưa tay, dù là đào hát tôi chưa từng bắt tay ai bao giờ, và nói thẳng với ông như vậy.*

Ông cười, bắt đầu làm quen là kể từ đó thì đêm nào nếu không ngồi ở hàng ghế khán giả, thì cũng vào hậu trường ngồi bên cánh gà coi tôi hát không trừ bữa nào. Thời đó lúc gánh hát đang trình diễn thì cánh cửa phía sau hậu trường được đóng lại, nhưng thấy ông thì đâu ai dám không mở cửa (Bạch Công Tử là con trai của Đốc Phủ Sứ Mỹ Tho, tức tỉnh trưởng đương quyền).

- NM: *Bạch Công Tử nổi tiếng trong thiên hạ, ở Sài Gòn cũng nghe danh, xin Má Bảy cho biết vài nét về Bạch Công Tử?*

- MB: Ông là một cậu công tử hào hoa phong nhã, tuy là con nhà quyền quý giàu sang, lại du học từ bên Tây về, nhưng không có tính kiêu căng khi người, mà đối xử với mọi người chung quanh một cách bình dân, đối xự tốt với bạn bè, chỉ có cái là ăn chơi quá mức thành ra hư người luôn.

- NM: *Do đâu mà Má Bảy ưng thuận kết hôn với Bạch Công Tử, cảm mến ông ở điểm nào?*

- MB: Ông đeo đuổi tôi sát quá, ngày nào cũng theo, đêm nào cũng ở rạp hát, lúc đó không phải tôi ham mê địa vị về làm dâu gia đình đốc phủ sứ, cũng không phải vì sự giàu sang phú quý của ông, tôi bằng lòng là do ông rất quý trọng tôi, quý trọng cái nghề ca hát, không coi đó là "xướng ca vô loại" như một số người mà còn khuyến khích. Ông thành lập gánh Huỳnh Kỳ, một gánh hát cải lương lớn nhứt vào thời đó và mời tôi nhận vai đào chánh.

- NM: *Chắc điểm nầy thích hợp nhứt với Má Bảy, và Má Bảy đã đồng ý kết hôn?*

- MB: Cũng một phần thôi, vì lúc đó rất nhiều gánh hát kêu tôi nhận vai đào chánh, nhưng đối với gánh Huỳnh Kỳ của Bạch Công Tử thì tôi hoàn toàn điều khiển về nghệ thuật, cái việc mà ở các gánh khác tôi không có được.

Chinh phục cô đào hát trẻ đẹp Phùng Há, Bạch Công Tử đã thành lập gánh hát Huỳnh Kỳ, để cho cô đào điều khiển toàn bộ về nghệ thuật, và sau một thời gian thì đi đến hôn nhân. Gánh hát Huỳnh Kỳ đã một thời đem lại cho giới hâm mộ cải lương những buổi đi coi hát đầy thích thú với các vở tuồng ăn sâu vào lòng khán giả như: Giọt Máu Chung Tình, tức Võ Đông Sơ - Bạch Thu Hà, Người Đàn Bà Không Tên, Sơn Hà Xã Tắc, Kim Tinh Nương Xuất Hiện...

Mỹ Tho, một tỉnh thuộc đồng bằng sông Cửu Long, cách Sài Gòn 70 cây số, nổi tiếng với món đặc sản chuối khô cung cấp khắp các tỉnh từ Nam ra Trung, và người ta dùng làm quà tặng mỗi khi thăm viếng nhau. Đất Mỹ Tho cũng là nơi chào đời của một cậu công tử nổi tiếng trong thiên hạ nhờ ăn chơi, và mối tình của ông với nghệ sĩ Phùng Há đã một thời gây xôn xao dư luận, không chỉ ở Mỹ Tho mà làn ra nhiều nơi kể cả Sài Gòn cũng nghe.

Gánh hát Huỳnh Kỳ ở Mỹ Tho

Vào thời thập niên 1930 xe cộ rất hiếm, trên bộ chỉ xe ngựa, xe bò là nhiều, còn xe vận tải thường gọi là xe cam nhông thì mấy khi thuê mướn được, do đó hầu hết những gánh hát cải lương đã di chuyển bằng đường thủy, gánh nào khá lắm thì sắm được vài ba chiếc ghe loại nhỏ, chớ còn đa số thì mướn ghe vận chuyển đồ đạc, đi tới đâu thì đào kép công nhân mua ăn nấu nướng tại chỗ, không mang đồ đạc cồng kềnh (đúng là nước sông gạo chợ). Riêng gánh hát Huỳnh Kỳ thì Bạch Công Tử mua ghe chài làm phương tiện cho gánh hát lưu diễn, đồng thời làm nơi trú ngụ cho đào kép công nhân.

Ghe chài là loại ghe lớn có trọng tải nặng, một chiếc ghe chài chuyên chở nhiều gấp 4, 5 chiếc xe cam nhông, mà vào thời đó người nào sắm được một chiếc thì kể như nhà giàu, vậy mà Bạch Công Tử đã mua đến 4 chiếc dành cho gánh hát hoạt động, đi tới tỉnh nào cũng đậu chật bến phô trương bảng hiệu Huỳnh Kỳ. Ba chiếc dành cho gánh hát và một chiếc đặc biệt làm nhà ở di động, được trang hoàng sang trọng không thua dinh thự, nguy nga tráng lệ chẳng kém lâu đài, Bạch Công Tử đã tạo cho nghệ sĩ Phùng Há một cuộc sống như bà hoàng được kể trong sử sách vậy.

Gánh hát Huỳnh Kỳ với thực lực hùng hậu, lưu diễn miền Tây đi đến tỉnh nào cũng đông đảo khán giả, thiên hạ quanh vùng bơi xuồng coi hát đậu là thời kỳ mà gánh hát Huỳnh Kỳ lên như diều gặp gió, ở ngoài nhìn vô ai cũng nghĩ rằng gánh hát làm ăn phát đạt. Thế nhưng, với cái lối ăn xài của Bạch Công Tử, tiền bạc dành cho gánh hát bị tuôn ra nên luôn thiếu hụt, Bạch Công Tử cứ mãi lo ăn chơi chẳng ngó ngàng gì đến vấn đề kinh doanh lời lỗ chẳng biết, hễ cần tiền thì bảo quản lý đưa. Còn nghệ sĩ Phùng Há thì mãi lo về nghệ thuật, đâu còn thì giờ lo việc điều hành, tóm lại mọi thứ chi thu đều do người quản lý, gánh hát bị lỗ thì bán ruộng đất đắp vào, làm ăn kiểu đó thì bảo sao chẳng suy sụp, núi non rồi cũng hết.

Bao nhiêu tiền cũng không đủ cho Bạch Công Tử tiêu xài, ông rất rộng rãi, tốt với bạn bè, với mọi người, và thiên hạ đồn hạ rằng vào thời đó mỗi lần ông ra đường gặp bất cứ ai lên tiếng "chào Bạch Công Tử" thì ông móc tiền cho ngay, nhiều ít chẳng cần để ý, cho hết thì thôi, bữa khác lại cho nữa nên họ rất thích ông ra đường ra chợ. Còn lên xích lô ngồi thì chỉ ngồi một chiếc, cả chục xe khác chạy xe không theo tới nơi cũng được ông trả tiền.

Bạch Công Tử được người đời thêu dệt quá nhiều huyền thoại, có lý cũng nhiều mà vô lý cũng có, huyền thoại bao quanh ông không biết bao nhiêu là chuyện, cho đến khi nằm xuống vẫn còn. Nếu nói về Bạch Công Tử thì rất nhiều, nhưng tôi chỉ lướt qua đôi dòng, dịp khác sẽ nói riêng về Bạch Công Tử.

Thời gian bảy năm chung sống với Bạch Công Tử, Má Bảy hạ sinh hai người con, đứa đầu con trai tên Paul Lộc, vừa lên hai đã qua đời do chứng bệnh ban trắng, mà theo bà thì do uống lầm thuốc Tây. Lúc sinh đứa thứ hai, con gái tên Suzane Lý, cũng là lúc gánh hát Huỳnh Kỳ suy sụp.

Do cái đà ăn chơi quá mức của Bạch Công Tử, tiền bạc gánh hát thu vào không đủ tuôn ra, đã đưa đến tình trạng gánh hát Huỳnh Kỳ suy sụp, và do không còn trình diễn nên đào kép mạnh ai nấy đi, chớ nằm chờ thì ai phát lương chớ!

Mấy chiếc ghe chài, thực lực hùng mạnh của đoàn hát bị kéo về cho nằm ở bến sông Cầu Ông Lãnh, và vì ghe chài quá lớn nằm một chỗ làm chật bến, trở ngại sinh hoạt làm ăn của bến nên bị phản đối phải dời đi, cho đậu ở mé sông phía trước tòa nhà trụ sở Ngân Hàng Đông Dương, mà về sau là Ngân Hàng Quốc Gia Việt Nam.

Gánh hát không còn hoạt động nghệ sĩ Phùng Há lâm vào cảnh thiếu trước hụt sau, đứa con gái Suzane Lý đau bệnh nặng mà Bạch Công Tử thì không có mặt dưới ghe, bỏ mặc cho bà. Không còn tiền chạy thuốc thang, đi tìm Bạch Công Tử thì có người cho biết một ngôi biệt thự, người ta mở cửa cho bà vào để nhìn thấy cảnh ăn chơi trác táng của chồng, bà than trời:

- Con nó đau bệnh gần chết, không có tiền chạy thầy chạy thuốc mà anh đành lòng nào vui chơi như vầy được sao?

Nói xong câu bà gạt nước mắt lui trở ra, đi về chiếc ghe mà thời gian trước hai người sống trong hạnh phúc, giờ đây có mặt thêm một ngày là khổ tâm thêm một ngày. Mấy hôm sau thì Suzane Lý qua đời, và nghệ sĩ Phùng Há cũng từ giã gánh hát Huỳnh Kỳ, đồng thời chấm dứt luôn mối tình với Bạch Công Tử, coi như cuộc tình kéo dài được 7 năm, lúc đó vào khoảng 1933.

Nghệ sĩ Phùng Há ra đi, Bạch Công Tử kêu nghệ sĩ Thanh Tùng về thay thế vai chánh, gánh Huỳnh Kỳ hoạt động đến khoảng 1939 thì rã gánh. Ghe chài, đồ đạc bán hết, tài sản vườn đất của ông già để lại cũng tiêu xài hết, lại mang bệnh ghiền, thân tàn ma dại sống cảnh lang thang không nhà cửa ở Sài Gòn. Thấy vậy, người con của một quan Huyện từng làm việc dưới quyền của Đốc Phủ Sứ Lê Công Xũng đã đem Bạch Công Từ về Mỹ Tho chăm sóc, và do hậu quả của việc hút xách, thiếu thuốc nên bệnh ghiền hành hạ, sống thêm vài năm thì lìa đời và huyền thoại về Bạch Công Tử cũng phai dần theo thời gian.

Khoảng cuối thập niên 1940, Bạch Công Tử vĩnh viễn ra đi trong cảnh nghèo. Lúc ấy chiến tranh đang diễn ra nên người nhà không đi theo chôn, và giao cho đạo tỳ đem an táng trong một vườn cây dừa ở Chợ Gạo, Mỹ Tho. Ngôi mộ nằm sâu bên trong, cách xa con đường Tỉnh Lộ 24 khoảng một cây số. Tôi đã có một lần đến thăm ngôi mộ của ông ở xã An Thạnh Thủy, Chợ Gạo, Mỹ Tho.

RẮC RỐI QUANH VỞ HÁT "TÌNH ANH BẢY CHÀ"

Bức thư phản đối của Hội Ấn Kiều Sài Gòn

Đầu thập niên 1970 diễn viên hề Xuân Phát viết hai tuồng cải lương: Vở hát "Tình Chú Thoòn", tình tiết câu chuyện nói về một người Tàu ở Việt Nam có vợ Việt. Tuồng ăn khách, soạn giả Xuân Phát thừa thắng xông lên, cho ra đời thêm vở "Tình Anh Bảy Chà" câu chuyện nói về một người Ấn Độ cũng có vợ Việt. Cả hai tuồng được đoàn Dạ Lý Hương trình diễn rất nhiều lần, tiền bản quyền bỏ túi xài thoải mái.

Soạn giả Xuân Phát đã đưa lên sân khấu sự mới lạ, khác hẳn từ trước cho đến lúc bấy giờ nên tuồng rất ăn khách, và khán giả đã khó nín cười trước diễn viên chánh là kép Thành Được đóng vai Anh Bảy Chà.

Vở hát "Tình Chú Thoòn" hát nhiều lần chẳng nghe mấy Chú Ba ở Chợ Lớn lên tiếng phiền hà gì cả, nhưng đến tuồng "Tình Anh Bảy Chà" thì bị rắc rối, khi đào Mộng Tuyền lấy vở hát ấy đưa lên truyền hình. Tuồng khá hay, khán giả khắp nơi yêu cầu nhiều nên đài truyền hình cho chiếu đến 3 lần. Bẳng đi một thời gian hơi lâu, đài truyền hình lại cho chiếu "Tình Anh Bảy Chà" lần thứ tư, và lần này thì bỗng dưng Hội Ấn Kiều Sài Gòn lên tiếng phản ứng bằng một bức thư gởi báo chí mà nội dung chính yếu như sau đây:

Kính nhờ quý báo vui lòng dành cột báo nơi trang kịch trường đăng giúp chúng tôi vài ý kiến về vở "Tình Anh Bảy

Chà" của Xuân Phát đã được đài truyền hình Việt Nam cho chiếu lại vào tối Chúa Nhựt 25/7/71 vừa qua.

Sau khi xem xong vở hát. Ở đây chúng tôi không đề cập đến diễn viên vì tất cả là do soạn giả chịu trách nhiệm. Trong tuồng nêu lên nhân vật Anh Bảy Chà cho tiền góp có vợ Việt Nam. Anh Bảy tên Mohammach Apdoul Cira mà các diễn viên cố tình nói lái là Cari. Trước hết chúng tôi xin nói rõ cho ông Xuân Phát hiểu thế nào là tập tục của người Ấn.

Người Ấn chia làm 2 phái:

Theo Hồi Giáo

2) Bà La Môn

Theo Hồi Giáo luật quy định sẵn là người Hồi Giáo không cho tiền góp lấy lời vì đó là một trong những điều răn cấm. Và người Hồi Giáo không hề có bàn thờ trong nhà cũng như ngồi quỳ lạy than khóc kêu réo vợ con như anh Bảy mà Xuân Phát đã tạo ra. Trái lại đó là người Bà La Môn thì không bao giờ có tên Mohammach Apdoul vì chỉ có những người theo Hồi Giáo (Islam) mới có tên nầy.

Cách trang phục của Anh Bảy do kép Thành Được ăn mặc và nón đội là của người Hồi Giáo. Nhân vật đó theo Bà La Môn có cúng thờ không thể cho ăn mặc như vậy được. Và người Bà La Môn cho tiền góp họ chỉ mặc cái chăn hoàn toàn trắng, đầu không đội nón. Soạn giả đã lệch lạc thiếu nghiên cứu và không biết phân biệt giữa 2 phái Bà La Môn và Hồi Giáo.

Soạn giả Xuân Phát cố tình đem tôn giáo chúng tôi ra làm trò đùa giỡn có tính cách mua vui nghệ thuật? Đó là hình ảnh ngôn ngữ có tính cách phỉ báng, mạ lỵ và xuyên tạc tôn giáo chúng tôi.

Chúng tôi cực lực phản đối hành động, thái độ của Xuân Phát và xin yêu cầu:

1) Đài truyền hình không tiếp tục phát hình vở "Tình Anh Bảy Chà."

2) Ban giám đốc Dạ Lý Hương, bà Mộng Tuyền và riêng ông Xuân Phát không tiếp tục cho diễn vở này.

Chắc hẳn ông Xuân Phát cũng sẽ buồn khi thấy ai đem tôn giáo của mình ra làm trò diễu cợt? Ông đã không am tường phong tục tập quán của người Ấn và lầm lẫn giữa 2 phái Bà La Môn và Hồi Giáo.

Phải chăng ông chỉ nghĩ đến ý nghĩ diễu cợt, khi nghĩ đến người Ấn cho vui, và trả đũa bằng hình thức văn nghệ. Ông có đủ can đảm chấp nhận cái không hiểu về tập tục của ông không? Không thiếu gì cách cho ông sáng tác nhiều hình ảnh nghĩa cử cao đẹp của quê hương trong hoàn cảnh chiến tranh, tại sao không sáng tác mà cứ mỗi lần cầm bút là nghĩ ngay đến cách chế diễu người Tàu (vở Tình Chú Thoòn), người Ấn (vở Tình Anh Bảy Chà). Ông nên xét lại.

Nay kính

TM. Hội Ấn Kiều Sài Gòn.

Mohammach Apdoul Hamide.

Thật ra thì đa số người Việt chúng ta chẳng hề để ý rằng người Ấn Độ có hai phái. Cũng như chắc chẳng mấy người biết rằng cách ăn mặc và tập tục của phái này khác với phái kia tùy theo tôn giáo của họ.

Soạn giả Xuân Phát cũng đã không am tường vấn đề nên mới có chuyện Hội Ấn Kiều Sài Gòn lên tiếng phản đối.

Từ nhiều năm trước đó các soạn giả cải lương đã từng viế

Nghệ sĩ Xuân Phát, soạn giả vở tuồng Tình Anh Bảy Chà.

t dựng lên bối cảnh cùng nhân vật của các nước, nhưng chẳng hề xảy ra chuyện của Xuân Phát, bởi hầu hết các tuồng đều dựa theo lịch sử của quốc gia đó như, tuồng Nhựt, Tàu, Ấn Độ, và cả những nước Trung Đông như tuồng "Trộm Mắt Phật" dựa theo truyện Ngàn Lẽ Một Đêm. Tóm lại là đã có rất nhiều tuồng nước ngoài, nhân vật nước ngoài lên sân khấu cải lương Việt Nam, nhưng hầu hết là chuyện xưa tích cũ từ thời xa xưa nào đó thì đâu ai rõ biết để mà phản đối.

Ở đây sở dĩ soạn giả Xuân Phát bị phản đối là do viết tuồng xã hội, nhân vật, bối cảnh thời hiện đại, người Ấn Độ sinh sống trên đất nước Việt Nam khá nhiều, đề cập tới họ mà nói sai mới có chuyện.

Ở Sài Gòn có "Chùa Chà" gần rạp hát Long Phụng, và một chùa nữa ở gần đường Huỳnh Thúc Kháng, hoặc "tiệm cơm Chà" ở góc đường Nguyễn Trãi - Trần Bình Trọng, Chợ Quán. Nếu như lúc viết tuồng Xuân Phát dành ra thì giờ chịu khó đến đây tiếp xúc với người Ấn, tìm hiểu về tập quán của họ thì có lẽ chuyện không xảy ra, và tuồng cũng không bị cấm hát, còn thu tiền bản quyền thêm nhiều lần nữa.

Sau khi bức thơ phản đối của Hội Ấn Kiều Sài Gòn được nhiều tờ báo đăng làm xôn xao dư luận, bàn tán của người trong giới gây nhiều bất lợi cho soạn giả, thì Xuân Phát viết thơ trần tình cũng được đăng trên nhiều tờ báo (lúc đó là năm 1971).

Thơ trần tình của soạn giả Xuân Phát

Bức thơ trần tình soạn giả Xuân Phát đã viết quá dài nên nhà báo tạm lược bớt đi mấy đoạn, chỉ đăng những phần chính yếu như sau đây:

Kính gởi ông Mohammach Apdoul Hamide.

Kính thưa ông, tôi đã đọc thật kỹ bức thư của quí Hội và được biết quí hội phẫn nộ về sự sai lầm tập tục, quy luật định sẵn của giữa hai giáo phái: Hồi Giáo và Bà La Môn. Đồng thời kết tội soạn giả đã có tình đem tôn giáo đùa giỡn, mạ lỵ v.v...

Kính thưa ông, thưa quí Hội Ấn Kiều Sài Gòn.

Trên tinh thần phục thiện để học hỏi, để sửa sai, cầu tiến và luôn mong muốn được phục vụ nghệ thuật bằng tâm hồn thiết tha của một văn nghệ sĩ, tôi thành thật nhận và xin tất cả những sai lầm ngoài ý muốn mà tôi đã (vì không am hiểu về tập tục, quy luật của người Hồi Giáo) vô tình vấp phải trong vở tuồng Tình Anh Bảy Chà. Là soạn giả vở đó, tôi xin gánh chịu lỗi ấy trước hết.

Tôi thành thật cám ơn ông Mohammach Apdoul Hamide đã dẫn giải rõ ràng tập tục: Người Hồi Giáo thế nào, người Bà La Môn thế nào, cho tôi hiểu qua từng cách thờ cúng, ăn mặc cách biệt ra sao v.v...

Nhờ đó tôi mới hay rằng tôi đã sai lệch những điểm thuộc phần trang trí và hóa trang, một kỹ thuật quan trọng khó thể thiếu sót sơ suất được. Nguyên nhân đó đã khiến ông cùng quí Hội buồn phiền đến thế, hiểu lầm giá trị con người tôi một cách đáng tiếc.

Sau đây tôi xin mạn phép được nêu ra vài dẫn chứng để Ông cùng quí Hội và độc giả kiểm lại tinh thần nội dung vở "Tình Anh Bảy Chà" nói chung, phong thái, đạo đức của nhân vật điển hình vai anh Bảy Mo Ha Met Ap Doul Krirah nói riêng như sau:

Nội dung bức thư Hội Ấn Kiều Sài Gòn có hỏi tôi vài câu như:

Ông Xuân Phát đã không am tường phong tục tập quán người Ấn và lầm lẫn to giữa 2 phái Hồi Giáo và Bà La Môn, Ông có đủ can đảm nhận cái dốt đặc về tập tục người Ấn của ông hay không?

Tôi xin thưa là: Tôi nhận. Vì tôi chưa được am tường dù đôi chút về tập tục của cả hai phái Hồi Giáo cũng như Bà la Môn.

Quí hội hỏi: Soạn giả Xuân Phát cố tình đem tôn giáo chúng tôi ra làm trò đùa giỡn tính cách phỉ báng, mạ lỵ và xuyên tạc tôn giáo chúng tôi để mua vui nghệ thuật?

Tôi xin thưa rằng: Tôi không hề có dụng ý trên và ngược lại tôi rất tôn kính. Hơn thế luôn hãnh diện và yêu mến vai anh Bảy hiền hòa và tốt bụng trong vở hát ấy.

Nếu có ai chỉ trích tại sao tôi không nghiên cứu kỹ càng về tập quán người Ấn và qui luật tôn giáo trước khi viết? Thì tôi xin nghiêm trang thưa rằng:

Cốt chuyện tuồng "Tình Anh Bảy Chà" của tôi không phải là một vở tuồng mang tính chất tuyên truyền tôn giáo. Không có đoạn nào thuyết pháp hoặc dẫn giải quy luật giới cấm của giáo phái, cũng không có đoạn nào để cập đến tôn giáo cả, mà vở hát chỉ muốn mô tả một hoàn cảnh xã hội thực tế, muốn kêu gọi khuyến khích sự tương trợ lẫn nhau trong tình đồng loại giữa con người và con người.

Quí Hội nói anh Bảy cho vay tiền góp là điều cấm trong quy luật Hồi Giáo? Thì tôi xin cải chánh với quí Hội rằng: Anh Bảy trong tuồng chúng tôi không có cho vay tiền góp. Nếu quí Hội còn nhớ rõ thì trong suốt vở tuồng "Tình Anh Bảy Chà" chỉ có hai lần anh Bảy Chà Kriranh xuất tiền cho gia đình bà Sáu thợ mộc mượn. Nhưng đó đều là nghĩa cử đáng khen của anh Bảy ít ai làm được, chớ không phải đó phương cách cho vay tiền góp như trong thơ quí Hội đã nói.

Mong muốn của tôi là nổi bật cho bằng được điểm chánh yếu là "tình thương" theo câu "nhiễu điều phủ lấy giá gương, người trong một nước hãy thương nhau cùng" mà người Việt chúng tôi thường khuyên nhau. Cần sáng tỏ sự việc đó, tôi phải dựng lên trong chuyện một anh Bảy chủ đất hiền từ. Anh có vợ Việt và có con sống trên đất Việt nhiều năm mới sẵn sàng thương yêu đồng bào của vợ, như tinh thần của vở tuồng "Tình Anh Bảy Chà" là hoài bão của một soạn giả như tôi. Chớ chúng tôi đâu dám nói gì về Đạo giáo đâu. Vấn đề Hồi Giáo hay Bà La Môn thế nào, cách ăn mặc toàn trắng hay sọc màu, đội mũ hay không đội mũ, thờ cúng tại gia hay lễ chung ở chùa. Có cấm khóc thương vợ con (chết) hay không, thật tình tôi chưa có dịp sáng tác đến những tác phẩm nào thuộc về tôn giáo Ấn Độ nên không tìm hiểu lãnh hội được.

Nơi trên là cả chân tình của tôi đã trình bày rõ rồi. Mong quí Hội và ông cứu xét lại mà dịu bớt đi phần nào sự phẫn nộ cho tôi nhờ, kẻo oan cho tôi bị mang tiếng và suy giảm cảm tình đối với Ấn kiều trong bao lâu từng mến tôi qua nghệ thuật.

Nếu cần, chính tôi sẽ đệ đơn yêu cầu Nha Vô Tuyến Truyền Hình cho phép phát hình lại vở tuồng nói trên để ông cùng quí Hội và khán quan xem lại thật kỹ, xem có đúng như tôi trình bày không. Nếu không gì trở ngại cũng xin ông cùng quí Hội bớt chút thời giờ xem lại vở tuồng "Tình Chú Thoòn" mà quí vị có đề cập đến trong thơ, xem vở ấy có mang tính chất chế diễu người Tàu như quí vị nói không?

Cuối thơ tôi xin kính chúc ông cùng quí Hội được vạn ơn phước. Xin chân thành cám ơn quí báo đã dành cho tôi một ân huệ có tiếng nói nơi trang kịch trường này. Kính chào quí vị.

Nay kính

Soạn giả Xuân Phát.

Kể từ hôm đó thì trên sân khấu không có hát, cũng như trên truyền hình không có chiếu lại tuồng "Tình Anh Bảy Chà" lần nào nữa, và vấn đề đã chìm dần theo thời gian.

Theo như một số người thì Bộ Thông Tin đã không cho chiếu vì sợ ảnh hưởng đến vấn đề bang giao với nước Ấn Độ.

Sau 1975 soạn giả Xuân Phát ra hải ngoại, nhưng không thấy hoạt động văn nghệ gì cả. Khoảng năm 2000 tôi có gặp Xuân Phát ở khu Little Sài Gòn, miền Nam California. Và lối một năm trước đây cũng có nói chuyện với ông trên điện thoại về vấn đề giải Phụng Hoàng. Nhưng cách đây vài tháng lúc tôi đang ở xa thì hay tin ông qua đời, về với Tổ nghiệp cải lương.

ĐOÀN HOA SEN KẾT HỢP ĐIỆN ẢNH VỚI CẢI LƯƠNG

Một cuộc cách mạng sân khấu

Khán giả cải lương ngày nay, những người thuộc lớp tuổi từ 60 trở lại rất khó mà tưởng tượng được rằng hơn nửa thế kỷ trước cũng thời trên sân khấu ấy, với một không gian nhỏ hẹp ấy mà người ta đã đưa lên nào là xe tăng, đại bác, tàu chiến, xe lửa, máy bay... Những trận chiến với các vũ khí súng lục, súng trường, đại liên, lựu đạn... Tóm lại chiến tranh hiện đại lúc bấy giờ (thế chiến thứ 2) có vũ khí nào thì trên sân khấu có vũ khí đó.

Không những thế mà có cả màn bạc chiếu phim hỗ trợ cho một vở hát. Những cảnh đẹp mắt trong các cuốn phim được kết hợp đưa lên sân khấu Hoa Sen cách nay nửa thế kỷ, mà lớp người đi coi cải lương sau này đã không tưởng tượng nổi là hồi xưa đã có người thực hiện được như thế.

Người thực hiện sân khấu mới lạ gây vang động làng cải lương lúc bấy giờ là nghệ sĩ Bảy Cao, cũng đồng thời là bầu gánh hát Hoa Sen, đã đem đến cho khán giả những buổi thưởng thức nghệ thuật tuyệt vời với một sân khấu cải tiến chưa từng thấy, khác hẳn với các tuồng say, tuồng ghiền của gánh Năm Châu, và các tuồng ăn mặc rườm rà như hát bội ở gánh Phụng Hảo của bà Phùng Há.

Đoàn ca kịch Hoa Sen của nghệ sĩ Bảy Cao ở thời đầu thập niên 1950, đã làm say mê khán giả với các vở tuồng "xã hội chiến tranh" của soạn giả Trần Văn May, tạo cho sân khấu cảnh chiến trận y như thật, với cảnh chiến tranh hãi hùng, khói và tiếng nổ gây hồi hộp nhưng rất thích thú cho người xem. Đồng thời sáng kiến độc đáo của Bảy Cao là đưa phim ảnh lên sân khấu đã thu hút quá nhiều khán giả của thời bấy giờ, có nhiều người thích đến đỗi đi xem liên tiếp 3, 4 đêm mà vẫn còn muốn đi coi thêm.

Có những vở tuồng mà Bảy Cao đã kết hợp kỹ thuật điện ảnh với tuồng cải lương, có nghĩa là cảnh đó thay vì đào kép diễn tuồng, đã được thay thế bằng những đoạn phim với vai trò mà chính đào kép thủ vai đã được quay thành phim trước đó, mà mấy lúc sau nầy nhắc lại những gì của đoàn Hoa Sen thực hiện nhiều người không khỏi thán phục, không khỏi luyến tiếc.

Nghệ sĩ Bảy Cao tên thật là Lê Văn Cao, sinh năm 1915 tại Vĩnh Lợi, Bạc Liêu, bước vào nghiệp cầm ca từ 1938 gia nhập gánh Đồng Đức, rồi Hồng Châu, kế sang gánh Hề Lập và một năm sau (1939) thì nổi tiếng trong vai Thái Tử Vương Anh, tuồng "Giòng Châu Hiệp Nữ" với câu vọng cổ bất hũ "Thôi thôi trăng đã xế ngang đầu..."

Năm 1940 Bảy Cao đi gánh Thái Bình, rồi sang qua gánh Chấn Hưng, và đến năm 1944 gia nhập gánh Mộng Vân (hầu như nghệ sĩ tiền phong nào cũng ít nhất một lần gia nhập gánh Mộng Vân). Hát ở gánh này thời gian khá dài cho đến 1951 thì tách ra lập gánh Hoa Sen, và Bảy Cao đã làm cuộc cách mạng sân khấu: Đưa điện ảnh lên sân khấu kết hợp với cải lương.

Gánh hát Hoa Sen đã oanh liệt một thời với ngôi bá chủ cải lương, cái hay của nghệ sĩ Bảy Cao là vừa làm bầu, vừa viết tuồng lại vừa làm kép chánh, ấy thế mà công việc của đoàn hát vẫn chạy đều đều. Bảy Cao là soạn giả các vở tuồng: Hoàng Hà Đẫm Máu, Một Nghìn Một Đêm Lẻ, Quán Biên

Thùy, Dưới Lá Quốc Kỳ, Phạm Công Cúc Hoa, Đảng Mão Vàng, Hứa Hẹn, Đêm Lạnh Trong Tù, Vàng Rơi Sông Lệ...

Thiên tài Bảy Cao lâm nạn

Tờ chương trình của đoàn Hoa Sen tháng 10 - 1951.

Năm 1952 là năm đại nạn của Bảy Cao, gánh Hoa Sen dọn đến đình Phú Nhuận, ngay đêm hát đầu tiên là trận bão lụt năm Nhâm Thìn giáng xuống, giới bình dân là khán giả của cải lương bị ảnh hưởng dây chuyền làm ăn không được, tiền mua gạo còn không có thì lấy gì mua vé hát cải lương chớ! Gánh hát nghỉ cả tháng, Bảy Cao mang nợ chồng chất nhưng ông phấn đấu và tin tưởng ở tài của mình, không có vẻ gì chán nản, mà thời gian nghỉ này là dịp để ông viết thêm tuồng mà thôi.

Đến lúc sinh hoạt dân chúng trở lại bình thường, Bảy Cao cho đoàn Hoa Sen hát trở lại, và không biết do vô tình hay có sự sắp đặt của ông hoặc của ai đó, mà Bảy Cao lại cho hát vở tuồng "Đề Thám Hùm Thiêng Yên Thế". Điều cần nói thêm thời đó vùng Phú Nhuận, Tân Bình thuộc sự kiểm soát của cơ quan an ninh phi trường Tân Sơn Nhứt (Sécurité de l'Air), mà người dân thường gọi là "Bót Đồn". Bảy Cao đang diễn tuồng đóng vai Đề Thám, hát được nửa tuồng thì công an phi trường ập vô bắt Bảy Cao còng tay dẫn đi, và mấy ngày sau thì có tin đồn tại vì Bảy Cao hát tuồng có nội dung chống Pháp.

*Tờ chương trình quảng cáo tuồng chiến tranh
của đoàn Hậu Tấn - Bảy Cao
(tiền thân của đoàn Hoa Sen) tháng 7 - 1950.*

Bị giam mất mấy tháng thì một bữa nọ có hai chiếc xe lớn loại cam nhông được cải biến thành xe nhà binh, chở đầy lính công an xung phong Bình Xuyên trang bị vũ khí hùng hậu, và một chiếc xe Jeep màu xanh chạy đến Bót Đồn. Người chỉ huy ngồi xe Jeep là Tư Hiểu mang lon Thiếu tá, lệnh cho hai người lính ngồi phía sau xe vào trong bót đưa tờ giấy có chữ ký của Thiếu Tướng Lê Văn Viễn tức Bảy Viễn. Người lính vừa vào tới nơi là dõng dạc nói: "Ông Bảy ra lệnh đưa Bảy Cao về Tổng Hành Dinh gặp ổng. Mau đi!" (Tổng Hành Dinh của Bình Xuyên ở bên kia cầu chữ Y).

Thế là mấy nhân viên trong bót an ninh phi trường dù có vũ trang cũng không dám hó hé, phải trao Bảy Cao cho lực lượng Bình Xuyên, chớ nếu chống lại thì chắc lãnh đủ mà thôi, bởi Tư Hiểu với chức vụ Tham Mưu Trưởng Quân Đội Quốc Gia Bình Xuyên, đã ra lệnh cho lính trên hai xe sẵn sàng. Thời này Bình Xuyên quá mạnh, ai cũng ớn!

Hỏi ra thì lúc Bảy Cao bị bắt, gánh hát tự rã và thời gian mấy tháng không thấy Hoa Sen về hát ở rạp Đông Vũ Đài trong Đại Thế Giới. Rồi một ngày nọ Bảy Viễn vào thăm Đại Thế Giới ghé qua rạp hát lúc gánh Năm Châu đang tập tuồng, thì Bảy Viễn được Năm Châu cho biết Bảy Cao bị bắt lúc đang hát ở Phú Nhuận, không biết tội gì. Thế là Bảy Viễn cho điều tra, khi biết chắc Bảy Cao đang bị giam ở Bót Đồn thì mới cho lính đem Bảy Cao về mà diễn tiến sự việc như nói ở trên. Theo như những người hiểu được vấn đề thì thân nhân của Bảy Cao ở Bạc Liêu lên cầu cứu với Bảy Viễn, và lãnh chúa Bình Xuyên thì cũng là người rất thích cải lương nên can thiệp giải nạn cho Bảy Cao.

Hoa Sen oai trùm với tuồng chiến tranh

Về đến lãnh địa Bình Xuyên, Bảy Cao được Bảy Viễn giúp vốn xây dựng lại đoàn hát và bắt đầu tập tuồng, thời gian này đoàn Hoa Sen chỉ hát ở bên kia cầu chữ Y, tức vùng đất do Bình Xuyên kiểm soát chớ không về bên Sài Gòn. Nhờ được giúp phương tiện dồi dào, lại được soạn giả Trần Văn May cộng tác giao cho Bảy Cao các tuồng thuộc loại chiến tranh. Vào thời này tuồng chiến tranh rất ăn khách, đồng thời Bảy Cao có sáng kiến đưa điện ảnh lên sân khấu kết hợp với cải lương, đem lại sự mới lạ cho khán giả, thành thử chẳng bao lâu Bảy Cao làm giàu. Các vở tuồng Đoàn Chim

Sắt, Mộng Hòa Bình, Nợ Núi Sông có điện ảnh chen vào, phim màu quay cảnh sống ở Đà Lạt đẹp mắt thu hút khán giả mạnh mẽ, và tiền bạc nối tiếp nhau chạy vào hầu bao của Bảy Cao.

Những người am tường nói rằng chỉ cần một ngày Chủ Nhật hát 2 xuất tối và 3 giờ chiều, ít nhất Bảy Cao cũng lời 60 ngàn đồng (thời diểm này vàng hơn 2 ngàn đồng một lượng, bao gạo chỉ xanh 100 ký mua 300 đồng). Rạp hát Nguyễn Văn Hảo với 800 ghế ngồi, vé thượng hạng 40 đồng, hạng nhứt 30 đồng, hạng nhì 20 đồng và hạng ba 10 đồng (hạng ba thường gọi là hạng cá kèo), chỉ cần bán phân nửa số ghế thì coi như bầu gánh đã có lời chút đỉnh rồi, như vậy phân nửa còn lại là phần lời của bầu gánh. Đó là chưa kể hạng đứng (ngang tiền với vé hang ba) cũng thêm khoảng trên 300 người, đứng ngồi chật nứt hết lối đi ở giữa, ở đàng sau và hai bên tường, tóm lại toàn thể diện tích rạp hát không còn chỗ nào trống.

Thời đó người ta nói cứ hai đêm hát là Bảy Cao mua được một chiếc xe Simca, cho nên chỉ thời gian hai năm (1953 - 1954) mà Bảy Cao đã tạo được sự sản vĩ đại: Khu đất rộng ở Phú Lâm, thuộc xã Bình Điền, Bảy Cao xây nhà bốn mặt làm căn cứ của Hoa Sen, đồng thời cũng là phim trường, cộng với cả chục chiếc xe cam nhông dùng làm phương tiện chuyên chở cho cả hai ngành cải lương và điện ảnh. Xe du lịch vài chiếc và Vespa Lambrette, Mobylette cũng trên cả chục chiếc để nghệ sĩ công nhân nào không có xe thì cho mượn. Ngoài ra Bảy Cao còn có những căn phố và nhà cửa ở Sài Gòn, đó là chưa kể đồn điền vườn cây ăn trái ở Xuân Lộc.

Việc đưa điện ảnh vào cải lương cho thấy Bảy Cao là một nhân vật có biệt tài trong lãnh vực cải lương, biết khai thác thị hiếu của khán giả là hay thích những cái gì mới và lạ. Việc đổi mới sân khấu tạo thêm sự linh hoạt, làm phong phú cho tuồng, đào kép cũng đỡ vất vả cực nhọc vì đã có phim ảnh thay thế, mà vẫn đáp ứng trọn vẹn vai trò trong vở hát. Sáng kiến trên của Bảy Cao kể ra là tuyệt vời vào thời đó.

Còn về phía khán giả thì hình ảnh tài tử trong phim và con người thật bên ngoài của nghệ sĩ đang ca diễn trên sân khấu, đã gây sự chú ý thêm mà thôi chứ không ảnh hưởng gì hết, mà một số người còn nói rằng xem hết hai thứ vừa cải lương, vừa chiếu bóng, thật đáng đồng tiền bát gạo! Vở tuồng Đoàn Chim Sắt với kỹ thuật điện ảnh tiếp trợ và sân khấu cải tiến, đã biến bầu Bảy Cao thành một nhân vật được nể phục của nhiều người đang hoạt động trong nghề, đưa ông vào một vị thế lẫy lừng trong địa hạt cải lương, cũng như đem lại nguồn tài chánh dồi dào cho ông tạo thêm nhiều tài sản cho đoàn hát, mà đáng kể nhứt là mua một khu đất rộng ở Phú Lâm tiếp giáp với Bình Điền cạnh Quốc Lộ 4, xây nhà 4 mặt (theo ý kiến của soạn giả kiêm quân sư Trần Văn May) dùng làm hậu cứ cho đoàn, đồng thời cũng là phim trường, quay phim cung cấp cho các tuồng trong tương lai.

Vở tuồng Đoàn Chim Sắt của đoàn Hoa Sen, nếu ai đã đi coi rồi thì 50 năm sau nếu có người nhắc tới vẫn hình dung được ngay. Tôi còn nhớ khi ấy đang coi tuồng, lúc nghệ sĩ Bửu Tài trong vai sĩ quan quân đội Ba Lan hô lớn: Tất cả ra khỏi thành, đoàn chim sắt tới! Tức thì đèn tắt, từng đoàn máy bay xuất hiện trên tấm phông màn có cảnh bầu trời, bay lượn trên sân khấu kèm theo tiếng ồn ào gầm thét chẳng khác gì âm thanh của phi cơ chiến đấu đang bay. Một ông khán giả ngồi gần tôi thốt lên rằng: "Thiệt là giống y như thời Nhựt Bổn, máy bay Đồng Minh bỏ bom ở Sài Gòn vậy, đi coi cải lương mà tưởng đâu mình đang ở thời 1945". Vậy thì vở tuồng Đoàn Chim Sắt hay đến cỡ nào mà sau khi xem đã mấy chục năm người ta vẫn nhớ, vẫn luyến tiếc, cũng như cảnh trí và tình tiết ra sao? Và đây là một vài cảnh mà tôi nêu lên để hình dung lại một sân khấu đã từng vang bóng một thời:

Tình tiết của vở tuồng Đoàn Chim Sắt diễn tả mối tình ngang trái của đôi nam nữ ở hai chiến tuyến đối nghịch nhau, lồng trong bối cảnh chiến tranh thời Đệ Nhị Thế Chiến. Hai nhân vật chính trong tuồng là Đại úy Đồng Tâm, một người Ba Lan phục vụ trong ngành điệp báo của Đức Quốc Xã, và nữ điệp viên Mạc Tuyết Lan phục vụ cho quốc gia Ba Lan của mình chống lại Đức Quốc Xã.

Theo diễn tiến của tuồng thì nàng điệp viên Mạc Tuyết Lan có nhiệm vụ đóng vai tình nhân với Đại úy Đồng Tâm để hạ sát anh chàng phản quốc này (lúc đầu của tuồng là thế). Nhưng rồi trớ trêu thay, nàng lại yêu chàng thật sự, yêu say đắm, thế mới trái ngang và biết xử sự sao cho tròn đây? Do gay cấn éo le nên câu chuyện mới được dựng thành tuồng cải lương và hai vai chánh này do Bảy Cao và đào Kim Luông đảm trách (Kim Luông là bà xã của Bảy Cao ngoài đời).

Nhìn trên màn ảnh, khán giả thấy đôi tình nhân đi ngoạn cảnh ở một nơi nào đó bên Âu Châu, mà cảnh sống ở Đà Lạt được dùng để diễn tả cho giống với địa danh của tuồng, đã cho người xem có cảm tưởng là mình đang đi đổi gió ở Đà Lạt vậy. Cặp tình nhân đi dạo cảnh đẹp thiên nhiên một hồi, thì ngồi lại trên một tảng đá bằng phẳng và Đại úy Đồng Tâm nằm ngủ trên đùi của người đẹp. Đây là lúc dễ dàng nhứt cho Mạc Tuyết Lan thi hành sứ mạng được giao, nàng rút súng ra nhắm vào đầu tình nhân đang ngủ... nhưng rồi tình yêu đã vượt qua nhiệm vụ, nàng không đủ can đảm siết cò, cả 3 lần đều dừng lại như thế và sau cùng thì buông khẩu súng lục rơi xuống, làm cho Đại úy Đồng Tâm giựt mình tỉnh giấc.

*Tờ chương trình hát tuồng Phạm Công Cúc Hoa
của đoàn Hậu Tấn tháng 7 - 1950.*

Cuốn phim hết tại đây, đèn phực sáng, sân khấu cải lương hiện trở lại với đôi tình nhân bằng xương bằng thịt đã ở trước mắt khán giả.

Đó chỉ là cảnh một cuốn phim ngắn chiếu khoảng 15 phút, tức một trong 4 cuốn phim màu của tuồng Đoàn Chim Sắt mà Bảy Cao đã thực hiện vào khoảng 1952, lúc đang chiến tranh nhưng vùng Đà Lạt rất an ninh, nên nhóm quay phim mới làm việc được.

Hoa Sen hết thời thành... bông súng

Nếu như trời chiều lòng ông Bảy Cao thì chắc Hoa Sen sẽ hùng mạnh lâu dài, và biết đâu còn nhiều sáng kiến mới mẽ nữa sẽ được đem ra áp dụng phục vụ khán giả cải lương, giữ vững vị thế cho bộ môn nầy hoạt động. Thế nhưng "tài bất thắng thời", dù tài giỏi, khả năng sáng kiến có nhiều, những loại tuồng có bắn súng trình diễn hằng đêm trong lúc chiến tranh đã chấm dứt lại là điều không hợp thời, trở ngại về mặt tâm lý. Một số người đã nói rằng trong khi ngoài mặt trận tiếng súng đã im, mà trên sân khấu đêm nào cũng cho nổ "cắc bùm", thì là điều trái ngược, do đó đã tạo nên luồng dư luận bất lợi cho thiên tài Bảy Cao. Một số người vốn tin dị đoan hay nhìn vào những hiện tượng trời đất, đưa ra những lập luận không tốt cho Hoa Sen, và câu phản đối của họ như sau: "Bộ muốn chiến tranh trở lại lắm sao mà đêm nào cũng bắn súng?"

Sau Hiệp Định Genève 1954 hòa bình lập lại trên đất nước, thiên hạ thái bình ngày cũng như đêm dân chúng đi lại tự do, một vấn đề mà trong thời kỳ chiến tranh đã không có được, nên người dân lúc bấy giờ dù không mấy tin dị đoan, họ cũng một phần lớn đứng về những lập luận bất lợi cho Bảy Cao mỗi khi diễn tuồng chiến tranh.

Mặc dù có phản ứng bất lợi như vậy nhưng đêm nào Hoa Sen cũng đầy rạp, các tuồng có phim ảnh xen vào hát ở đâu khán giả cũng vẫn nhiều hơn gánh khác, do đó cho thấy rằng thiên hạ nói là một chuyện, sở thích của người ta là một chuyện khác, chẳng ảnh hưởng gì bao nhiêu. Nhưng có lẽ Hoa Sen đã đến thời kỳ mạt vận, ông Bảy Cao cũng đã hết thời nên thay vì bị phê bình chỉ trích ông cứ im lặng là xong, đường ta ta cứ đi thôi! Đằng nầy ông lại có lời lẽ giống như than phiền về loại tuồng chiến tranh của soạn giả Trần Văn May, là người đã soạn những tuồng đó, đồng thời cũng là quân sư cho Bảy Cao. Thời gian qua chính nhờ các tuồng có chiến tranh mà Hoa Sen thành công vượt bực.

Lời than phiền của Bảy Cao đã làm phật lòng soạn giả Trần Văn May, và vị soạn giả từng sáng tác các vở hát thuộc loại chiến tranh ăn khách, đưa Hoa Sen lên ngôi vị oai trùm trong địa hạt cải lương đã không ngần ngại rời đoàn, ông ra đi bỏ lại nhiều công trình đang dang dở như là ngôi nhà bốn mặt ở Bình Điền, chỉ mới xây xong chứ chưa thực hiện được gì cả. Trần Văn May ra đi, Hoa Sen mất một quân sư đại tài mà không ai có thể vào trám được khả năng lỗi lạc thiên phú của ông, và Bảy Cao coi như mất một cánh tay vậy.

Thời gian qua đoàn Hoa Sen hùng mạnh nhờ 3 vở tuồng "sấm sét" là Đoàn Chim Sắt - Mộng Hòa Bình - Nợ Núi Sông của soạn giả Trần Văn May gây chấn động cải lương, nhiều người, nhiều bầu gánh đã ví ba vở tuồng nói trên của Hoa Sen là cái máy in bạc cho Bảy Cao vào mỗi buổi tối, bởi chưa tới giờ bán vé mà người đi coi hát đã sắp hàng đứng chật trước phòng bán vé để chờ mua. Sở dĩ 3 tuồng đó quá ăn khách là do người viết tuồng đã bố cục cho xen các đoạn phim thay thế cho một vài cảnh khó thực hiện trên sân khấu.

Sự ra đi của Trần Văn May cũng có nghĩa các vở tuồng chiến tranh ăn khách đã đi theo ông, Bảy Cao có muốn hát trở lại mấy tuồng đó với phim khác, với nghệ sĩ khác cũng đâu có được vì đã hết hợp đồng. Muốn hát tuồng chiến tranh thì phải có soạn giả chuyên viết tuồng loại này, mà trong hoạt động cải lương hầu như chẳng có soạn giả nào có năng khiếu như Trần Văn May.

Thật ra thì đâu phải chỉ có sân khấu Hoa Sen hát tuồng chiến tranh, mà từ 2, 3 thập niên trước cải lương, hát bội cũng đã từng hát tuồng chiến tranh mà có ai lên tiếng chỉ trích chi đâu, còn khen nữa là khác. Lúc Bảy Cao bị chỉ trích nặng nề, thì cũng có số người bênh vực ông, họ dẫn chứng rằng khi xưa người ta đánh nhau bằng gươm giáo, đánh kiếm, côn, đao cũng là hình thức chiến tranh trên sân khấu. Vậy thì bây giờ trong tuồng xã hội, vũ khí cũng phải hợp thời chớ! Có người lập luận rằng, chiến tranh bằng cách gì thì cũng giết người, chém chết, bóp cổ, chặt đầu, đâm vào người máu phun ra có khi còn gây ra sự hãi hùng còn hơn là súng bắn chết gọn.

Trong tuồng Phàn Lê Huê, lớp Tiết Ứng Luông đâm chết Dương Phàm sao không thấy ai nói gì. Hoặc tuồng San Hậu lớp Tạ Ôn Đình chém rụng đầu Khương Linh Tá sao họ không chỉ trích, lại còn khen tuồng hay. Những cảnh đó trên sân khấu không phải là chiến tranh à!

Chiến tranh bây giờ thì vũ khí phải hiện đại, chứ sao lại đã kích người làm nghệ thuật? Như thế là không công bình, là thiên vị vậy...

Đang làm ăn ngon lành, khán giả đang ủng hộ Hoa Sen thì do có sự bất đồng đưa đến bất hòa giữa Bảy Cao và soạn giả Trần Văn May, vị soạn giả từng giúp Bảy Cao làm giàu nhờ tuồng loại chiến tranh đã bỏ ra đi. Gánh Hoa Sen ăn khách nhờ tuồng chiến tranh, giờ đây không còn loại tuồng này nữa thì khán giả cũng thưa dần, Bảy Cao mất tinh thần, rầu rĩ để mặc cho đoàn Hoa Sen xuống dốc không ai lôi kéo lại được. Lúc đó có người nói Hoa Sen giờ đây trở thành bông súng rồi.

Một sự sản như trên vậy mà thời gian chỉ mấy năm sau chỉ còn một sân khấu nhỏ bé hát quận, hát làng và rã gánh luôn trong cái Tết Mậu Thân.

Tại thấy... mà xui

Một câu chuyện vui nhưng cũng liên quan đến sự xuống dốc của đoàn Hoa Sen. Số là nhờ Bảy Cao có sáng kiến đưa điện ảnh vào sân khấu với những vở hát có chiếu phim và bắn súng, mà người ta gọi là tuồng "nguyên tử" như: Đoàn Chim Sắt, Mộng Hòa Bình, Nợ Núi Sông... Và vở hát có chiếu phim sau cùng của ông là "Đề Thám Hùm Thiêng Yên Thế", đã đưa Hoa Sen đi đến một thất bại não nề.

Nói về sự thất bại của vở Hùm Thiêng Yên Thế thì chính bầu Bảy Cao thuật lại cho vài anh em biết rằng ngay vào lúc quay phim này, ông đã biết rằng chắc chắn nó phải thất bại rồi, nhưng chẳng còn phương nào cứu nổi, đành phải chịu thế thôi! Và đầu đuôi câu chuyện như sau: Vì muốn thực hiện mấy cảnh chiến đấu trong rừng giữa quân Pháp và anh hùng Đề Thám nên đoàn Hoa Sen phải tới hát ở Rạch Giá để tiện đưa anh em tài tử, nghệ sĩ qua Hà Tiên đóng phim.

Sáng ra đi thì ai nấy đã chuẩn bị sẵn sàng để quay cho tới 4 giờ chiều. Cơm nước mang theo đây đủ cả. Thế nhưng sang Hà Tiên vào rừng sim quay đâu được có hơn ba trăm thước phim thì cặp bài trùng Mai Kha phụ trách về quay phim lại hô là hết phim rồi. Bầu Cao phải một phen la ó rồi thì đành chịu cho phép tài tử nghệ sĩ lên xe trở về.

Bảy Cao quá ấm ức, chẳng rõ cặp Mai Kha định giở trò gì với ông đây nên bày cách phá như vậy chăng? Và ông phải ngồi lại nơi một phiến đá để suy nghĩ giây lát. Khi ông rời tay ra khỏi trán và toan đứng dậy ra về thì ông chợt thấy sờ sờ trước mắt ông, dưới gốc sim, đào Ái Hữu (vốn là vợ của Ba Khuê, phó giám đốc đoàn) đang ngồi vén váy lên mà tè. Bầu Cao nổi dóa trong bụng nạt lớn: Hữu, trời đất tao đang ngồi đây mà bây. Đào Ái Hữu hoảng hồn (chẳng rõ có hoảng hồn thiệt hay chơi đó) bụm váy lại và lỏn lẻn đứng lên nói: Vậy mà em đâu có thấy. Ấy thế là... tại thấy cái đó rồi thì làm sao cái phim Hùm thiêng còn được nên nỗi gì nữa chớ!

Nhưng đâu là sự thật? Bầu Cao thì cho rằng vì thấy đào Ái Hữu như vậy nên từ đó đoàn Hoa Sen xuống luôn tới đất đen. Có người lại bảo rằng bầu Bảy Cao tiêu tan sự nghiệp vì dám cất căn biệt thự ở An Lạc với bốn mặt tiền. (Sở dĩ căn biệt thự ấy cất như vậy vì bầu Cao có tham vọng rằng sẽ dùng biệt thự này mà quay phim được nhiều góc cạnh).

Thế nhưng, sự thực thì đoàn Hoa Sen điện ảnh bị cặp bài trùng Mai Kha ngấm ngầm phá hoại từ khi khởi quay mấy đoạn phim Hùm Thiêng Yên Thế. Số là cùng lúc với việc thực hiện Hùm Thiêng Yên Thế cho Hoa Sen, cặp Mai Kha lại cũng thực hiện cho riêng hai anh phim thần thoại cổ tích là "Bè Thị Hương" mà phần lớn phim là của Hoa Sen mua được ở ngoại quốc. Mai Kha mang dùng vào việc sử dụng cho hai anh, và do đó mới có chuyện thiếu hụt phim bất ngờ cho bầu Bảy Cao như đã nói trên.

Phim Hùm Thiêng Yên Thế chưa xong chi cả mà cặp Mai Kha đã hoàn thành phim "Bè Thị Hương" rồi. Dòi trong xương dòi ra mà, do đó mà Hoa Sen với cải lương pha điện ảnh không chết làm sao được.

CHƯƠNG 12

TUỒNG MA MỘT THỜI ĂN KHÁCH

"Phạm Công Cúc Hoa" tuồng ma đầu tiên của cải lương

Từ cuối thập niên 1930 sân khấu cải lương đã có tuồng "ma" rất được giới hâm mộ ưa thích, đó là vở tuồng "Phạm Công Cúc Hoa", hát đi hát lại nhiều lần vẫn đông đảo khán giả. Thấy tuồng ăn khách nên Thầy Năm Mạnh, chủ nhân hãng dĩa hát Asia mới hợp đồng với soạn giả để khai thác về mặt dĩa hát.

Dĩa hát "Phạm Công Cúc Hoa" ra đời, bán khắp Đông Dương, phần lớn các nhà có giàn máy hát quây dây thiều thời này đã có bộ dĩa hát ấy. Tiếp theo đó hãng dĩa lại in cuốn bài ca "Phạm Công Cúc Hoa" và cũng bán khá chạy ở các chợ làng quê, nhờ đó mà trong nhân gian nhiều người đã biết qua cốt truyện "Phạm Công Cúc Hoa".

Đây là tuồng "ma" đầu tiên của cải lương, trong tuồng có cảnh bà Cúc Hoa chết rồi, lại hiện về chăm sóc hai con bên phần mộ của mình.

Nghe mấy ông bà già xưa kể lại rằng, thời ấy cả làng chỉ có một, hai cái máy hát dĩa, nên tối đến là bà con lối xóm, già trẻ bé lớn tập trung lại nhà có máy hát. Lúc tuồng "Phạm Công Cúc Hoa" hát tới đoạn tiếng tiêu thổi một hồi, rồi bà Cúc Hoa hiện hồn về thì đám trẻ nít chùm nhum lại với nhau vì sợ ma.

Thế nhưng, thuở ấy người ta không gọi "Phạm Công Cúc Hoa" là tuồng ma, mà là tuồng truyện cổ tích dân gian. Tuồng này mang ý nghĩa đề cao tình mẫu tử, nghĩa vợ chồng (cảnh Phạm Công ra trận mà vai mang hài cốt vợ). Nhưng mục tiêu chính là đưa lên một hoàn cảnh xã hội "mẹ ghẻ con chồng", với nhân vật Tào Thị gây ấn tượng mạnh mẽ trong tiềm thức khán thính giả.

Sau đây là toàn bộ vở tuồng "Phạm Công Cúc Hoa" được hãng dĩa Asia in sách phát hành khoảng đầu thập niên 1940.

Phạm Công Cúc Hoa

Phạm Công nói: Mười năm đèn sách ra ứng cử ba lượt khôi nguyên chiếm bảng vàng, tưởng là bái tổ vinh qui cho rực rỡ môn đăng, được đem hương vua phấn nước về cho vinh thê ấm tử, hay đâu làng xa mã đã xui nên điều ly khứ, mà cuộc tang thương còn khiến đến đỗi tử vong, nay ta về cùng hai con sum hiệp giữa gia phong, mà hỡi ôi, một phút vô thường hiền phụ đã hóa ra người thiên cổ. Cúc Hoa em ôi, nhớ những thuở hàn vi nơi chòi lá nàng đã nhịn gạo cho anh được no lòng hầu giồi mài kinh sử, đến nay công toại danh thành về cố quận mà công khó nhọc của hiền phụ anh không đền đáp được trong muôn một vậy mà, nghĩ tức tối bấy cho thiên công cay nghiệt nỡ gây chi cho:

Ca Vọng Cổ

1) Tan tác điệu cang thường, tưởng rằng cựu lý hồi qui cho ngư thủy hiệp nhứt trường chớ có ngờ đâu đôi ngả sâm thương đã chia phu phụ ra đôi đường u hiển.

2) Cúc Hoa hiền phụ em ôi! Đã biết số hồ thiên định, nên mạng căn em phải thoát xuống diêm đài, nhưng đau đớn vì bá niên ta gắn bó mối duyên hài đã hơn muôn ngày em chịu lao khổ đắng cay, mà không được lấy một giờ hạnh hưởng cuộc giàu sang cho thỏa dạ hồng nhan.

3) Nghi Xuân Tấn Lực hai con ôi! Cha đã vội cam bề đơn chiếc, mà hai con cũng phải đành sớm chịu mồ côi, rồi những khi ngọn đèn khuya leo lét trong cô phòng, đau đớn bấy con khờ đòi mẹ, và lắm lúc bóng xế dật dờ bên ngõ vắng, cũng não nùng thay, chồng lẻ khóc vợ hiền, vì đâu mà lỡ vỡ hương nguyền.

4) Từ đây một cỗ áo quan bao phủ thi hài bạc mạng, một nắm đất vàng lấp vùi thân xác vô phần, dầu bơ vơ ở lại dương trần, chồng con có thảm thiết ai bi, thì cõi khác nàng cũng đà an giấc, thiên thu xa phúc dưới cửu tuyền, còn mong chi cho bến lại gặp thuyền.

5) Ai ôi đã đành rằng, yểu thọ ấy dầu do số mạng tử sanh nầy hệ tại hoàng thiên, nhưng mới nửa chừng xuân mà gãy đổ nhân duyên thì dầu cho mặt sắt cũng chan chứa lệ, vì nỗi niềm son sắt có gan vàng cũng tim nát lòng vì lỡ cuộc đá vàng.

6) Thôi thôi hai con ôi, hãy gượng ngăn giòng lệ thảm, ráng dằn tiếng kêu thương để cho cha bớt nỗi sầu đau, được

lo bề tống táng sắm sanh nếp tử xe châu, đưa mẹ con an tại mộ phần. Cúc Hoa em ôi, dầu định mạng chia âm dương hai ngã, nhưng ân tình đây anh chung thủy vẫn một lòng.

Sứ Giả nói: Dạ có tin khẩn cấp của triều đình, xin Quốc Trạng cung nghinh thánh chỉ.

Phạm Công nói: Tôi đã khấu đầu tiếp chiếu, phiền Sứ Giả tuyên đọc cho.

Sứ Giả đọc: Vàng trời hưng vận, Minh Triều Hoàng Đế chiếu viết: Bởi có giặc Hồ xâm biên cảnh, mà Đồng Quan tổng trấn khó chống ngăn, nên quả đức gấp hạ chiếu văn, dời Phạm Quốc Trạng hồi triều khẩn cấp, để lo chỉnh tu binh mã, ra chinh phạt Hồ quân, chiếu chỉ khá khâm tuân, kinh thay nay sắc.

Phạm Công nói: Dạ, quân mạng quyết lãnh y, vậy sứ quan trở lại trào nghi, tiểu chức sẽ bôn phi theo lập tức.

Sứ Giả nói: Xin chào quốc trạng.

Phạm Công nói: Trời đất ôi, lãnh long chiếu dám nào chậm trễ, mà ngó cảnh nhà trăm nỗi đa đoan, ai đi vợ từ trần liệm táng chưa an, mà giặc nổi dậy phải gấp lo xuất chiến, thôi thôi, Cúc Hoa hiền thê em ôi, thế cấp bách không phương bày biện, xin hồn nàng linh thiêng xin chứng cho lòng anh, thiêu hủy cốt hài để vô tiểu quách vai mang, dắt hai trẻ bôn ba về kinh địa.

Tam Quân, (dạ) khí giới tua liệt bố, đội ngũ kiếp bày khai, nhắm Đồng Quan rủi ngựa như bay, phá Hồ tặc cho rõ tài thượng tướng à, đây đã đến nơi trận thượng, ba quân hỏa tốc xuất binh, cả tiếng kêu tặc tướng đối chinh, quyết một trận dẹp an thảo khấu.

Bìa tuồng "Phạm Công Cúc Hoa"

Sầm Hưng nói: Hay a, tướng ấy dương oai diệu võ, sau lưng sao lại có quách nhỏ vai mang, mà dưới cờ lại thêm hai trẻ rộn ràng, ra trận mạc sao lại kình càng như vậy, đánh giặc mà lại có con nít lẫn lộn theo chơn ngựa vậy thì, làm sao day trở cự đương với ta cho được.

Phạm Công nói: Nầy Hồ tướng lãnh Sầm Hưng, sở dĩ ta lâm trận mà có nhiều điều bất tiện đây là vì, nơi gia nội hiền thê ta vừa tạ thế, chưa kịp táng an, đã được lịnh xuất chinh, nên phải thiêu cốt hài vô tiểu quách vai mang.

Sầm Hưng nói: Còn hai đứa bé kia?

Phạm Công nói: Ấy là hai con ta, vì đơn chiếc không ai, nên khó bề để lại gia đàng, buộc lòng ta phải đem theo ra trận thượng.

Sầm Hưng ca: hay a.

(Ca Khóc Hoàng Thiên)
Nghe Phạm Công người phân tỏ,
Sự tình đầu đuôi ta mới rõ,
Thật đáng khen cho đó hùng anh,
Vì nước dám quên nhà,
Gặp cảnh biến cố cùng nguy,
Mà trung nghĩa xử tròn thật đứng bực nam nhi.
Phạm Công nói: Cảnh ta khó khăn thê nhi bận bịu,
Nhưng vì nghĩa vụ của tu mi,
Ơn Vua nợ nước phải đáp đền,
Nên mới dẹp việc nhà lo gánh vác giang san,
Hôm nay đã ra nơi trận tiền,
Dẫu mất còn cũng liều thân báo quân ân.
Sầm Hưng ca: (Ca Hài Nhi).
Thật là hảo nam nhi chí khí,

Đáng mặt trượng phu xử trí,
Tình nhà nợ nước nặng hoẳn vai,
Dám trải thân để đấp bồi,
Ta đây Hồ bang... đại tướng hữu danh,
Đã chiến thắng cả ngàn tay liệt oanh,
Nhưng thấy người hùng anh đương cơn nghèo ngặt,
Ta không nỡ thừa thế lợi dụng thời cơ,
Mà sát hại cha con mi cho đành,
Nên động lòng đình chiến bãi binh,
Cho người về thu xếp việc nhà,
Sang năm nầy ta sẽ kéo binh qua đối chinh.

Phạm Công nói: Lời nói nghe qua chí lý, Phạm Công đây cảm khái vô cùng, nhưng vì ta ra trận nầy, không thắng và không bại, thì khi hồi binh trở lại trào trung, ta mới biết khải tấu làm sao với trên ngôi chúa, thật khó nghĩ cho ta quá.

Sầm Hưng nói: Phạm gia khỏi ngại, há chẳng nghe rằng, Sầm Hưng nầy là tay pháp thuật cao cường sao, ta đây dầu chém rớt trăm đầu cũng vẫn tồn sanh, vậy đây, ta cắt thủ cấp cho người về phục lịnh với trên ngôi chúa rằng: sa trường đại thắng Hưng.

Phạm Công nói: Tam quân, truyền phản bộ Minh bang, nạp thủ cấp trên Thánh hoàng ngự lãm đa nghé.

(Đồng ca Khúc Khải Hoàn)
Nơi chiến trường lưu danh hùng anh,
Thân há tiết biến cố,
Lo đáp đền trả ơn công Vua, ra gánh vác giang san,
Dấn thân ra nơi gươm đao, đâu sá kể gian lao,
Đời nam nhi còn chi vui thú,
Ra nơi chốn trường sa,
Đồng nhứt tâm cùng nhau quyết chí,
Đỡ nưng san hà lúc cùng nguy,

Trên con đường về kinh, quân binh đang khúc ca hát,
Vui vui vầy cùng nhau vui say mau chóng đến triều trung,
Nầy hát khải hoàn ca,
Nầy hát khải hoàn ca,

Phạm Công nói: Từ buổi thành công tấn tước, cố hương xây dựng phủ dinh, vì nỗi đơn chiếc trong gia đình, nên phải tục huyền cùng Tào Thị, trăm năm phận kế thất, nội gia lo tề trị. (Tào Thị nói: dạ xin chào tướng công). Hôm nay ta phải lai triều hành sự quan trường, mà cần nhứt là Nghi Xuân Tấn Lực, hai đứa con yêu quí của hiền phụ ta để lại, nàng phải tận tâm lo săn sóc cho thường, đừng có bày là mẹ ghẻ con chồng mà ta hay được là không dung thứ đa nghé.

Tào Thị nói: Dạ, vưng lịnh tướng công, xin đưa tướng công thượng lộ. Nghi Xuân (dạ) Tấn Lực (dạ) đã nghe chưa, cha bây phú thác chúng bây cho ta, lo việc tề trị, hai đứa bây ở nhà phải vưng lịnh của ta, nếu có chút gì thất bác sai ngoa, thì ta đập chết chớ có trách ta sao độc ác đa nghe. Những đồ y quan gấm lụa đó, hãy lột cất vô tủ hết đi, con nhà làm ăn, thì quần vải áo bô, chớ học thói se sua thì chết hụt đa.

Nghi Xuân nói: Trời ôi, em ôi, cha mới rước dì về có mấy bữa, mà sao hai chị em bị rầy nạt tối ngày.

Tấn Lực nói: Chị ôi, thế nào chớ cứ thế nầy hoài chắc là hai chị em ta, không phương chịu nổi đó chị à.

Tào Thị nói: Hai đứa nghiệt súc nói lén gì tao đó, mới có bây lớn mà đã biết dụm đầu châu mỏ, nói hành, nói tỏi người ta rồi, để tao vả bây rớt răng cho bây biết mặt (đánh).

Nghi Xuân nói: Trời ơi, con có nói chi đến dì đâu, chúng con kính dì như mẹ ruột, vậy mà dì đánh hai con làm chi tội nghiệp lắm dì?

Tào Thị nói: Không có tội nghiệp gì hết thảy, phải đánh dần bây ít lần cho bây tởn để chừa cái thói đó nhé.

Tấn lực nói: Trời ôi, chạy đi chị hai, dì lấy roi ra kia kìa, chị ôi, dỉ vả trái sao nó lùng bùng hai cái lỗ tai muốn điếc đây nè.

Nghi xuân nói: Chạy ra sau vựa lúa trốn đi em ở đây bị trận đòn nầy nữa chắc là chết quá.

Tào Thị nói: Hai đứa đó chạy đi đâu đó, chạy đi đâu cho khỏi ta được mà chạy, vô biểu đây, cúi xuống.

(Ca Tấn Phong)
Nè, roi nầy đánh bây,
Máu rơi thịt nát,
Để chừa cái thói cãi bừa,
Hết ngủ sớm dậy trưa,
Từ rày sắp tới bỏ tánh câu mâu với tao,
Nghi Xuân ca: Ôi, trời ôi, đau quá chết tôi đi bớ trời,
Trăm lạy dì dung thứ cho trẻ mới một lần,
Tào Thị ca: Còn thằng yêu kia lại cúi xuống đây,
Tấn Lực ca: Ôi trời ôi,
Tào Thị ca: Nè... la...
Nghi Xuân, Tấn Lực ca: Chết chúng con dì ôi,
Dì thương xót dùm,
Tào Thị ca: Cây không trồng lòng không tiếc,
Con không đẻ thì bảo ai thương,

Nói: nè, nếu muốn còn hồn, thì mau ra chăn vịt ngoài ruộng kia đi cho mau,

Nghi Xuân nói: Dì ôi, nếu con có lỗi thì dì răn dạy, chớ dì đánh hoài thì thân yếu đuối của chúng con, làm sao chịu nổi với những trận đòn đau, dì ôi, cực khổ gian lao hai con chưa từng quen, mà dì bắt phải ra ngoài ruộng chăn vịt thì chịu sao cho nổi với mưa chan nắng táp.

Tào Thị nói: Nổi không nổi cũng thây kệ bây, chớ bây ăn ở không, báo đời ai ở đây, thằng cha bây đã đi rồi, còn ở đây đâu mà làm bộ nhỏng nhẻo, bộ tao đây là mọi tám mươi đời của bây sao, thiệt không đi phải không, không đi tao đập hồi nữa chết bây giờ.

Nghi Xuân nói: Dạ đi, dạ đi đừng đánh nữa để con đi, thôi đi em, được không được gì cũng phải đi, chớ ở nhà bị đòn chết đi em à.

Tào Thị nói: Đi đâu đi cho khuất con mắt, nghĩ lại thì sở dĩ ta về hầu Phạm Tướng Công đây bất quá là để cầu cạnh lấy sự giàu sang, mà mua chuộc lấy cái danh dự để hãnh diện với xóm làng, chớ lòng riêng ta còn lưu luyến với Trương lang mà phải ái ân thầm vụng mãi như thế nầy thì đâu có chịu được. A, phải rồi, cả cái sự nghiệp to tát nầy đều ở trong tay ta cai quản, thì còn chi lo mưu kế gì mà đầu độc hai con ranh con cho nó chết đâu chết phứt đi cho rồi, để có rảnh tay mà chiếm đoạt lấy gia viên điền sản mà làm của riêng, đó rồi ta rước Trương lang về toại hưởng, thì thập phần thú vị mà. Nghi Xuân, Tấn Lực, vô đây, nè biểu bây đi chăn vịt, sao bây không coi chừng, để vịt đi hết vậy thì bây phải ra khỏi nhà nầy, hãy dắt nhau đi, đi.

(Ca Cao Phi Long Nguyệt)
Tào Thị ca: Chúng bây là đồ báo cô,
Cơm dư thà là đổ đi,
Tốt hơn là cho chúng bây ăn,
Nuôi bây cho lớn khôn,
Tránh đâu khỏi tiếng bia truyền mẹ ghẻ con chồng,
Thật uổng công tao,
Đi đi cho mau,

Nghi Xuân ca: Cúi mong nhờ dì xót thương,
Hai con tuổi còn ấu thơ,
Thứ tha dùm thân trẻ mồ côi,
Con dám đâu sai ngoa,
Từ đây sắp tới xin chừa chẳng dám cãi lời,
Tào Thị ca: Than khóc ích chi,
Thôi đi cho khuất tao.

Đi, một cũng đi, hai đi, ba đi, đi cho khỏi nhà nầy... gia đình (dạ) hốt gạo muối vải tống lôi, tống khứ nó đi.

Tấn Lực nói: Chị ôi, nắng gió ta chưa từng dầu giãi, mà nay bỏ nhà đi thất thểu bơ vơ, đói lòng biết cơm nước đâu mà cậy nhờ, rồi trời tối biết nhà cửa đâu mà nương trú đó chị?

Nghi Xuân nói: Em ôi, đi sớm mai tới giờ, chị phồng hết hai bàn chơn rồi, trời nắng gắt phần thì khát nước quá nữa em à.

Tấn Lực nói: Mình đi lại cái cây, bên cái mả đó mà ngồi đỡ đi chị, em đạp sỏi nhọn nó cũng sưng hai bàn chơn hết cũng như chị vậy.

Nghi Xuân nói: Trời ôi, đang no ấm hóa ra đói rách, trách bấy cho kế mẫu sao nỡ lòng cư xử quá nhẫn tâm, ra chăn vịt dan nắng chang chang ngoài ruộng, ăn thì thí ba hột cơm thiu, ngủ thì liệng một manh đệm rách, còn chưa vừa lòng sao, mà còn đày đọa chị em ta cho.

(Ca Uyên Ương)
Giãi dầu nắng mưa... với gió sương, chẳng hề thương,
Cúc côi đoạn trường, gian nan lưu lạc, cam chịu số phận,
Tủi hận, khổ lòng, trời thẳm, thấu dùm chăng,
Nghi Xuân nói: Trời ôi, tội tình chi, mà ông bắt chị em tôi.

(Ca Chuồn Chuồn)
Phải lê gót phong trần,
Với đôi thân hình tiểu tùy vỏ vàng biết nương tựa vào đâu,
Trời ôi trời sanh chi người hiểm sâu,
Cho gia đình ta hóa ra biển dâu,
Tấn Lực ca: Chị ôi, côi cúc nổi trôi lạc loài nơi làng xa đất lạ, đói cơm khát nước biết làm sao đỡ dạ cho qua ngày,
Từ đây nắng mưa phải cam chịu,
Chớ bước cùng đồ biết nương cậy cùng ai,
Nghi Xuân ca: Đương đài các phong lưu, phải ra vất vả bình bồng,
Xin nhờ của người từ hột cơm rơi.
Vậy mà chẳng đủ nuôi nhau cho đỡ lòng.
Tấn Lực nói: Em đói bụng quá chị hai à.

Nói: Thôi còn nửa mớ cơm nguội, chị xin hồi xế đây, chị nhịn miệng cho em ăn đỡ đói, rồi dựa lưng vô mả nầy ngủ đỡ đêm nay, sáng ra chị kiếm người ta xin xu mua bánh cho em ăn, cho qua những ngày đói lạnh.

Tấn Lực nói: Thôi, thôi, không được ngủ bên cái mả nầy, em không dám ngủ đâu, ngán quá, em sợ ma nhát lắm chị à.

Nghi Xuân nói: Em đừng sợ, có chị đây, dầu có ma đi nữa, thì thấy chị em mình rách rưới lang thang, chắc ma họ cũng thương, chớ không nhát mình, mà cũng không tàn nhẫn bất nhơn như dì ghẻ mình đâu em sợ.

(Cúc Hoa hiện hồn về) Nói: Vắn nhơn số, sớm lìa chồng về cữu hạ, mãn căn phần vội bỏ con ở lại dương gian, nhưng chốn diêm đài thân bạc mang không an, là vì thương con côi cúc gian nan cùng khổ, xác trần thế đã rã tan theo thiên cổ, mà hồn linh còn thương cảm cốt nhục tình, bởi ai sâu độc mà nỡ để hai con ta thành ra giọt máu bỏ rơi vất vả linh đinh. Hỡi ơi thấy trẻ dại lang thang lưới thưới mà chạnh đau lòng

từ mẫu, hiện hồn về quyến luyến cho thỏa tình huyết mạch. Tỉnh dậy bớ Nghi Xuân, Tấn Lực, tỉnh dậy bớ con, mẹ là mẹ ruột của hai con, là Cúc Hoa đã về đây con.

Nghi Xuân nói: Trời ôi, mẹ... mẹ... mẹ làm sao mẹ về đây được, làm sao mẹ biết hai con ở đây mà mẹ về vậy mẹ?

Tấn Lực nói: Mẹ đi đâu lâu quá, mẹ bỏ hai con ở nhà có một mình, bị dì hai ngắt véo, chửi mắng đánh đập hai con một cách tàn nhẫn quá chừng!

Cúc Hoa nói: Trời ôi, nghe trẻ thơ lích chích liêu chiêu mà hồn thiêng cũng khó ngăn giòng lụy hạ. Hai con ôi, lòng mẫu tử thương yêu trìu mến, mà xốn xang như kim châm muối xát nhưng mẹ phải đành bứt ruột mẹ lìa con chẳng qua là.

(Ca Xàng Xê)
Bởi nơi căn phần mẹ vắn giỏi, dương gian sớm phải dứt nẻo trái oan về âm cảnh.
Một nấm đất hoang tuy là vùi sâu thi hài nơi diêm địa
Nhưng phưởng phất hương hồn mẹ vẫn luyến tưởng đến hai con,
Nầy hai con ôi! Song vì thiên số hai con phải bị tay kế mẫu khổ khắn điêu linh,
Tuổi thơ ấu phải sớm chịu đọa đày một thời gian,
Đến đỗi ra thân cùng mắng vất vả gian nan,
Vì tình huyết mạch thâm sâu mẹ khó nằm yên dưới phần mộ,
Phải hiển hiện vong linh về săn sóc và an ủi hai con,
Trời ơi, thấy trẻ thơ áo quần rách rưới lang thang,
Bữa đói bữa no trông thân hình con tiều tụy, ruột tằm đây mẹ quặn thắt trăm chiều,
Hỡi ôi, ai nỡ đọa đày ra cát hụi lầm than,
Nghi Xuân con, sao đến đỗi tóc mây rối cuộn,
Còn Tấn Lực nầy ăn ngủ thất thường gầy ốm xanh xao.

Nói: Để mẹ bắt chí cho con, trời ôi, con gái gì bây lớn rồi, mà đã biết lượt gương chải gở gì đâu, Tấn Lực để mẹ lau mặt chùi tay cho, trời ôi, con nhà trâm anh đài các, mà dan nắng dầm mưa lấp vùi với cát bụi thế nầy mới làm sao.

Nghi Xuân nói: Mẹ ôi, mẹ về được rồi mẹ đừng bỏ hai con mà đi nữa nghe mẹ.

Tấn Lực nói: Mẹ về đuổi dì hai ra khỏi nhà mình đi mẹ, rồi mẹ ở nhà tắm rửa cho con, mẹ may quần áo tốt cho hai con bận nghe mẹ.

Cúc Hoa nói: Trời ôi, nghe con phân tỏ bao nhiêu điều khốn khổ, mà đoạn trường nầy muốn nát cả tâm can, nhưng số phận đã chia âm cảnh với dương gian, thì thiên thu ắt hết trông gì tương hội, (tiếng gà) trời ôi, gà giục giã canh tàn sắp đến, mảnh u hồn khó quyến luyến với hai con, thôi hai con cứ theo ngả nầy mà đi, rồi sẽ gặp ông ngoại con.

Nghi Xuân nói: Mẹ ôi, mẹ con ta chỉ đoàn tụ một đêm ngắn ngủi.

Tấn Lực nói: Mẹ nỡ bỏ đi để hai con thui thủi bơ vơ,

Nghi Xuân nói: Chốn dạ đài, mẹ đành phủi sạch nợ trần nhơ.

Tấn Lực nói: Trên dương thế hai con như đoàn chim non liêu chiêu lích chích,

Cúc Hoa nói: Giữa cảnh hoàng hôn, mỏi cánh tung bay.

Ca Vọng Cổ

7) Buông tiếng kêu lạnh não nùng, hai con ôi, từ đây xa cách muôn trùng phân chia ra đôi ngả âm dương mà lòng mẹ còn quằn quại nỗi nhớ thương, nhưng hồn mẹ vẫn vấn vương trên đồi cây ngọn cỏ,

8) Mẹ sẽ phò hộ dìu dắt hai con cho mau đến chốn kinh kỳ, nơi ấy con sẽ gặp cha, ông sẽ gặp cháu, mà cũng là nơi hai con sẽ thoát khỏi cảnh giông tố bão bùng, cực nhọc gian lao, cha con đoàn tụ trùng phùng, tận hưởng sang giàu hạnh phúc cùng nhau.

9) Thì mẹ cũng ngậm cười nơi chốn cửu nguyền, trách bấy cho cao Thiên cướp số phần vắn vỏi, mẹ những tưởng cùng cha con se săn mối tơ duyên cho đến ngày sương pha mái tóc, nào ngờ đâu nửa chừng xuân gãy gánh cang thường làm cho hai con phải hóa ra cảnh lầm than cơ cực,

Nghi Xuân ca:

10) Mẹ ôi, dầu cơ cực lầm than mà được tựa kề bên gối mẹ thì đời hai con mới vui tươi êm ấm muôn phần, vì mẹ dạy dỗ con hoàn toàn công dung ngôn hạnh, mẹ săn sóc từ miếng ăn giấc ngủ, mẹ chăm nom từ tấm áo manh quần, một gia đình đầy đủ yêu thương mà trời vội chia lìa ra đôi ngả sâm thương.

Tấn Lực ca:

11) Mẹ nghĩ coi sống dưới bàn tay ác độc của dì ghẻ bất nhơn, xem con chồng như bọn tôi tớ, dỉ cho con ăn ròng cơm thiu cá hẩm, áo quần rách rưới tả tơi, tay dỉ đánh miệng dỉ chửi, ngày ra nắng chăn trâu, đày đọa thân con như những đứa con hoang không cửa không nhà.

Cúc Hoa ca:

12) Trời ôi, nghe hai con than mà giọt lệ tuôn tràn, nhưng hai con ôi giọng gà đã gáy vang trong đêm lạnh như báo hiệu vừng đông sắp đến, mà cũng báo cho mẹ biết đã đến lúc chia ly, thôi thôi hai con hãy ở lại dương gian, để mẹ nương theo bóng tối của đêm tàn mà trở lại chốn diêm đàng.

Nói: Thôi mẹ từ giã hai con.

Nghi Xuân nói: Mẹ ôi, nỡ nào bỏ hai con mà đi sao mẹ?

Tấn Lực nói: Mẹ, trời ôi, mẹ đâu mất rồi chị hai, em nghe nói đi, em rình rình em chụp cái vạc áo, mà sao làm một cái vù rồi đâu mất hè.

Nghi Xuân nói: Em ôi, mẹ đã bảo rằng, số mạng nơi trời khó cãi, thôi em đừng than khóc nữa mà làm chi, cứ y lời căn dặn thẳng theo đường nầy mẹ chỉ mà đi, chắc sẽ gặp ông ngoại với cha chớ chẳng không đâu.

Tấn Lực nói: Chừng nào gặp sẽ hay, chớ bây giờ em đói bụng quá, ý kia có ông già đó đi với hai ba người ở, coi bộ chắc nhà giàu, để em chạy lại xin xu mua bánh ăn. Ông ơi, ông làm phước cho chị em tôi hai cắc mua bánh ăn đỡ đói đó ông,

Cúc lão nói: Ủa lạ nầy, hai đứa trẻ tuy bần y sĩ tiện, nhưng nhắm kỹ thì rõ ràng phước tướng quí sanh, mà sao dung nhan của con chị nó lại từa tựa như Cúc Hoa, là con gái của lão vậy kìa. Nầy hai đứa bây, con nhà ai phải đi ăn xin như vậy, nói thiệt ông nghe, rồi ông cho.

Nghi Xuân nói: Dạ thưa ông, chị em con thật con nhà tử tế, mà vì cha con mắc đi làm quan ở đâu xa lắm, để chị em con ở nhà, bị dì ghẻ đánh đập hành hạ dữ quá, lại còn đuổi đi nữa, nên hai con phải đi xin ăn cho qua ngày.

Tấn Lực nói: Ăn no rồi, chị em con dắt nhau đi kiếm ông ngoại với cha con.

Cúc lão nói: Chị em bây có ông ngoại nữa sao, ông ngoại bây tên gì?

Tấn Lực nói: Dạ cũng không biết nữa.

Cúc lão nói: Ủa vậy chớ cha bây tên gì?

Nghi Xuân nói: Dạ, cha chúng con tên là Phạm Công.

Cúc lão nói: Phạm Công, vậy mẹ bây có phải là Cúc Hoa không?

Tấn Lực nói: Dạ, phải mẹ con tên đó đa, mới hiện hồn về hồi hôm đây nè.

Cúc lão nói: Ý trời đất ôi, may mắn biết chừng nào, ông là ông ngoại của hai con đây.

Tấn Lực nói: Ông ngoại thiệt sao ông ngoại.

Nghi Xuân nói: Hèn gì mẹ con nói đi đường nầy là gặp ông ngoại, rồi sẽ gặp cha nữa.

Cúc lão nói: Vậy sao, mẹ con có hiện hồn về mách bảo nữa sao, ủa mà có lẽ phải, binh mã rần rộ, có lẽ cha của hai con đã hồi bộ cố hương kia chớ gì.

Tấn Lực nói: Cha, úy con mừng quá, chị hai cha về kìa chị hai.

Nghi Xuân nói: Cha, cha đi sao lâu quá không về vậy cha.

Phạm Công nói: Dạ, xin bái kiến nhạc gia.

Cúc lão nói: Giả ơn cho hiền tế.

Tấn Lực nói: Cha ôi, cha đi rồi, ở nhà dì hai dỉ dánh hai con dấu lên, rồi dỉ còn đuổi đi nữa. Gần một tháng nay, hai con lang thang đi xin ăn, kiếm cha may gặp ông ngoại đó đa.

Nghi Xuân nói: Mẹ con hiện hồn về bắt chí cho con, với rửa tay và mặt cho em con, mà mẹ có nói bữa nay gặp cha nữa,

Phạm Công nói: Thậm cảm nhạc gia chiếu cố, ấu nhi mới còn thấy được đây, thật ta đã lầm tay Tào Thị dã tâm, để đến nỗi gia đình tan nát.

Cúc lão nói: Hiền tế cũng chớ nên buồn, dầu ai tráo chác, ta ở hiền là cũng gặp lành. Hôm nay đã đoàn tụ với nhau rồi, thôi hãy kíp về nhà hỷ hạ.

Phạm Công nói: Dạ, xin vưng lời nhạc gia, thôi đi hai con.

Tấn Lực nói: Ông ngoại ôi, ông ngoại về nhà mỗi ngày cho xu nhiều nhiều con mua bánh ăn nghe ông ngoại, con thèm quá.

Cúc lão nói: Ờ được, thôi đi về hai cháu.

Phạm Công nói: Thưa nhạc gia, vì hiền phụ sớm về tiên cảnh, phải lỡ lầm cùng Tào Thị tục huyền. Bất ngờ gặp phải kẻ tà tâm, làm cho gia đình điên đảo. Nếu chẳng gặp nhạc gia tế độ, thì hai trẻ ắt gian truân khốn khổ rồi.

Cúc lão nói: Thiện ác dầu người toan đánh đổ, bại thành cũng tại số thiên công, nay đã đoàn tụ gia phong.

Phạm Công nói: Phỉ bấy ngày nay sum hiệp.

Ca Tân Xái Phỉ
Mừng cảnh trạng gia đình sum hiệp nhứt phương,
Tao phùng hạnh phúc đủ đầy
Hiềm vi kế mẫu ác tâm,
Nghi Xuân ca: Tưởng là bỏ xác giữa đường,
Lạnh lùng đói rách khôn lường,
Cũng nhờ hồn mẹ hiện về,
An ủi hai con đỡ khổ,
Tấn Lực ca: Rồi mẹ hiền chỉ rõ nẻo đường.
Về kinh kỳ nơi cha già trông chờ,
Hai con liền thẳng xông,

Nửa đường lại gặp ông cùng cha khoái thay,
Cúc lão ca: Xưa nay trời công bình, không dung tình đứa gian,
Kẻ nào ác ngoan thì sau phải mang,
Gông cùm nơi chốn diêm bang,
Phạm Công ca: Thấy con côi cúc đang tuổi ngây khờ,
Ví như gà con lẻ bầy,
Lấy ai mà săn sóc giùm,
Bởi trên con đường diệu dợi quan san,
Cha nào hay biết cảnh nhà,
Nên lầm người quá hiểm sâu,
Cúc lão ca: Thói thường dì ghẻ con chồng,
Tấm lòng khe khắt bưởi bồng, bởi trời định sẵn số phần,
Nghi Xuân ca: Muốn tránh nào ai tránh khỏi,
Dì đọa đày như phường tôi đòi,
Còn đành lòng đánh đập hành hà,
Tấn Lực ca: Cho mưa dầm nắng chan,
Tối ngày sáng đêm nào ai dám than,
Mà chưa vừa được lòng, còn nỡ nào đuổi đi,
Tưởng là trẻ thơ vui chôn lấp thân,
Phạm Công ca: Hiện giờ hết lúc gian nan, để cha van vái lễ bái mộ phần,
Hồn linh mẹ con chứng lòng,
(Đồng ca) Khải hoàn xum hiệp nhứt gia.

HẾT

Tuồng "ma" thời thập niên 1960

Bẵng đi một thời gian gần 2 thập niên, tuồng ma xuất hiện trở lại trên sân khấu cải lương và cũng ăn khách. Người ta còn nhớ có một dạo vào khoảng giữa thập niên 1960, sân khấu cải lương tung ra hát tuồng ma và đã thành công nhiều với số khán giả đông đảo ủng hộ, làm đầy hầu bao các ông bà bầu, nặng túi mấy tay soạn giả. Thấy vậy một vài soạn giả chẳng biết có rành rẽ về ma hay không cũng xông vào viết tuồng ma, cho ra đời loại tuồng đang ăn khách này, kiếm thêm tiền bản quyền cũng khá.

Trước tiên là "soạn giả" Thanh Nga, không biết có phải do ám ảnh bởi ba cô gái tử nạn xe hơi ở cầu Rạch Hào, Bà Rịa hay sao mà cô lại viết tuồng ma, và do lần đầu tiên thấy Thanh Nga viết tuồng, nhiều khán giả vốn ái mộ đã đi coi cho biết, thành ra tuồng ma của cô cũng khá ăn khách.

Cô đào tài sắc Thanh Nga quả thật lắm nghề, vừa là đào hát cải lương, vừa là tài tử điện ảnh, vừa là diễn viên đóng kịch (ban kịch Thanh Nga trên đài TV) và lại còn thêm nghề viết tuồng, tức soạn giả mà vốn không phải là nghề của cô. Thanh Nga đưa vở tuồng "Ngôi Nhà Ma" lên sân khấu nhà, tức gánh Thanh Minh Thanh Nga, và nghệ sĩ đóng vai cô gái ma là đào Thanh Kim Lệ (chị dâu của Thanh Nga).

Cũng trong tuồng "Ngôi Nhà Ma" này, cô đào Thúy Lan đã xuất thần thủ vai "đào độc" đến nỗi khán giả chửi mắng um sùm, quên rằng họ đang coi hát, chớ không phải ngoài đời. Thanh Nga đã khai thác đào Thúy Lan đúng mức, trong một vai chọc giận khán giả chưa từng có trên sân khấu cải lương. Đây là vở tuồng đầu tay, và cô cũng soạn thêm vở tuồng "Cồn Long Vương". Tóm lại dù mới tập sự viết tuồng, Thanh Nga đã thành công nhờ yếu tố "ma" mà khán giả hiếu kỳ khó bỏ qua. Về phần bà Bầu Thơ thì vui mừng ra mặt và trả tiền bản quyền cho "soạn giả Thanh Nga" như bao nhiêu thầy tuồng khác.

Sau vở tuồng "Ngôi Nhà Ma" làm bà Bầu Thơ hốt bạc, thì tiếp đó trên sân khấu Sao Ngàn Phương xuất hiện vở tuồng

"Nàng Ma Trên Sông Dương Tử" của soạn giả Hoài Nhân, cũng đồng thời là bầu gánh, và cô đào trẻ đẹp đóng vai nàng ma là Kiều Hoa. Chọn người đẹp làm nàng ma, soạn giả Hoài Nhân cố tạo yếu tố ăn khách, thì quả thật sau khi xem tuồng nhiều người đã khen: "Con ma nữ này đẹp quá!" Tuồng được khán giả chiếu cố, đi coi đầy rạp nhiều đêm, và Kiều Hoa sau khi đóng vai hoàng hậu ma này thì lên như diều gặp gió.

Rồi kế tiếp sân khấu cải lương lại có thêm tuồng "Tình Tục Duyên Ma" của nhóm Hoa Phượng bên đoàn Dạ Lý Hương, và tuồng này cũng ăn khách luôn. Không riêng gì mấy gánh hát lớn ở Sài Gòn hốt bạc nhờ ma, mà các gánh nhỏ hát đình hát chợ ở tỉnh cũng làm ăn khá. Các gánh hát làng xã cũng bắt chước Sài Gòn, liền đêm đêm cho ma hiện về trên sân khấu, với những vở tuồng của các soạn giả ít ai nghe tên. Bởi tuồng của các gánh nhỏ hát thường là do bầu gánh và nhạc sĩ của gánh đó tự viết ra cho đào kép của mình hát mà không cần đề tên.

Ma cải lương hầu hết là ma nữ

Do bởi năm đó hầu như soạn giả cải lương nào khi viết tuồng cũng đều hướng về con ma nào đó do mình tưởng tượng, hoặc cốp từ trong những truyện kinh dị có sẵn, rồi thêm bớt, chấp vá để cho ra đời những vở tuồng mà người xem hồi hộp càng nhiều càng tốt. Vì có như thế thì mới đạt đúng yêu cầu của bầu gánh hát, ông bà bầu nào cũng muốn đoàn mình có tuồng ma thật rùng rợn, theo thị hiếu của khán giả thì mới mong hốt bạc. Bởi vậy cho nên ngay cả soạn giả Hoa Phượng từng nổi tiếng với những tuồng xã hội cũng chạy theo thời thế, viết tuồng ma đưa lên sân khấu vở hát "Tình Tục Duyên Ma". Đây là thời kỳ mà tuồng ma oai trùm hơn bất cứ loại tuồng nào, tuồng ma ăn khách lấn áp tất cả mọi loại tuồng khác.

Thời điểm 1965 - 1966 là thời kỳ tuồng ma ào ạt ra đời, vô rạp hát nào cũng thấy ma, không riêng gì ở Sài Gòn mà ở tỉnh lẻ cũng thế, kể cả những gánh hát nhỏ, hát đình hát chợ cũng tự viết tuồng ma, bởi cho rằng tuồng ma dễ kiếm ăn hơn loại tuồng khác.

Thời đó các soạn giả đã biến các cô đào cải lương thành những nàng ma trên sân khấu, và các cô cũng vui vẻ chấp nhận, vì nếu chê thì coi như mất vai trò. Người ta hỏi tại sao soạn giả cho các cô đào thành ma, mà không cho các anh kép vai trò tương tự? Không lẽ ma cải lương chỉ có ma nữ mà thôi sao? Riêng tôi, người viết bài này, từng coi hát trên cả chục tuồng ma, thế mà chưa thấy con ma đàn ông con trai nào, chỉ thấy toàn ma con gái, ma đàn bà mà thôi. Tại sao loại tuồng này đã không cân bằng âm dương như vậy chứ?

Thời đó có người hỏi một soạn giả rằng tại sao không viết tuồng cho mấy ông mấy cậu làm ma, mà toàn là mấy bà mấy cô làm ma không vậy. Ông soạn giả trả lời nếu viết tuồng cho phái nam thì có "con ma" nó coi, chớ khán giả nào mua vé vào coi, có bầu gánh nào chịu mua tuồng của mình. Không lẽ viết xong đem đi kiểm duyệt, rồi nhìn nó mà rơi nước mắt, lấy cái gì ăn để mà viết nữa.

Thì ra vì thế mà các soạn giả đã không hẹn mà gặp nhau, chỉ có ma nữ lên sân khấu thì mới ăn tiền. Cũng có vài cô đào chưa nổi tiếng, có dịp nhận vai trò ma thích hợp với khả năng diễn xuất của mình, để rồi lên như diều gặp gió. Đó là trường hợp đào Kiều Hoa của đoàn Sao Ngàn Phương, bởi sau ngày đóng vai hoàng hậu ma trong vở hát "Nàng Ma Trên Sông Dương Tử" của soạn giả Hoài Nhân, thì Kiều Hoa nổi tiếng luôn.

BÀI VỌNG CỔ NHỊP 8 ĐẦU TIÊN "VĂNG VẲNG TIẾNG CHUÔNG CHÙA"

Năm Nghĩa sáng tác bài ca 20 câu vọng cổ

Bản Dạ Cổ Hoài Lang do ông Cao Văn Lầu, tức nhạc sĩ Sáu Lầu ở Bạc Liêu cho ra đời từ năm 1918, được rất nhiều tay ca tài tử học thuộc lòng và ca trong các buổi sinh hoạt, tiệc tùng, hội hè, đình đám. Đến khoảng giữa thập niên 1930 thì bản nhạc thịnh hành, lan rộng nhiều nơi vùng đất Nam Kỳ Lục Tỉnh. Thời điểm đó bài Dạ Cổ Hoài Lang nhịp 4 được rất nhiều người ca, và trong số có Năm Nghĩa.

Năm Nghĩa tên thật là Lư Hòa Nghĩa, người Bạc Liêu, lúc đó còn là tay ca tài tử chứ chưa đi hát, và cũng chưa lên Sài Gòn. Giới mộ điệu cổ nhạc hầu như ai cũng nhận thấy Năm Nghĩa có làn hơi ca đặc biệt, ru hồn người nghe, độc đáo là tiếng hơ hơ hơ cuối câu ca, đã làm cho bài vọng cổ thêm du dương, mùi mẫn.

Thế nhưng, bài Dạ Cổ Hoài Lang lúc ấy còn nhịp 4 quá ngắn, khiến cho làn hơi ca thiên phú của Năm Nghĩa bị ngăn chận lại, mất đi sự truyền cảm, nói rõ hơn là nhịp 4 đã không đủ thời gian cho Năm Nghĩa trổ hết tài năng cùng giọng ca độc đáo. Do vậy mà nhiều đêm Năm Nghĩa trằn trọc không ngủ được, suy tính làm sao cho bài Dạ Cổ Hoài Lang dài ra, chữ đờn nhiều gấp đôi mới đáp ứng được làn hơi ca trời cho của ông.

Hình chụp đĩa hát Văng Vẳng Tiếng Chuông Chùa do Năm Nghĩa ca. Phát hành giữa thập niên 1930.

Trong một đêm nọ (1934) Năm Nghĩa chơi đờn ca tại nhà người bạn ở gần chùa Vĩnh Phước, gặp phải cơn mưa tầm tã không dứt nên ngủ luôn tại đây. Đêm khuya thanh vắng, giữa không gian âm u tĩnh mịch, bỗng tiếng chuông chùa vọng lại từng hồi. Năm Nghĩa giựt mình thức giấc, và không biết đang mang tâm trạng gì mà trỗi dậy viết ngay bài ca theo điệu Dạ Cổ Hoài Lang dài ra. Năm Nghĩa xuất thần viết một loạt 20 câu, với câu mở đầu "Văng Vẳng Tiếng Chuông Chùa", và đặt tên bài ca là "Vì Tiền Lỗi Đạo".

Sáng hôm sau Năm Nghĩa đến nhà thầy là ông Sáu Lầu, ca cho ông nghe thử bài ca vừa sáng tác, cũng theo điệu Dạ Cổ Hoài Lang. Đồng thời đề nghị với thầy là thêm chữ đờn vào mỗi câu, có nghĩa là kéo dài ra gấp đôi cho hợp với bài ca mới viết ấy.

Nhận thấy có lý, và cũng cảm nhận được giọng ca mùi của Năm Nghĩa cùng tiếng hơ hơ hơ thì mỗi câu phải dài hơn mới hay. Thế là nhạc sĩ Sáu Lầu mời thêm 2 ông thầy đờn khác là nhạc sĩ Ba Chột và nhạc sĩ Mười Khói đến bàn luận. Cả ba ông hội ý thêm chữ đờn kéo dài bài Dạ Cổ Hoài Lang tăng lên nhịp 8, tức gấp đôi để đủ thì giờ cho Năm Nghĩa hát thoải mái bài 20 câu "Vì Tiền Lỗi Đạo" do Năm Nghĩa mới sáng tác.

Thời gian gần một năm sau bài Dạ Cổ Hoài Lang nhịp 8 mang tên "Vì Tiền Lỗi Đạo" phổ biến lên Sài Gòn, giới đờn ca tài tử ở Hòn Ngọc Viễn Đông hân hoan chào đón, đưa vào sinh hoạt và giới hâm mộ hoan nghinh, gọi là bài "Văng Vẳng Tiếng Chuông Chùa" và cũng kể từ đó thì cái tên "Dạ Cổ" cũng được người ở Sài Gòn gọi trại là "Vọng Cổ" luôn cho tới bây giờ.

Thuở ấy hãng dĩa hát Asia của ông Ngô Văn Mạnh, mà thiên hạ thường kêu là Thầy Năm Mạnh thành lập trước đó chẳng bao lâu. Nhận thấy bài vọng cổ "Văng Vẳng Tiếng Chuông Chùa" rất được giới mộ điệu ưa thích nên cho người liên hệ với Năm Nghĩa để thu thanh dĩa hát.

Tài liệu liên quan bộ dĩa "Vì Tiền Lỗi Đạo"

Liên quan đến vấn đề này, ký giả kịch trường Thiện Mộc Lan người gốc ở Sa Đéc đã trao cho tôi một tài liệu như sau:

Một nhà báo khi viết về Năm Nghĩa trong những ngày đầu tiên đến với Asia đã ghi: "... có một chàng trai trẻ, độ 20 tuổi người xứ Bạc Liêu. Anh mặc bộ đồ lụa ngà, mang đôi guốc vông, ăn nói chậm rãi. Thầy Năm Mạnh nghe giọng ca, ưng ý, tuyển chọn anh ca ngay bộ dĩa đầu tiên cho hãng. Đó là bản vọng cổ nhịp 8, 20 câu "Văng Vẳng Tiếng Chuông Chùa". Giọng ca của anh thật đặc nét, nghe buồn não nuột ở những chữ ngân dài cuối câu hơ... hơ... miên man sầu thảm."

Vào năm 1958, ký giả Tô Yến Châu (báo Tiếng Chuông) có mời một số anh em văn nghệ sĩ Sài Gòn về quê ông ở Cần Giuộc (Long An) dự đám giỗ thân phụ. Chuyến đi ấy có nghệ sĩ Năm Nghĩa (đang là bầu gánh đoàn Thanh Minh).

Trong bữa tiệc vui, đông đảo anh em có mặt hôm đó đồng thanh đề nghị anh Năm ca lại bản vọng cổ "Văng Vẳng Tiếng Chuông Chùa".

Anh Năm liền đứng lên, lặng người trong phút giây rồi nói chậm rãi:

- "Các anh, các chị, các bạn, hôm nay tôi vui quá nên uống nhiều. Uống nhiều thì hơi say, mà hơi say thì nói hơi nhiều. Nói nhiều vì có nhiều tri âm tri kỷ hiểu mình và từng thương nhau, ôm nhau trên sân cỏ hay trong hậu trường sân khấu. Sao tôi thích ăn nói chớ không thích ca trong khung cảnh này. Mấy chục năm qua rồi, Năm Nghĩa hồi đó và Năm Nghĩa bây giờ đã trải qua bao nhiêu bước thăng trầm. Tuổi đời đã cướp dần tiếng ca. Tôi ca dở hơn hồi nhỏ tôi sẽ buồn, nhưng tôi vẫn ca mặc dù tôi biết tôi sẽ buồn."

Một tràng pháo tay nổi lên tán thưởng câu nói ấy. Mọi người đều im lặng để lắng nghe "Văng Vẳng Tiếng Chuông Chùa". Trong lúc ca, anh Năm có vẻ mặt buồn khác lạ. Khi vừa ca xong ba câu thì anh "thở ra" rồi nói:

- Xin lỗi các anh, các chị, các bạn, tôi hơi mệt nên chỉ ca ba câu và hứa năm tới sẽ ca nguyên bản...

Lần đám giỗ sau (có lẽ năm 1960) tại Cần Giuộc, cũng đông đảo những người thân của ký giả Tô Yến Châu nhưng vắng bóng nghệ sĩ Năm Nghĩa, vì ông đã vĩnh viễn giã từ sân khấu và bạn bè tri âm tri kỷ vào cuối năm 1959.

Kể từ ngày bộ dĩa "Vì Tiền Lỗi Đạo" được phát hành phổ biến cùng khắp cả Đông Dương, thiên hạ đã lấy câu mở đầu "Văng Vẳng Tiếng Chuông Chùa" để gọi, rồi dần dần trở thành tên của bài ca luôn.

Ngoài tài liệu trên, anh Thiện Mộc Lan cũng trao cho tôi bộ dĩa hát "Vì Tiền Lỗi Đạo" gồm 2 dĩa mà thiên hạ đã gọi "Văng Vẳng Tiếng Chuông Chùa". Bộ dĩa lịch sử vọng cổ nhịp 8 đầu tiên kia, tính đến nay đã 80 năm rồi, tôi nghĩ rằng chẳng mấy ai còn lưu giữ được, nếu không muốn nói là không còn thêm một bộ dĩa nào nữa mang tên "Văng Vẳng Tiếng Chuông Chùa".

Tôi cũng nói thêm ký giả kịch trường Thiện Mộc Lan khi xưa cộng tác với tờ báo Đuốc Nhà Nam của ông Trần Tấn Quốc. Tôi gởi vào đây lời chân thành cám ơn ký giả Thiện Mộc Lan ở Sa Đéc.

Nghệ sĩ Năm Nghĩa qua đời 1959. Đi hai bên xe tang là Út Trà Ôn (trái) và Hoàng Giang (mặc com - lê trắng).

CHƯƠNG 13

CHỮ KÝ THANH NGA ẢNH HƯỞNG CUỘC ĐỜI

Coi chữ ký tiên đoán vận mạng

Một tờ báo Xuân thời thập niên 1960 có đăng chữ ký Thanh Nga, không những gây chú ý cho người đọc báo, mà còn được độc giả yêu thích cải lương mang chữ ký đến các thầy tướng số để hỏi về vận mạng của Thanh Nga, có nghĩa là đi coi chữ ký thần tượng của mình.

Lúc bấy giờ tôi cũng có tờ báo Xuân ấy, và Thanh Nga cũng là nghệ sĩ mà tôi mến chuộng tài sắc, lời ca tiếng hát, nên chú tâm theo dõi những bàn tán liên quan đến chữ ký đăng trong tờ báo Xuân nói trên.

Thông thường các thầy tướng số có nhiều hình thức mà họ xem, như nhìn người, nhìn mặt mày, nhìn bộ đi tướng đứng, xem lá cây do người coi tự bẻ lấy, bói bài và coi chữ ký v.v...

Chữ ký của Thanh Nga lên báo được rất nhiều thầy coi và mỗi ông, bà tướng số nói một cách, tốt có xấu có, và cũng có thầy nói vừa tốt lại vừa xấu, như trường hợp một ông thầy tướng số người Thượng ở Ban Mê Thuột đã nói chữ ký của Thanh Nga mà tôi vô tình nghe được như sau:

- Người có chữ ký mang đường nét này về sau nếu là nam thì quyền cao chức trọng, hưởng lộc phẩm tước Triều Đình, là Công Hầu Khanh Tướng... Nếu là nữ nhi thì giàu sang phú quí, được người đời trọng vọng tôn vinh như bà Hoàng, hào quang chiếu trên đỉnh đầu. Hoặc ít ra cũng mệnh phụ phu nhân, luôn có kẻ hầu người hạ. Nếu làm văn nghệ thì tài nghệ được tặng phong đến chức vị Nữ Hoàng nghệ thuật, tên tuổi vang lừng trong thiên hạ... Nhưng về tình duyên thì lận đận, bẽ bàng ngang trái, khổ đau phủ đầy, cuộc đời đầy nước mắt... Rồi đến ngày vui nhứt trong đời cũng kèm theo cái buồn không kém... và cuối cùng thì chết bất đắc kỳ tử khi chưa già.

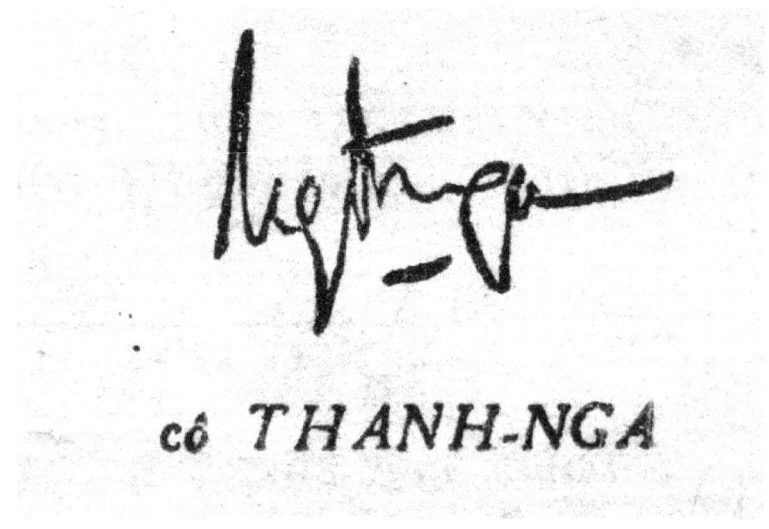

Huyền thoại chữ ký Thanh Nga.

Tôi cũng tin một phần nhỏ thôi, vì thời điểm đầu thập niên 1960 Thanh Nga cũng đã nổi tiếng rồi, chỉ có cái là cô chưa có chồng nên chưa biết về đường tình của cô rồi sẽ ra sao. Thế rồi càng về sau thì lại thấy lời ông thầy tướng người Thượng đã ứng nghiệm: Ngày hôn lễ Thanh Nga với Đại Úy Nguyễn Minh Mẫn tại nhà hàng Đại La Thiên, Chợ Lớn giữa đám cưới xuất hiện một thiếu phụ (bà Trần Thị Hương) dẫn con tới phá đám và đòi nhảy lầu tự tử...

Báo chí khai thác sự việc làm xôn xao trong dư luận suốt cả tháng trời, làm cho Thanh Nga hết sức khổ tâm, mang tai tiếng không ít. Sự thể vừa lắng dịu thì cuộc tình Thanh Nga với ông đại úy tốt số kia cũng chấm dứt. (Ngày hôn lễ của Thanh Nga bị phá đám, câu chuyện khá dài với nhiều chi tiết, trong đó có việc Đại Úy Mẫn nhờ Luật Sư Võ Văn Quan đưa bà Trần Thị Hương ra Tòa. Tất cả sẽ được ghi vào cuốn 100 Năm Cải Lương Việt Nam quyển 3).

Mối tình của Thanh Nga với Đại Úy Mẫn khoảng hơn một năm thì tan vỡ, Thanh Nga như một chiếc lá trong cơn bão lốc của tình trường, dư luận được dịp đồn đãi lung tung, gán cho nàng đủ các nhân vật, từ ngài đại sứ cho đến cậu công tử con nhà buôn hột xoàn danh tiếng nọ...

Thời gian sau Thanh Nga lại xuất hiện chung với ông Luật Sư Phạm Duy Lân, nguyên Đổng lý văn phòng Bộ Thông Tin, mà người ta gọi là Đổng Lân.

Đúng là Vương Hậu cải lương

Ông Đổng Lân cưng Thanh Nga hết cỡ, nàng đi đóng phim ở đâu cũng có chàng theo bên cạnh, tay che dù, tay quạt mát, thật hạnh phúc vô cùng, thấy nàng ngồi nắng là ông chịu không nổi. Song phải có nắng như vậy thì mới đủ ánh sáng quay phim...

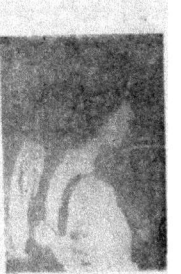

Lá số tử vi của cô đào Thanh Nga.

Thế rồi ông cầm dù che nắng cho Thanh Nga, và khi nào bắt đầu đạo diễn hô "cho đèn nhé" thì ông mới kéo nghiêng dù qua một bên nhường chỗ cho ánh nắng chan hòa, để đủ sức sáng thu hình vào ống kính. Tiếng đạo diễn vừa hô "cắt" là ông đã che ngay dù như cũ cho Thanh Nga khỏi bị "nắng ăn", vừa sợ nàng đen mà vừa ngại nàng sổ mũi, nhức đầu lại nhổng nhẻo...

Lúc tạm nghỉ, Thanh Nga và ông Lân vào nơi có bóng mát tâm sự nhau, ông Lân cầm quạt và... quạt lia lịa.

Rồi ông vui miệng kể chuyện cho anh em nghe về những ngày ông cùng Thanh Nga ra Huế, nàng đóng phim "Nắng Chiều" cho hãng Lido ông nói "Nắng Chiều" là phim màu, nhưng cũng trông vào ánh sáng mặt trời như những phim khác. Thành thử có hôm Thanh Nga và ông cùng với đoàn quay phim tới địa điểm ngồi chơi xơi nước, tán dóc thả dàn rồi lại vui vẻ... đi về, vì không có nắng.

Mỗi ngày, ông Lân lái chiếc xe hơi hiệu Honda xinh xắn chở người đẹp Thanh Nga đi chỗ này, chỗ nọ, Thanh Nga tươi cười, nói chuyện vui vẻ ríu rít như chim...

Năm 1974 tình trạng sản xuất phim ảnh giảm sút, do bởi phim quay xong lại không có rạp để chiếu, do bởi Chú Ba ở Chợ Lớn tóm thâu gần hết rạp ở đô thành và các tỉnh lớn, nên các hãng phim cũng quay cầm chừng. Thời gian này Thanh Nga vừa đóng phim, vừa trở lại sân khấu, cô cộng tác với đoàn Dạ Lý Hương, bởi lúc này gánh hát nhà không còn tên Thanh Nga, mà bảng hiệu chỉ có chữ Thanh Minh mà thôi. Lại nữa từ mấy năm nay gánh thường đi lưu diễn xa, không về được đô thành vì đâu còn rạp mà về.

Lúc Thanh Nga hát cho Dạ Lý Hương thì đêm nào người ta cũng thấy ông Đổng Lân ngồi thường trực bên cánh gà, và khi người đẹp xong lớp diễn bước vô là ông sẵn sàng cây quạt. Có những lớp tuồng Thanh Nga phải bước lên bục cao thì ông đã kiểm soát kỹ càng chiếc bục, để khi mở màn cô bước lên vững chắc. Thấy vậy, có người nói rằng phải chi lúc đi Pháp mà có ông Đổng Lân thì chắc rằng Thanh Nga không bị té ngã.

Số là vào năm 1969 lúc có Hòa Đàm Ba Lê, đoàn Thanh Minh Thanh Nga đi Pháp trình diễn, trong chuyến xuất ngoại này nữ nghệ sĩ Thanh Nga được coi là cây đinh ăn khách nhứt của đoàn.

Bữa nọ xuất hiện trong vở "Chiều Nay Chiều Lặng Gió" của nữ soạn giả Hoàng Thị Nguyệt, Thanh Nga hóa trang thành bà chúa thật uy nghi lẫm liệt với vai Ngọc Nương.

Tuồng hát qua nửa màn, bà chúa Thanh Nga được khán giả kiều bào hoan nghinh quá xá. Thế nhưng, tới đoạn Ngọc Nương sắp sửa bước lên ngai vàng thì... vì mãi chú tâm ca diễn, đôi mắt lúc nào cũng phải nhìn lên, nên bà chúa Thanh Nga đã bước hụt chân... té xuống sàn gỗ nghe cái rầm.

Báo hại khán giả kiều báo được dịp cười... no nê, cho tới người đồng diễn với Thanh Nga là kép móm Hữu Phước cũng cười luôn, và Thanh Nga thì mắc cỡ một hồi lâu mới tiếp tục diễn.

Tóm lại từ ngày "bợ" được người đẹp Thanh Nga thì Đổng Lân một bước không rời, do đó mà ngày Thanh Nga bị ám sát, ông đang ở bên cạnh nàng nên cũng lãnh đạn luôn. Sau cái đêm diễn vở tuồng Thái Hậu Dương Vân Nga tại rạp Cao Đồng Hưng ở Bà Chiểu, Thanh Nga cùng Đổng Lân về tới nhà ở đường Ngô Tùng Châu thị bị sát hại.

Nữ nghệ sĩ Thanh Nga.

Lúc nghe tin Thanh Nga chết thảm, tôi nhớ lại lời nhà

tướng số người Thượng năm xưa, nhưng nào biết ông ở đâu mà hỏi thêm vấn đề.

Sau cái lần nghe ông thầy nói về chữ ký Thanh Nga, tôi không có dịp nào gặp ông lần nào nữa. Kế đó tôi rời khỏi vùng Cao Nguyên đất đỏ. Về sau tôi có trở lại Ban Mê Thuột vài lần, nhưng vô tình chẳng hỏi han gì về ông thầy, mà nếu có hỏi chắc cũng chẳng ai biết, bởi sau mấy chục năm thế hệ của ông chẳng còn mấy người, phần lớn người ở đây trước 1975 đã đi tứ tán.

Mãi cho tới bây giờ tôi cũng còn thắc mắc không biết do đâu mà ông thầy tướng số kia chỉ nhìn thấy chữ ký, do một khán giả mang đến coi chớ không thấy người bằng xương bằng thịt, mà lại nói đúng cái chuyện xảy ra trong cuộc đời Thanh Nga sau này. Ông cũng là người phàm chứ đâu phải là Thánh!

Do vậy, mà trong quyển "100 Năm Cải Lương Việt Nam" quyển 2 này tôi in lại chữ ký Thanh Nga để tặng quí vị xem chơi, tặng các nhà tướng số khắp nơi. Mong quí thầy cho ý kiến về đường nét chữ ký Thanh Nga. Nhận xét của quí thầy tôi sẽ in trong quyển 3. Xin ghi rõ quí danh, biệt danh, địa chỉ, số điện thoại gởi về tác giả Ngành Mai.

Thư gởi về tòa soạn nhật báo Người Việt 14771 Moran Street, Westminster, CA 92683 USA nhờ chuyển giao Ngành Mai.

Những dòng tâm sự về cái Tết của nữ nghệ sĩ Thanh Nga

Năm 22 tuổi Thanh Nga tâm sự về cái Tết của riêng cô được đăng trên tờ báo Phụ Nữ Diễn Đàn - Xuân năm 1964 như sau:

Tết nhứt đối với riêng Nga như ngày thường vậy. Nga chỉ lo vấn đề ăn mặc cho các em nhiều trong ba ngày này thôi. Nga chỉ được nghỉ xả hơi mấy ngày trước Tết rồi đến Mùng 1 Nga đã phải hát trở lại rồi và còn hát nhiều hơn nữa. Tuy nhiên, khi nghĩ đến cả đoàn hát, Nga cảm thấy vui vì mùa Tết giúp cho đoàn làm ăn phát tài; suất hát nào cũng đông nghẹt khán giả; rờ sết dồi dào, anh chị em nghệ sĩ được lãnh lương gấp đôi, không khí trong đoàn rất vui nhộn, sảng khoái.

Tối Mùng Một năm rồi sau khi vãn hát ra về, Nga bị khán giả bao vây đông nghẹt ở trước rạp. Nga cố thoát ra mà không làm sao được. Người xin hình, người xin chữ ký, cả một rừng người càng phút càng siết chặt lại, xô lấn Nga muốn té nhào, Nga năn nỉ hết lời cũng không xin được một lối ra xe. Nga phải làm bộ xịu mặt xuống, tỏ vẻ khổ sở lắm, đến lúc đó khán giả mới mở vòng vây ra cho Nga bước tới. Lên ngồi trên xe rồi, Nga mệt muốn ngất xỉu.

Xe vừa lăn bánh thì có một bao giấy đỏ ném vào người Nga. Mở ra Nga cảm động muốn khóc được: Một tấm giấy một trăm đồng mới toanh xếp làm tư thẳng góc có kèm theo mảnh giấy nhỏ để tặng Nga trong dịp năm mới; phía dưới ký tên "chị Tư bán rau cải chợ Cầu Ông Lãnh". Cho đến bây giờ Nga vẫn còn giữ kỹ tờ giấy một trăm ấy. Đó là kỷ niệm đẹp nhứt của Nga; mỗi lần nhớ đến, Nga thấy lòng mình lâng lâng niềm vui êm nhẹ.

Trong 3 ngày Tết, Nga nằm nhà vui với gia đình, ngoài mấy suất hát Nga không có thời giờ đi chơi phố mặc dầu Nga muốn đi xem quang cảnh vui Tết của thiên hạ. Riêng có năm rồi, Nga được má đưa đi xem chợ hoa ở đường Nguyễn Huệ và ghé thăm phòng trà Đại Kim Đô ở Chợ Lớn. Không biết năm nay Nga có được má cho đi "ngao du" như vậy nữa không?

Giao Thừa luôn luôn tổ chức ở rạp để tất cả anh chị em đào kép cùng vui, cùng chúc mừng nhau nhân dịp Xuân về. Nga lì xì cho mọi người, lì xì ít ít để lấy hên thôi chứ Nga không có nhiều! Trước Tết ít lâu, Nga đã sắm quần sắm áo cho các con em của các anh chị em công nhân sân khấu hết rồi. Tết đến má lì xì cho Nga được bao nhiêu, Nga lì xì lại cho anh em trong đoàn hết ráo nên qua đến ngày Mùng 2 Mùng 3, Nga không còn một đồng dính túi. Chỉ có đêm Giao Thừa rước Ông (Tổ) về gánh để Mùng Một hát, là vui nhứt thôi.

Cữ hả? Cha của Nga cữ ghê lắm, Mùng Một Nga cữ bị rầy nè, hát trật ca dở nè... Nga cữ nhiều lắm! Nga sợ gặp xui xẻo suốt năm. Mà thật đúng nhé, năm ngoái, năm kia gì đó, ở ngày mùng một Nga bị má rầy. Suốt năm đó Nga gặp toàn chuyện buồn thôi. Thế nên Nga sợ gặp điều gì buồn ở ngày mùng một lắm. Ở ngày đó, Nga thích ai chọc cho Nga cười, làm cho Nga vui. Ai chọc Nga giận ở ngày mùng một Nga giận ghê lắm...

THANH NGA VÀ PHIM "ĐÔI MẮT NGƯỜI XƯA"

Năm 1961 hãng Liêm Phim đã mời nữ nghệ sĩ Thanh Nga, và kép cải lương Thành Được thủ vai chánh trong cuốn phim "Đôi Mắt Người Xưa", và mãi 5 năm sau phim mới được chiếu. Thông thường các hãng phim khi quay xong một cuốn phim thì chạy sấp chạy ngửa lo mọi thủ tục để trình chiếu, ra mắt khán giả càng sớm càng tốt, hầu thu lại vốn liếng cũng như kiếm lời. Vậy mà cũng lắm phen phim bị khâu kiểm duyệt ngâm tôm, khiến cho tất cả mọi người liên hệ mặt mày méo xẹo, van vái Chúa, Phật, Thánh Thần cho phim vượt qua cái khâu "chẳng ăn" này tai qua nạn khỏi.

Thế nhưng, hãng Liêm Phim của ông "Liêm guốc" (có biệt danh ấy là do ông luôn đi guốc vông) thì lại không phải thế. Năm 1961 quay hoàn tất cuốn phim "Đôi Mắt Người Xưa" và đã qua khâu kiểm duyệt, rồi sau đó... mất tích luôn, dù rằng đã cho chiếu quảng cáo một vài đoạn rất hấp dẫn.

Xem đoạn phim quảng cáo chiếu ở rạp Rex và Đại Nam, người ta bắt gặp hình ảnh hai nghệ sĩ Thành Được và Thanh Nga. Cảnh Thanh Nga tắm "douche" trong phòng tắm, theo kiểu các cô đào Nhựt, các cô đào da trắng trong nhiều phim đã chiếu, nhưng không ghi nhận được rằng Thành Được và Thanh Nga trình diễn hay hoặc dở trong phim này.

Phim "Đôi Mắt Người Xưa" được phóng tác theo cuốn tiểu thuyết cùng tên của nhà văn Ngọc Linh, với các tài tử gồm: Thanh Nga, Kiều Chinh, Xuân Dung, Thảo Sương, Thành

Được, Lê Quỳnh... Thuở đó những người hâm mộ hát bóng chờ xem phim, chờ mãi, vì người ta muốn thưởng thức tài thâu ảnh của chuyện viên Nhụt Bổn như thế nào. Nhưng rồi mọi người đều thất vọng, vì ông Nguyễn Văn Liêm, chủ hãng Liêm Phim "giấu mất" cuốn phim ấy.

Người ta lại nghi ngờ ông Liêm làm chuyện nầy chuyện nọ với cuốn phim nói trên, bởi nghe đồn đãi rằng cuốn phim ấy được gởi qua Nhựt, qua Tây để rửa, rồi để... mất luôn với khán giả.

Lúc ấy người ta được nghe cô Thanh Nga đóng vai chánh trong phim than phiền rằng:

- Thật xui xẻo! Chưa bao giờ Nga gặp như thế, phim gì mà làm xong là để im luôn, không chịu chiếu. Nga muốn coi Nga qua tài thâu ảnh của ông Nhụt Bổn Hayashi Makino như thế nào, vậy mà ông Liêm Phim... Thôi, tức quá!

Đến tháng 2, 1965, tức là sau 5 năm mãn giao kèo với hãng phim, thì nhà văn Ngọc Linh, tác giả "Đôi Mắt Người Xưa" cho phép soạn giả Nguyễn Phương phóng tác thành tuồng cải lương trình diễn trên sân khấu đoàn Thanh Minh Thanh Nga. Tuồng cũng do Thanh Nga đóng vai chánh (vai Thúy), kép Thanh Tú đóng vai Trân (bên phim thì Thành Được đóng), và vai Ngọc Dung do đào Thúy Lan đảm trách. Tuồng ăn khách, thu được gần 2 triệu đồng, là tuồng thu tiền nhiều nhứt của đoàn Thanh Minh Thanh Nga trong năm 1965.

Một số khán giả của đôi nghệ sĩ tài danh trên sẽ xem phim để sánh phim và tuồng như thế nào. Cả hai dạng khán giả xi nê và cải lương đã hết sức bực mình hãng Liêm Phim, vì đã quảng cáo quá lâu mà không chịu đem phim ra chiếu. Nhiều người thắc mắc đặt câu hỏi tại sao?

Từ một cô đào cải lương, nữ nghệ sĩ Thanh Nga bước sang lãnh vực điện ảnh đảm trách liền vai chánh trong phim Đôi Mắt Người Xưa, phóng tác theo cuốn tiểu thuyết cùng tên của nhà văn Ngọc Linh. Cuốn phim được gởi tham dự Đại Hội Điện Ảnh Quốc Tế tại Ấn

Số là ông Nguyễn Văn Liêm, chủ hãng Liêm Phim, sau khi quay xong phim "Đôi Mắt Người Xưa" đã bị nhiều người nghi ngờ rằng đã làm "áp phe" với cuốn phim ấy, và người ta còn nói rằng đó là "cuốn phim không bao giờ chiếu"... nhưng được gởi đi Nhựt, đi Pháp...

Nhà văn Ngọc Linh rất phiền bực ông chủ hãng Liêm Phim về việc ngâm lâu cuốn phim, còn những nghệ sĩ cải lương có đóng phim ấy như Thành Được, Thanh Nga chờ đợi xem mình như thế nào trong phim ấy, đã thất vọng trong mỏi mòn...

Người ái mộ nghệ thuật cũng ngóng trông, vì muốn xem phim ấy qua tài nghệ thâu ảnh của chuyên viên hình ảnh Nhựt Bổn Hayashi Makino sẽ như thế nào.

Mãi đến đầu năm 1966 người ta mới thấy những tấm quảng cáo phim "Đôi Mắt Người Xưa" xuất hiện, và phim chiếu ở 2 rạp lớn Rex, Đại Nam. Sau đó thì phim được gởi đi tham dự Đại Hội Điện Ảnh Á Châu tại Calcuta, Ấn Độ. Nữ tài tử Xuân Dung đoạt giải diễn viên phụ của phim này.

Cùng một lúc với phim được chiếu, tuồng cải lương lại được hãng Hồng Hoa thâu dĩa hát phát hành, do đó mà khá nhiều người biết qua cốt truyện "Đôi Mắt Người Xưa".

Ai đời phim quay xong 1961 đến 1966 mới chịu cho khán giả coi. Đến đây, người ta nghĩ rằng ông chủ hãng Liêm Phim "ngâm" cuốn phim cho lâu để tạo tác dụng quảng cáo, chớ còn sự thật như thế nào chắc chỉ có ông "Liêm guốc" biết rõ mà thôi! Hãng Liêm Phim này thật có lắm điều... khó hiểu.

Điều cần nói thêm là sau khi chiếu cho khán giả người Việt coi, cuốn phim được gởi tham dự Đại Hội Điện Ảnh Á Châu tại Calcutta, Ấn Độ.

Bà bầu Thơ và Thanh Nga.

Và sau đây là bản tin của Việt Tấn Xã thời đó (1970):

Sài Gòn. 21 - 12 (VTX) Việt Nam Cộng Hòa, đã tham dự đệ tứ Đại hội Ấn Độ và Quốc tế Điện ảnh (IVth International Film Festival of India) từ mồng 5 đến 18-12 với cuốn phim "Đôi Mắt Người Xưa".

Cuốn phim này đã được Ban Tổ Chức Đại hội chấp nhận vào thành phần dự thi, và được chiếu tại Trung tâm trụ sở các Hội nghị Quốc tế Vigyan Bhavan vào ngày 14-12 lúc 3 giờ chiều và tại đại giảng đường Mavlankar Hall vào ngày 17-12 lúc 9 giờ tối. Cô Thanh Nga tài tử chính của phim có mặt tại Đại Hội.

Buổi chiếu phim Việt Nam đầu tiên tại Trung Tâm Vigyan Bhavan đặt dưới quyền chủ tọa của ông Huỳnh Hữu Luận. Tổng Lãnh Sự Việt Nam Cộng Hòa tại Tân Đề Li. Trong dịp này ông Harish Khanna. Giám đốc Ban Tổ chức Đại hội Điện ảnh đã long trọng giới thiệu nữ tài tử Việt Nam. Cô Thanh Nga trước đông đảo khán giả và cô được hoan nghênh nhiệt liệt.

Trong các buổi sinh hoạt của Đại Hội, cô Thanh Nga đã được nổi bật nhất giữa các tài tử điện ảnh trẻ và đẹp có mặt tại Tân Đề Li. Cô Thanh Nga đã được giới điện ảnh tại đây hâm mộ và đặc biệt hơn hết là ngay cả các báo Cộng sản cũng đăng ảnh và ngợi khen.

Phái đoàn Việt Nam Cộng Hòa đã được Tổng Thống và Thủ Tướng Ấn tiếp...

Cũng trong cuốn phim "Đôi Mắt Người Xưa" hãng Liêm Phim cũng làm thất vọng một cô diễn viên phụ. Thảo Sương mới vào nghề mong trở thành tài tử chiếu bóng, nhưng mộng không thành cũng do bởi cuốn phim bị ngâm tôm thì có ai biết tới cô đâu.

Số là Thảo Sương khi đóng xong phim chờ đợi mãi chán quá! Cô đến đoàn hát Thủ Đô của ông bầu Ba Bản ca cổ nhạc, và học diễn tuồng cải lương để mong làm một cô đào cải lương lừng danh. Nơi đoàn ấy, Thảo Sương được ông bầu Ba Bản sửa biệt danh, thành Dương Hải Đường, nghe rất... Trung Hoa, có vẻ... bà con với Dương Quí Phi. Nhưng chưa đóng một tuồng nào cả thì Dương Hải Đường lại rời sân khấu Thủ Đô, để rồi cô gái họ Dương ấy trở lại là Thảo Sương biền biệt luôn trong gió bụi thời gian.

Khoảng 1970 trong cuốn phim "Ba Cô Gái Suối Châu" của Trung Tâm Quốc Gia Điện Ảnh do đạo diễn Bùi Sơn Duân thực hiện. Nữ tài tử chánh có tên Thảo Sương, nhưng không biết có phải là Thảo Sương trong "Đôi Mắt Người Xưa"?

Thanh Nga và Thành Được trong một cảnh của phim Đôi Mắt Người Xưa.

VỞ HÁT "THUYỀN RA CỬA BIỂN"

Soạn giả Phong Anh
với văn chương... cải lương

Vào khoảng giữa năm 1961 đoàn Kim Chưởng lưu diễn miền Trung, và soạn giả Phong Anh đi theo đoàn để tập dượt cho nghệ sĩ vở hát mới vừa được Bộ Thông Tin kiểm duyệt xong, đó là tuồng "Thuyền Ra Cửa Biển" gây chấn động làng cải lương một dạo.

Thông thường soạn giả đi theo đoàn là do hai vấn đề: Một là thu tiền bản quyền nếu như tuồng của mình được hát, và thứ đến là tập dượt cho đào kép diễn tuồng mới. Cái công việc theo đoàn để tập luyện cho đào kép là bổn phận của thầy tuồng, tức soạn giả, coi như kiêm luôn đạo diễn, chớ bầu gánh thì chỉ cố vấn góp ý kiến mà thôi. Dù rằng tuồng được ra mắt khán giả hay không là quyền của bầu gánh, tức chủ nhân đoàn hát.

Năm đó soạn giả Phong Anh đã hợp soạn với soạn giả Yên Trang cho ra đời vở hát "Thuyền Ra Cửa Biển". (Nghe nói tình tiết, văn chương của tuồng là do Phong Anh, còn Yên Trang chỉ phụ thêm thôi).

Tuồng vừa tập xong thì cũng là lúc đoàn Kim Chưởng về Sài Gòn khai trương tuồng mới ra mắt khán giả Thủ Đô.

Tuồng trình diễn liên tục suốt hai tuần vẫn còn đông nghẹt khán giả, người đi coi hát về hầu như ai cũng khen là "tuồng hay". Do đó là động lực cho người chưa coi sẽ là khán giả đêm kế tiếp, và người đã đi coi rồi cũng sẵn sàng mua vé đi coi thêm lần nữa. Sự thể đã làm đầy hầu bao của bà bầu Kim Chưởng, đồng thời cũng làm nặng túi soạn giả Phong Anh và Yên Trang.

Soạn giả Phong Anh.

Vậy tuồng "Thuyền Ra Cửa Biển" hay đến cỡ nào mà lại quá ăn khách, cũng như đặc điểm của tuồng là gì mà lại gây ấn tượng sâu sắc cho người coi? Đây là vở tuồng mà tình tiết có hơi lạ, bởi một ông hoàng đế mà khi vợ chết, ông ở vậy chờ đợi cô bé gái mới 10 tuổi, chờ cô lớn lên để rước về cung điện. Thế mới lạ! Ông nói: "Trẫm đã kinh hoàng thấy bóng một đứa trẻ hiện ra sau mành trúc, trên khuôn mặt ngây thơ đã thể hiện hình ảnh một thiên kiều bá mị, sắc nước hương trời."

Hoặc là câu: "Bao nhiêu cung phi mỹ nữ, biết bao tấm ngọc thân ngà đang mong Trẫm ban ơn mưa móc, nhưng Trẫm vẫn lạnh lùng như mặt nước hồ Thu". Văn chương cải lương của Phong Anh thật là tuyệt vậy.

"Thuyền Ra Cửa Biển" là vở hát thuộc loại dã sử Nhựt Bổn, với hình ảnh kiêu hùng của những chàng kiếm sĩ đất Phù Tang khi xưa, mà khán giả hát bóng thời bấy giờ rất thường thấy trên màn ảnh rộng, lúc phim Nhựt ào ạt nhập vào được Ban Năm Châu chuyển âm tiếng Việt.

Thấy phim Nhựt nói tiếng Việt ăn khách, nên các soạn giả cải lương nhà ta cũng viết tuồng Nhựt có ca vọng cổ với hy vọng được khán giả sẽ trở lại coi cải lương, bởi phần lớn người coi phim Nhựt được chuyển âm là khán giả cải lương bình dân. Lúc ấy hầu như gánh hát lớn, nhỏ nào cũng có tranh cảnh vẽ hoa anh đào, cảnh núi Phú Sĩ, và kép hát thì đêm nào cũng đeo kiếm, cùng với bộ đi tướng đứng, chào hỏi cũng theo cung cách của tài tử Nhựt thủ vai trong phim. Còn các cô đào thì được dịp khoe chiếc Kimono thích hợp với thân hình nhỏ nhắn của các cô gái Việt trong giống như búp bê Nhựt Bổn. Dường như cô đào nào mỗi đêm hát cũng đều tay bưng ly rượu sa kê tiễn chàng ra quan ải, hoặc hội ngộ buổi tương phùng. Tóm lại là người Nhựt không cần quảng cáo đất nước và văn hóa của họ, vì đã có đào kép cải lương Việt Nam thay thế giới thiệu cho tất cả rồi.

Riêng vở tuồng Nhựt với tên tựa "Thuyền Ra Cửa Biển" thì tuồng này được coi như có nhiều kịch tính, nội dung tình tiết lại éo le, gay cấn, và đặc biệt là bút pháp của soạn giả Phong Anh... rất là cải lương, đã làm phong phú thêm cho vở tuồng. Nhưng "văn chương cải lương" là gì mà nghe qua ngỡ ngộ vậy?

Dĩa hát Thuyền Ra Cửa Biển.

Khi xưa một ký giả kịch trường khi phê bình vở tuồng nổi tiếng nói trên, anh ta đã dùng từ ngữ "văn chương cải lương", bởi theo anh là do trong tuồng "Thuyền Ra Cửa Biển", văn phong của soạn giả Phong Anh quá mượt mà, bóng bẩy, lã lướt... nên chỉ dùng trong cải lương mà thôi, chớ đem áp dụng bên ngoài thì không thể được, nghe rất lạ tai, dễ tức cười. Do vậy mà văn phong của Phong Anh có một thời người ta gọi là "văn chương cải lương".

Xưa nay, nếu là khán giả cải lương sân khấu, thì hầu như người nào cũng là thính giả của cải lương dĩa hát, bởi nếu không được đến rạp coi trình diễn thì nghe dĩa hát cũng... đỡ ghiền. Đó là lời của những ông bà yêu thích cải lương, mỗi trưa mở radio nghe chương trình cổ nhạc phát thanh dĩa hát.

Thông thường khi một vở hát ra đời mà thấy ăn khách, báo chí nói nhiều, thiên hạ bàn tán nhiều, thì hãng dĩa hát sẽ không bỏ lỡ cơ hội để làm giàu thêm. Tuồng "Thuyền Ra Cửa Biển" hát vài tuần thì hãng dĩa hát Hồng Hoa đã mời soạn giả Phong Anh đến ký hợp đồng để hãng này độc quyền khai thác về mặt dĩa hát. Vậy hợp đồng giữa hãng dĩa và soạn giả diễn ra như thế nào?

Hợp đồng thu thanh dĩa hát

Người soạn giả có một vở tuồng được đưa lên sân khấu là mừng rồi, vì được lãnh tiền bản quyền sau mỗi đêm hát. Bởi có những kịch bản viết xong, kiểm duyệt rồi, lại bị bỏ nằm trong ngăn kéo từ tháng này sang năm nọ, kéo dài nhiều năm rồi quên luôn. Do vậy mà các soạn giả chỉ mong cho tuồng của mình được hát là tốt rồi, chứ chẳng ông nào có cái mơ mộng tuồng được thu dĩa hát hoặc lên phim. Do đó mà khi soạn giả được hãng dĩa mời thương lượng là coi như trúng số, tiền từ trên trời rơi xuống vậy!

Hãng dĩa hát là một cơ sở kinh doanh nghệ thuật, việc khai thác nhắm vào những tinh hoa trong làng cải lương, từ giọng ca nghệ sĩ cho đến tuồng tích nổi tiếng. Họ có cái nhìn của nhà thương mại làm ăn lớn, và tính toán rất kỹ càng, không để chi phối hoặc rắc rối trong công cuộc làm ăn.

Thế nhưng, ít ai để ý đến vấn đề do đâu mà tuồng cải lương được vô dĩa hát, đâu phải tuồng nào cũng được thâu thanh dĩa hát, kể cả các tuồng hay, ăn khách, bởi đôi khi một vở tuồng rất hay, nhưng lại không được gia nhập làng dĩa hát. Lý do thì rất nhiều mà trong đó phải kể đến việc hãng dĩa không thích người soạn giả đó, do quá trình cư xử không đẹp chẳng hạn. Hoặc giả là lúc đó có đến vài tuồng cũng đều hay, thì dĩ nhiên hãng dĩa không thể cùng một lúc hợp đồng 2, 3 tuồng, một nguồn đầu tư quá lớn, mà thị trường thì may rủi kề bên nhau. Tuồng hay mà để lâu quá, hãng dĩa cũng không còn muốn khai thác, khó ăn hơn là tuồng mới, báo chí và dư luận đang bàn tán.

Một vấn đề nữa cũng ảnh hưởng không ít đến việc hợp đồng thu thanh dĩa hát, đó là "Thiên thời, địa lợi, nhân hòa". Tuồng hay nhưng lại ra đời vào thời điểm khó bán dĩa, chẳng hạn như mùa mưa, người nông dân đâu có dư tiền mà mua dĩa hát. Phải từ Tháng 10 Âm lịch trở đi là mùa thu hoạch lúa thì người dân nông thôn mới có tiền để mua dĩa hát chuẩn bị ăn Tết. Theo lời ông Năm Mạnh chủ hãng dĩa Asia tiết lộ với người thân, thì chỉ cần một vụ trúng mùa lúa ở miền Tây là ông có thể mua 2 chiếc xe du lịch hiệu Simca, mà còn dư tiền xài thoải mái.

Do các vấn đề trên mà một khi soạn giả được hãng dĩa mời thương lượng thì các thầy tuồng không để mất cơ hội, đón bắt ngay liền, chớ không thôi thì dịp may sẽ không còn. Và khi đã có cuộc gặp mặt rồi, vậy thì hợp đồng giữa soạn giả và hãng dĩa diễn ra như thế nào? Đối với những người có thời gian dài tìm hiểu, họ có thể nói lên vấn đề ấy như sau:

Hợp đồng giữa hãng dĩa hát và soạn giả là văn kiện hợp tác làm ăn, do hãng dĩa chủ động và đánh máy sẵn, chớ soạn giả không có ý kiến gì. Tuy nói tiếng là "thương lượng" chớ thật ra số tiền do hãng dĩa định đoạt ghi sẵn trong hợp đồng, nếu tuồng hay thì tiền hợp đồng khá cao. Soạn giả đồng ý ký vào thì nhận tiền, bằng không thì ra về chớ không có vấn đề mặc cả, kèo nài gì hết. Tóm lại không đồng ý thì coi như đi luôn, muốn trở lại cũng không ai tiếp, mà còn ảnh hưởng đến các hợp đồng sau này. Dầu vậy chưa nghe nói soạn giả nào từ chối ký hợp đồng có sẵn đó, bởi ký vào thì được nhận liền phân nửa tiền (phân nửa còn lại được trả sau khi thu thanh xong).

Có rất nhiều điều kiện được ghi trong hợp đồng, ngoài vấn đề chính là giá cả tiền bạc ra, còn có 2 điều kiện khác mà hầu như chẳng ông bà thầy tuồng nào mà không bất mãn, đó là: Hãng dĩa độc quyền khai thác và quyền tuyển chọn nghệ sĩ thu thanh, có nghĩa là diễn viên cũng có thể thay đổi chứ không phải nhứt thiết phải là người thủ vai trên sân khấu của đoàn hát đang trình diễn. Thứ đến là quyền sửa đổi, thêm bớt kịch bản cho thích hợp với kỹ thuật thu dĩa hát. Hai vấn đề trên bị ràng buộc thì coi như quyền hạn của soạn giả đã chẳng còn gì hết, dù rằng hãng dĩa vẫn đề tên soạn giả trong nhãn hiệu.

Đối với hãng dĩa thì ngoài việc chọn tuồng hay, ăn khách, họ còn phải tuyển chọn nghệ sĩ tên tuổi, vì đó là 2 yếu tố quyết định sự thành bại sau này. Kinh nghiệm làm ăn nhiều năm, họ đã thấy rõ vùng quê nông thôn là thị trường tiêu thụ dĩa hát mạnh mẽ nhứt. Người dân nông thôn họ rất cân nhắc trước khi bỏ tiền ra mua dĩa hát, nhưng nếu dĩa hát có nghệ sĩ mà họ quen tên như Út Trà Ôn, Út Bạch Lan, Thành Được, Hữu Phước chẳng hạn, thì không ngần ngại móc túi tiền ra mua ngay. Do vậy mà người ta thấy tuồng "Thuyền Ra Cửa Biển", lúc ở trên sân khấu Kim Chưởng thì vai Hoàng Đế Diệp Chấn Phong do kép Trường Xuân đóng. Nhưng khi thu dĩa thì vai này hãng dĩa đã chọn Út Trà Ôn, bởi lẽ rất dễ hiểu là Trường Xuân không thể so với đệ nhứt danh ca. Khách hàng mua dĩa hát sẽ so sánh Cậu Mười và kép Trường Xuân ai ca vọng cổ hay hơn.

Tóm lại là khi tuồng bước sang địa hạt dĩa hát thì thay đổi rất nhiều, và các nghệ sĩ "gà" của soạn giả cũng đương nhiên mất chỗ đứng trong dĩa hát.

Vấn đề thứ hai là sửa đổi, cắt xén thêm bớt kịch bản thì chẳng khác gì đứa con tinh thần của thầy tuồng bị xẻ thịt vậy! Khi tuồng bước sang địa hạt dĩa hát thì không còn rườm rà với thời lượng 3 tiếng đồng hồ như trên sân khấu, mà thu gọn lại khoảng 45 phút mà thôi. Về vai trò thì cũng chỉ còn những vai chính yếu của tuồng, tức là những vai xét thấy không cần có mặt thì bỏ luôn, các vai trò liên hệ chỉ cần đề cập đến tên cũng đủ rồi. Với công việc này, soạn giả lại chính là người lãnh luôn phần xẻ thịt, cắt ráp bởi do hợp đồng ràng buộc để khỏi rắc rối, tranh cãi về sau.

Toàn nghệ sĩ tên tuổi thu thanh tuồng "Thuyền Ra Cửa Biển"

Khi vở tuồng được thu thanh dĩa hát phát hành cùng khắp, thì tuồng lại càng nổi tiếng nhiều hơn, thiên hạ nghe riết rồi thuộc cả lớp lang, lời ca, đối thoại. Nghe dĩa hát "Thuyền Ra Cửa Biển", thì những người từng đi coi cải lương đã thấy rõ hãng dĩa đã mời toàn diễn viên gạo cội thay thế cho một số diễn viên lúc tuồng trình diễn trên sân khấu. Thu thanh dĩa hát "Thuyền Ra Cửa Biển" hãng dĩa Hồng Hoa đã chọn thành phần nghệ sĩ sáng giá lúc bấy giờ, và phân vai trò như sau:

Út Trà Ôn vai Hoàng Đế Diệp Chấn Phong, lúc ấy tuổi đã tứ tuần nhưng lại thích hợp với vai vua cha. Vã lại cái danh hiệu "đệ nhứt danh ca" của Cậu Mười vẫn còn chứ chưa ai thay thế. Út Trà Ôn lừng danh tên tuổi lại đang là kép chánh của đoàn Thủ Đô, là mục tiêu mua vé của khán giả, chưa có nghệ sĩ nào có lương đêm cao hơn hơn ông lúc ấy (vai này trên sân khấu Kim Chưởng do kép Trường Xuân đóng).

Về kép độc thì Hoàng Giang coi như số 1 với vai trò phản diện thời bấy giờ, tiếng nói rang rảng của ông làm ồn cả rạp hát, bay về tận nông thôn, mỗi khi tuồng được trực tiếp truyền thanh trên làn sóng của đài phát thanh Sài Gòn. Không ai qua được Hoàng Giang nên vai độc Hoàng Hạt Tử Lang về tay ông.

Còn danh ca Minh Chí thì giới mộ điệu dĩa hát vọng cổ hoặc tuồng cải lương thu thanh đâu có lạ gì tên tuổi ông trong nhãn hiệu dĩa hát Việt Nam phát hành thập niên 1950. Minh Chí ca chung với cô Năm Cần Thơ trong các bộ dĩa Anh Hùng Liệt Nữ - Phất Cờ Độc Lập, hoặc với Kim Chưởng trong bộ dĩa Máu Thấm Tần Hoàng Đảo, và dĩa Nguyễn Thái Học với Thanh Hương (vai Cô Giang). Bộ dĩa tuồng Nguyệt Thu Nga trong vai Nguyên Soái Tô Điền hát với Ngọc Ánh. Hãng dĩa chọn Minh Chí đóng vai Kiến Phương đã không quên khai thác giọng ca xàng xê của ông, vì Minh Chí nổi tiếng là "Vua Xàng Xê".

Và đào Thanh Hương nổi tiếng từ thời ca ở đài phát thanh Pháp Á, cũng đồng thời là danh ca dĩa hát, vang lừng với bài vọng cổ "Cô Bán Đèn Hoa Giấy". Thanh Hương được hãng dĩa giao cho vai Chiêu Lan Đài, tức vai lẳng, độc của tuồng cũng là vai khá quan trọng. Giọng ca vàng của Thanh Hương vẫn được khai thác để ca vọng cổ lúc nàng hối hận.

Đặc biệt hai vai nam nữ chánh Diệp Băng Đình và Chiêu Trúc Lệ do đôi uyên ương Thành Được, Út Bạch Lan đảm trách. Đây là cặp đào kép ăn khách nhứt thời bấy giờ, tiếng ca của cả hai còn rất trẻ. Trước đó chẳng lâu Út Bạch Lan đã nổi tiếng, còn Thành Được thì chưa, vì còn ở gánh nhỏ. Út Bạch Lan đã phải lòng Thành Được nên khi mãn hợp đồng với đoàn Kim Chưởng, bà bầu mời tái ký giao kèo. Nàng Út ra điều kiện nếu muốn cô không rời đoàn, tiếp tục ký giao kèo ở lại hát thì bà bầu phải cho Thành Được về đoàn. Thế mới thấy rằng Nàng Út đã quá nặng tình với Thành Được, và khi về hát chung với Út Bạch Lan thì hai người cùng nổi danh như cồn, được hãng dĩa mời đóng hai vai chánh nói trên.

Tuồng cải lương có kép mùi, có đào thương, kép độc, có đào lẳng rồi, thì phải có hề cho đủ bộ, và Hề Minh được mời đóng vai Lục Lăng, tức là vai mà hề ta đang diễn ở đoàn Kim Chưởng.

Hề Minh là hề ca vượt trên tất cả hề nhờ lối ca hài hước trong bài vọng cổ "Chồng Già Vợ Trẻ" nổi tiếng khắp nước, do đó mà bộ dĩa này Hề Minh ca đến 3 câu vọng cổ, tức ca gần bằng cặp đào kép chánh. Thời điểm này hề Văn Hường chưa xuất hiện nên Hề Minh chiếm ngôi vương. Người ta mua vé đi coi đoàn Kim Chưởng, một phần cũng do giọng ca hài hước của Hề Minh.

Tóm lại hầu hết tiếng ca thu thanh trong bộ dĩa Thuyền Ra Cửa Biển là nghệ sĩ đương thời ăn khách lúc bấy giờ, đang được khán thính giả khắp nơi ái mộ. Lời ca tiếng hát của họ hái ra bạc, đem lại nguồn lợi quá lớn cho hãng dĩa là điều có lẽ ai cũng biết, kể cả nghệ sĩ được mời thu thanh cũng biết rõ.

Chọn thành phần nghệ sĩ gạo cội như trên để thu bộ dĩa "Thuyền Ra Cửa Biển", hãng dĩa Hồng Hoa đã có cái nhìn của nhà làm thương mại đầy kinh nghiệm. Do vậy mà khi bộ dĩa được tung ra thị trường đã bán chạy như tôm tươi. Đài phát thanh Sài Gòn được thính giả yêu cầu nhiều, nên đã cho phát thanh bộ dĩa "Thuyền Ra Cửa Biển" cũng nhiều lần.

Hiện nay những danh ca thu thanh bộ dĩa "Thuyền Ra Cửa Biển" một số lớn đã qua đời: Thanh Hương mất năm 1974 tại Sa Đéc, cô mất rồi thì gánh Thanh Hương - Hùng Minh cũng rã luôn, Hùng Minh gà trống nuôi con, anh về hát chầu cho đoàn Dạ Lý Hương. Và cách đây khoảng 10 năm Út Trà Ôn và Hoàng Giang cũng ra đi, hai ông cùng nằm trong nghĩa trang nghệ sĩ ở Gò Vấp. Danh ca Minh Chí thì sau 1975 đi hát thêm vài năm thì về phụ giúp bà vợ là đào Ánh Hoa, bán cơm tấm ở dưới dạ cầu chữ Y. Cái may mắn cuối cùng của cặp đào kép Minh Chí - Ánh Hoa là đào Ánh Hoa được đạo diễn Trần Anh Hùng tuyển chọn làm tài tử đóng phim, được đi Pháp đóng vai Bà Ti trong phim Mùi Đu Đủ Xanh. Cuộc sống đỡ khổ khoảng 2 năm thì Minh Chí về với Tổ nghiệp cải lương do chứng bệnh sơ gan. Còn đào Ánh Hoa thì sau đó cũng được mời đóng vài bộ phim nữa. Giờ đây không biết bà có còn mạnh giỏi.

Hề Minh thì anh này lãnh tiền lương đêm hát và hợp đồng không thua kép chánh, vậy mà sau năm Mậu Thân gánh hát rã gần hết, anh phải chạy xe ôm ở Thị Nghè. Nghe nói mấy bà khách đi chợ mến tài, nên đi xe không trả giá mà mỗi cuốc xe còn được cho thêm tiền. Từ sau 1975 chẳng nghe Hề Minh làm gì, ở đâu nên không biết hiện tại ra sao. Riêng cặp Út Bạch Lan, Thành Được thì còn mạnh giỏi, nhưng người nào cũng ở tuổi 80 ngoài. Thành Được định cư ở Mỹ, nhiều năm nay chẳng thấy hát xướng gì, anh có nhà hàng mang bảng hiệu Thành Được Restaurant ở San Jose miền Bắc California. Năm 2000 tôi, Ngành Mai lãnh nhiệm vụ điều hợp cuộc thi cổ nhạc Gò Công, tôi có mời Thành Được về miền Nam California tham gia Ban Giám Khảo.

Còn đào thương Út Bạch Lan thì ở Việt Nam, lúc có phong trào nghệ sĩ ra hải ngoại, Út Bạch Lan cũng xuất hiện trong nhiều sô hát ở hai miền Nam Bắc California. Báo chí phỏng vấn Nàng Út rằng cô có gặp Thành Được không? Út Bạch Lan trả lời không, vì chàng đã có vợ khác, sợ bị hiểu lầm. Có lẽ Nàng Út sợ miệng đời với câu nói nhân gian "vợ chồng cũ không rủ cũng tới". Nghe nói hiện giờ Út Bạch Lan chỉ đi hát chùa (chùa thật chớ không phải nghĩa bóng đâu).

Soạn giả Phong Anh vào mật khu

Khoảng vài tháng sau ngày vở hát "Thuyền Ra Cửa Biển" ra mắt khán giả, thì tờ báo Tiếng Dội Miền Nam của ông Trần Tấn Quốc mở cuộc trưng cầu ý kiến độc giả về vở tuồng hay nhứt (không nói rõ hay nhứt năm nào). Do đó mà tất cả tuồng cải lương từng trình diễn trên sân khấu trước đó cũng đều được cho ý kiến.

Như dự đoán của nhiều người, sau khi kiểm phiếu thì tuồng hay nhứt là "Thuyền Ra Cửa Biển". Đứng thứ nhì là "Nửa Bản Tình Ca", thứ ba là "Tiếng Trống Sang Canh", và thứ tư là "Con Gái Chị Hằng". Chỉ trưng cầu ý kiến thôi, chớ không có phát giải gì hết, mà nếu có phát giải thì soạn giả Phong Anh cũng không có mặt để mà lãnh giải. Báo chí đề cập rần rần mà soạn giả Phong Anh lại không lên tiếng gì hết, mà cũng chẳng thấy ông xuất hiện ở đâu cả. Phong Anh vắng mặt lý do gì, có giống như trường hợp của đào Thanh Loan không?

Trong lúc tờ báo Tiếng Dội Miền Nam loan tin tuồng Thuyền Ra Cửa Biển được độc giả chọn, thì trong giới cải lương xôn xao và bắt đầu chú ý đến soạn giả Phong Anh, cũng như bạn bè thân hữu mong gặp mặt ông để chúc mừng. Trước đây Phong Anh thường ngồi tiệm cà phê ở Ngã Tư Quốc Tế phía sau rạp hát Nguyễn Văn Hảo. Thế mà khi có tin mừng lại không thấy ông ở đây? Và người trong giới cũng như những người ái mộ cải lương đã hỏi nhau rằng, soạn giả nhà ta đi đâu mà không thấy tăm dạng? Báo chí tìm phỏng vấn hỏi han lung tung vẫn không có câu trả lời.

Rồi thì cũng có người nói Phong Anh đi theo đoàn Kim Chưởng để thu tiền bản quyền. Nhưng khi đoàn Kim Chưởng về Thủ Đô Sài Gòn, người ta vẫn không thấy Phong Anh. Nhiều người đã hỏi bà bầu Kim Chưởng:

- Soạn giả Phong Anh có đi theo đoàn lưu diễn?

Bà bầu Kim Chưởng lắc đầu:

- Không có, lần lưu diễn miền Trung này, anh ta không đi theo đoàn.

- Vậy chớ mỗi lần hát tuồng Thuyền Ra Cửa Biển, cô Bảy (nghệ sĩ Kim Chưởng thứ Bảy trong gia đình) trả tiền bản quyền cho ai?

- Chưa thấy ai nhận tiền nên còn để đó.

Rồi thì người trong giới lẫn bên ngoài đều nghi ngờ Phong Anh đã vào mật khu, vì trước đó Tư Trang đã đi rồi, và tiếp theo là đào Thanh Loan cũng vào chiến khu.

Thật vậy, năm 1961 sau những lần thu tiền bản quyền vở tuồng ăn khách "Thuyền Ra Cửa Biển", người ta tưởng đâu

Phong Anh thừa thắng xông lên, tiếp tục cho ra đời tuồng mới. Nhưng không, năm 1962 Phong Anh vào mật khu, coi như vở tuồng đầu tiên nổi tiếng nhứt, và cũng là vở hát cuối cùng của Phong Anh. Không biết lúc vào mật khu ông có viết thêm tuồng nào nữa hay không.

Soạn giả Phong Anh người gốc ở Mỹ Tho, và là con một trong gia đình. Người ta không biết ông khởi sự viết tuồng cải lương từ lúc nào, chỉ thấy xuất hiện ở đoàn Kim Chưởng khoảng 1960. Lúc ấy cái tên Phong Anh rất xa lạ với khán giả, với làng cải lương, tên tuổi rất ít người biết, báo chí cũng không đề cập. Thế mà đến khoảng giữa năm 1961 thì cái tên soạn giả Phong Anh vụt sáng chói, nổi tiếng cùng với tuồng "Thuyền Ra Cửa Biển". Báo chí tập trung vào viết bài phê bình, do bởi tình tiết của tuồng rất hay, rất lạ, lại thêm "văn chương cải lương" mượt mà...

Theo lời ký giả Thiện Mộc Lan kể lại thì lúc đoàn Kim Chưởng diễn tại Sa Đéc một tuần. Ngày chót tại đây có bữa tiệc mà số người tham dự ai cũng hiểu ngầm là "tiệc tiễn đưa Phong Anh" nhưng chẳng một ai dám mở miệng nói là tiệc gì. Những người dự tiệc hôm bữa đó có bà bầu Kim Chưởng, kép Trường Xuân, ký giả Thiện Mộc Lan cùng một số nghệ sĩ của đoàn Kim Chưởng. Sau bữa tiệc đó không ai còn thấy Phong Anh ở đâu cả.

Tám năm sau ngày cưới vợ thì soạn giả Phong Anh vào chiến khu, ông vào rừng để lại người vợ trẻ và 2 con thơ. Có những lúc chị Phong Anh được bí mật đưa vào chiến khu thăm chồng, nhưng đến năm 1966 thì bặt tin chồng đột ngột. Chị lo lắng, đi tìm thì được báo tin chồng chị đã ra đi cùng với 3 người đồng đội trong một trận dội bom B52.

Phong Anh mất đi, gia tài để lại không có gì, ngoài mớ bản thảo tuồng cải lương viết chưa xong, mà lúc sinh thời anh hết sức giữ gìn. Chị trở thành góa phụ khi mới ngoài 30. Phong Anh viết xong vở tuồng "Hai Chiều Ly Biệt" chưa kiểm duyệt. Trước ngày vào mật khu ông bán cho soạn giả Thu An lấy tiền để lại cho vợ rồi ra đi. Thu An đem kiểm duyệt đề tên mình và tuồng cũng ăn khách trên sân khấu Kim Chưởng.

SOẠN GIẢ VIỄN CHÂU "VUA" BÀI CA NHỎ

Từ 6 câu vọng cổ đến tân cổ giao duyên

Trong số nhiều soạn giả viết tuồng cải lương phục vụ sân khấu ca kịch, có soạn giả Viễn Châu là "chuyên môn" viết bài ca nhỏ, tức bài ca vọng cổ vừa đủ thu thanh một mặt dĩa hát, mà thông thường là 6 câu vọng cổ có thêm phần nói lối, hoặc một bản vắn ca trước khi xuống hò.

Có lẽ lối viết bài ca vọng cổ của Viễn Châu dễ ca hay sao, hoặc là bài ca trữ tình nên được giới đờn ca tài tử chiếu cố, học thuộc lòng để hát trong các buổi sinh hoạt hội hè, đình đám ở khắp các tỉnh Nam Việt, kể cả ngoài Trung.

Soạn giả Viễn Châu đã cho ra đời hàng trăm bài vọng cổ, trong số có những bài ca nổi tiếng một thời như: Lòng Dạ Đàn Bà, Gánh Nước Đêm Trăng, Mồ Em Phượng, Tình Anh Bán Chiếu..., đó là những bài vọng cổ mà thời còn trẻ tham gia sinh hoạt đờn ca tài tử, tôi đã nghe qua không biết bao nhiêu lần, đến đổi có bài nghe riết rồi tự nhiên nhớ hết 6 câu, chẳng cần học cũng thuộc lòng ca được.

Ngoài ra Viễn Châu cũng là "vua" bài ca tân cổ giao duyên, những năm trước 1975 ông là cộng sự viên đắc lực của hai hãng dĩa hát lớn ở Sài Gòn, chủ của hai hãng dĩa này theo dõi bên tân nhạc thấy bản nào được đài phát thanh phát nhiều lần, thính giả ưa thích yêu cầu nhiều, thì thương lượng với nhạc sĩ sáng tác bản nhạc đó để mua bản quyền khai thác về mặt dĩa hát tân cổ giao duyên. Và hầu như nhạc sĩ nào cũng mong muốn đứa con tinh thần của mình được phổ biến như vậy, bởi vừa có tiền lại vừa có tiếng thêm lên.

Vấn đề trên sau khi được thỏa thuận thì hãng dĩa đưa bản nhạc cho Viễn Châu, rồi thì chỉ đôi ba ngày hoặc hôm trước hôm sau là có ngay bài ca tân cổ, đây là trường hợp gọi là "đặt hàng". Đối với soạn giả cải lương mà viết theo đơn đặt hàng thì coi như có tiền cầm chắc trong tay, bởi viết xong là có tiền ngay, đôi khi còn được hãng dĩa trả tiền trước. Chớ còn soạn giả tự viết rồi đem đi chào hàng thì chỉ hy vọng nho nhỏ thôi, mà còn lắm khi thất vọng.

Thông thường thì hãng dĩa không từ chối việc nhận bài ca mà cũng không quyết định mua, họ bảo để đó xem có tiền thực hiện hay không rồi sẽ cho biết sau, nhưng chờ đến bao giờ thì chỉ hãng dĩa biết, trời biết mà thôi. Có nhiều bài ca đưa cho hãng dĩa rồi, soạn giả chờ "dài cổ ra" cũng chẳng thấy ai gọi đến thương lượng.

Riêng soạn giả Viễn Châu thì ông làm ăn khá nhờ sự đặt hàng liên tục của hãng dĩa để viết lời ca vọng cổ xen vào bản tân nhạc. Cũng nhờ viết bài ca theo sự đặt hàng mà ông khá giả ngó thấy: Nhà cửa khang trang, đi xe hơi Peugeot 203, sắm xe cam nhông cho mướn, xích lô máy cho mướn...

Vào thời này hầu như bản tân nhạc nào hay, nổi tiếng cũng được Viễn Châu "biến" nó thành tân cổ giao duyên để giúp hãng dĩa kiếm lời bạc triệu. Dĩ nhiên tiền thù lao cho soạn giả cũng có đều đều, do vậy mà lúc bấy giờ người ta thấy Viễn Châu xài tiền thoải mái, mỗi bước đi là lên xe xuống ngựa.

Lúc tiền vô nhiều, Viễn Châu đã không tránh khỏi chứng bệnh mà rất nhiều nghệ sĩ cải lương vướng phải: Chứng bệnh mà người ta gọi là món nợ tiền góp triền miên, cứ góp hàng ngày cho nàng tiên nâu, đến chết mới thôi!

*Soạn giả Viễn Châu (trái)
và ký giả kịch trường Thiện Mộc Lan.*

Sau Tết Mậu Thân cải lương đang hồi suy sụp, các hãng dĩa lại bị băng nhựa cassette cạnh tranh, sản xuất yếu dần, thỉnh thoảng mới có người mướn ông viết, thành thử ra lúc này tiền bản quyền èo uột không đủ sống, tài sản, xe cộ nối tiếp nhau bay hết, soạn giả nhà ta phải dùng xe gắn máy di chuyển. Rồi sau cơn đau trí mạng, ông can đảm dứt khoát luôn chứng bệnh thiên khối kia, đoạn tuyệt với ả phù dung tiên nữ.

Soạn giả Viễn Châu, tức nhạc sĩ Bảy Bá, đi theo gánh hát làm thầy đờn từ năm 1943, là một nhạc sĩ đang nghèo nhờ viết bài ca vọng cổ mà nên sự nghiệp. Khi bộ môn cải lương xuống dốc, hãng dĩa hát dẹp tiệm thì Viễn Châu cũng xuống theo, có lúc nghe ông than thở rằng: "Thật là nghịch lý, người ta than thiếu kịch bản sân khấu, tôi viết xong lại chẳng biết tiêu thụ ở đâu"!

Tuồng cũ sửa tên thành tuồng mới

Mấy năm đầu của thập niên 1970, các gánh hát nhỏ chết gần hết. Duy chỉ có đoàn Thái Dương của bà Tiêu Thị Mai, chủ rạp Quốc Thanh là còn hoạt động mạnh. Dĩ nhiên mấy đoàn hát lớn này rất cần tuồng tích mới, và người ta thấy soạn giả Viễn Châu hết viết tuồng cho gánh Dạ Lý Hương, lại trao tuồng mới cho đoàn Thái Dương diễn liền liền. Lúc bấy giờ người trong giới rất khâm phục và nói rằng Viễn Châu coi già nhưng nhờ chất ấy (ả phù dung) mà gân đều đều.

Nhưng có một lần nọ Viễn Châu trao cho đoàn Thái Dương vở tuồng "Tình Người Dưới Mộ", tựa tuồng nghe qua đã ăn khách rồi, khán giả đầy rạp nhưng hát nửa chừng thì có người lên tiếng:

- Tuồng cũ tám mươi đời vương mà sao nói là tuồng mới?

Thế là khán giả hỏi nhau, tiếng ồn trong rạp mỗi lúc một nhiều hơn. Rồi người ta thấy Viễn Châu và quản lý đoàn Thái Dương nói chuyện với nhau một hồi, rồi cùng đi ra ngoài lên xe đi nơi khác. Thì ra người thông thạo cải lương đã cho biết, rằng vở hát "Tình Người Dưới Mộ" tức là tuồng "Chiếc Quạt Trầm Hương" mà hồi nắm mười mấy năm về trước Viễn Châu đã đưa cho đoàn Hoa Mai hát không biết bao nhiêu lần rồi. Giờ đây viết không kịp, bí quá Viễn Châu lấy tuồng cũ sửa tên, đánh bóng lại, mang ra thử trí nhớ của khán giả chăng?

Không biết buổi hát trên bầu đoàn Thái Dương giải quyết thế nào đối với khán giả. Riêng Viễn Châu thì kể như không được trả tiền bản quyền, mà lại còn làm mất tin tưởng, ảnh hưởng các lần đưa tuồng sau đó.

Cũng như một số đào kép cải lương khi không còn sống được với nghề ca hát đã quay sang mở quán ăn có sân khấu nhỏ, mà người ta thường gọi là "quán nghệ sĩ". Soạn giả Viễn Châu cũng thế, không còn hãng dĩa đặt hàng, mà viết tuồng thì cũng chẳng ai mua, nên mở quán ăn lấy bảng hiệu "Hoa Mộc Lan". Bảng hiệu này là tên vở tuồng mà năm xưa lúc đương thời ông đã viết vào giữa thập niên 1960, trình diễn trên sân khấu Thanh Minh Thanh Nga, do Thanh Nga đóng vai Hoa Mộc Lan.

Lúc đầu thì quán đông khách vì có sân khấu nhỏ, có diễn trích đoạn cải lương, nhưng chẳng bao lâu thì quán thưa khách ế ẩm nên dẹp tiệm

Không còn viết cho sân khấu, cho băng nhựa, hiện giờ Viễn Châu ở Sài Gòn, nghe nói chẳng còn mấy ai "đặt hàng" để viết. Vả lại tuổi đời đã khoảng 90 rồi cần phải dưỡng già chớ!

Soạn giả Viễn Châu đã đóng góp lớn cho kho tàng văn học nghệ thuật nước nhà vậy.

CHƯƠNG 14

ĐÀO CẢI LƯƠNG
THẨM THÚY HẰNG

Mỹ danh người đẹp Bình Dương do đâu?

Kể từ giữa thập niên 1950 cho đến sau này, khán giả hâm mộ hát bóng, cũng như rất nhiều người trong mọi giới đã không lạ gì với cái tên Thẩm Thúy Hằng, và người đời cũng đặt biệt danh cho nàng là người đẹp Bình Dương. Mới nghe qua thiên hạ tưởng đâu rằng Thẩm Thúy Hằng nếu không xuất thân ở tỉnh Bình Dương thì cũng có liên hệ gì đó đến cái đất địa cách Sài Gòn khoảng hơn 30 cây số về hướng Bắc, trừ phi những người từng biết căn cội của người nữ tài tử điện ảnh nổi tiếng là đẹp này.

Kể ra thì bên lãnh vực điện ảnh cũng có rất nhiều nữ tài tử, và luôn cả những người nổi tiếng, đóng nhiều phim Việt Nam, phim ngoại quốc, nhưng lại không có biệt danh, trừ trường hợp kỳ nữ Kim Cương đã sẵn có biệt danh bên địa hạt sân khấu từ lâu, ngoài ra chẳng thấy ai hết. Tóm lại trong làng điện ảnh chỉ duy nhứt Thẩm Thúy Hằng là có cái biệt danh "người đẹp Bình Dương", một mỹ từ mà có lẽ không một người nữ nào lại chẳng muốn.

Thế nhưng, số đông thiên hạ đâu có biết Thẩm Thúy Hằng chẳng có liên hệ dính dáng gì đến vùng đất nổi tiếng có nhiều trái cây, sầu riêng măng cụt, chôm chôm như Lái Thiêu, hoặc là có nhiều đồn điền cao su như Lai Khê, Bến Cát của tỉnh Thủ Dầu Một, tức Bình Dương. Như vậy do đâu mà Thẩm Thúy Hằng lại mang biệt danh "người đẹp Bình Dương"?

Thật ra thì chẳng có mấy ai lại bỏ công tìm hiểu làm chi vấn đề "bao đồng" như thế, có ích lợi gì đâu chớ, mà chỉ những người hâm mộ nghệ thuật, muốn lưu lại cho thế hệ sau về lịch sử sân khấu, màn ảnh, cũng như sự thăng trầm ba chìm bảy nổi các bộ môn nghệ thuật nước nhà thì mới tìm hiểu ghi lại thành tài liệu lịch sử cho sau này.

Theo như tôi tìm hiểu thì nữ minh tinh Thẩm Thúy Hằng gốc ở miền Tây, tỉnh Long Xuyên, lên Sài Gòn đang học lớp Đệ Tứ ở trường Huỳnh Thị Ngà thì được hãng phim Mỹ Vân tuyển chọn đóng vai chánh cuốn phim có tên "Người Đẹp Bình Dương" để rồi sau đó người ta dùng nhân vật chính và địa danh trong cuốn phim để đặt biệt danh cho nàng. Có điều là Bình Dương trong cuốn phim kia lại không phải là Thủ Dầu Một, một trong 20 tỉnh của Nam Kỳ Việt Nam, mà là một địa danh ở... bên Tàu.

Năm 1957 nghệ sĩ Năm Châu, tức soạn giả Nguyễn Thành Châu hợp tác với hãng phim Mỹ Vân, đã dựa vào câu chuyện trong một cuốn sách của Tàu viết kịch bản cho phim, và dùng địa danh cùng nhân vật nữ chánh đặt tựa cho phim

"Người Đẹp Bình Dương". Đây là cuốn phim đầu tiên của minh tinh Thẩm Thúy Hằng, đã đưa nàng lên đài danh vọng, lại đồng thời được khán giả, thiên hạ đặt cho cái biệt danh nghe rất dễ thương.

Vấn đề này về sau một ký giả kịch trường có hỏi Năm Châu tại sao lại lấy tên phim là Người Đẹp Bình Dương, để cho thiên hạ lầm lẫn với Bình Dương Thủ Dầu Một? Năm Châu trả lời, lúc ấy thời Đệ Nhứt Cộng Hòa, ông viết truyện phim dựa vào câu chuyện nhân gian bên Tàu, và lúc quay cuốn phim "Người Đẹp Bình Dương" thì tỉnh Thủ Dầu Một chưa đổi tên. Thế nhưng, khi phim kiểm duyệt xong ra mắt khán giả, thì lại đúng vào lúc có sắc lệnh của chính phủ đổi tên nhiều tỉnh chứ không riêng gì Thủ Dầu Một. Thấy cũng chẳng hại gì, thì thôi để vậy luôn.

Cũng cần biết thêm lúc tỉnh Thủ Dầu Một đổi tên, thì cùng lúc nhiều tỉnh khác cũng đổi tên mới như: Bà Rịa đổi tên Phước Tuy, Cần Thơ đổi tên Phong Dinh, Long Xuyên mang tên mới An Giang, và Vĩnh Bình thì tên mới của Trà Vinh... Còn các tỉnh vẫn giữ nguyên tên cũ là Biên Hòa, Tây Ninh, Gia Định...

Cái thời phim "lô canh" rẻ tiền lại ăn tiền

Thập niên 1960 lúc thịnh thời của cải lương, thì phía bên điện ảnh chết lịm, chỉ có một số cuốn phim dựa vào chuyện cổ tích dân gian như: Con Tấm Con Cám, Thạch Sanh Lý Thông, Trương Chi Mỵ Nương... hầu hết là của Chú Ba ở Chợ Lớn bỏ tiền ra làm ăn chụp giựt, chẳng phim nào ra hồn, do đó mà người ta gọi là thời kỳ của phim "lô canh" hát bóng rẻ tiền thì cũng chẳng có gì quá đáng.

Trước sự thắng thế ồ ạt của cải lương, một số tài tử hát bóng kéo nhau tới các lò cổ nhạc, nhiều nhứt là lò Út Trong ở đường Trần Hưng Đạo để học vài ba câu vọng cổ, vì biết đâu nhờ đó mà gia nhập làng cải lương, như Hùng Cường phía bên tân nhạc nhảy qua cải lương, vừa có tiền đều đều lại vừa nổi tiếng.

Thật vậy, ở vào cái thời điểm mà phim ảnh quá yếu, tài tử dù có tiếng cũng cả năm mới được mời đóng 1, 2 cuốn phim với tiền thù lao chỉ bằng một ngày của Út Trà Ôn thì ai lại không chán. Nhìn thấy đào kép cải lương hằng đêm lên sân khấu thì tài tử điện ảnh nào lại không muốn nhảy qua chớ!

Trong số những tài tử muốn qua cải lương có cả Thẩm Thúy Hằng, và người đẹp Bình Dương cũng từng là đào hát cải lương có vai trò và học hỏi đàng hoàng.

Vậy Thẩm Thúy Hằng học hát cải lương lúc nào, học với ai, hát tuồng gì, ở sân khấu nào?

Thẩm Thúy Hằng thọ giáo Má Bảy Phùng Há

Năm 1960 người đẹp Bình Dương Thẩm Thúy Hằng ngày ngày tới lui nhà Má Bảy tập dượt vở tuồng "Vụ Án Bạc Tình", một vở ca kịch thời đại và Thẩm Thúy Hằng đóng vai chánh án. Dù tên tuổi nổi bật bên địa hạt điện ảnh, nhưng Thẩm cô nương vẫn thích sân khấu hơn là diễn trước ca-mê-ra. Do đó mà có một dạo khán giả thấy cô hát tuồng Tàu qua vai Điêu Thuyền, và cũng ẻo lả với bộ điệu quảng như đào kép cải lương Hồ Quảng vậy.

Theo người đẹp Bình Dương thì diễn sân khấu mới tự nhiên và diễn viên dễ dàng lột hết khả năng. Trái lại diễn trước ống kính thì luôn biến diễn viên trở thành thụ động, làm đi làm lại nhiều lần, làm tài tử chạy bộ chỉ còn biết nghe theo đạo diễn và làm theo họ mà thôi.

Thọ giáo nữ nghệ sĩ tiền phong Phùng Há, minh tinh điện ảnh đẹp nhứt của màn bạc Việt Nam muốn được Má Bảy vui lòng nhận người đẹp Bình Dương làm môn đệ. Kết quả sự việc trên là nhờ sự trung gian của một tờ báo có trang kịch trường.

Trong khi minh tinh Thẩm Thúy Hằng ngày hai buổi say sưa học tập tại nhà Má Bảy, thì soạn giả Bạch Diệp cũng vui vẻ ngày hai buổi lui tới nhà cô Thẩm để điều đình. Chàng sứ giả họ Bạch sau vụ thất bại trong cuộc điều đình với Kim Cương, vì kỳ nữ đòi điều kiện quá cao nên đã quyết định tìm một nhân tài trong bóng tối cải lương.

Nghe đâu cuộc điều đình cũng đã tiến tới mức khả quan và người ta chờ một ngày đẹp trời nào đó Thẩm Thúy Hằng sẽ chính thức tuyên bố quyết định qua cải lương! Nhưng rồi ngày đó đã không đến và Thẩm Thúy Hằng tiếp lục đóng phim, và từ ấy về sau người ta không nghe người đẹp Bình Dương nói đến chuyện mình từng là đào hát cải lương bao giờ.

Có lần kịch sĩ Anh Lân tìm cách thử thách Thẩm Thúy Hằng bằng cách thoại kịch hóa vở hát cải lương dã sử Việt - Chiêm của soạn giả Mộc Linh, đó là vở hát "Đồ Bàn Di Hận", để cho người đẹp Bình Dương đóng vai Phàn Lan, cô gái Chiêm mà trước kia Út Bạch Lan đã thủ diễn. Nhưng quả tình thì Thẩm Thúy Hằng không làm cho khán giả xúc động bằng Út Bạch Lan. Và tự biết mình biết người, từ đó Thẩm Thúy Hằng không cần thử thách với cải lương nữa.

Thật bại kia cũng thật là may cho người đẹp Bình Dương, chớ nếu sang được bên cải lương thì chỉ vài năm là gặp Tết Mậu Thân, cải lương khốn khổ dài dài, đào kép chạy tùm lum tìm đất sống. Đến đầu thập niên 1970 trong khi cải lương ngắt ngư, thì điện ảnh lại lên như diều. Người đẹp Bình Dương quay cuốn phim "Chiều Kỷ Niệm", hai tuần lễ khai trương lời trên 10 triệu. Giờ đây thì ngược lại, đào kép cải lương cầu cạnh bon chen để được đóng phim, nhưng dễ gì chớ! Chỉ có một số ít đếm trên đầu ngón tay được lên sàn quay mà thôi.

Vào thời thập niên 1950 phim Việt Nam rất hiếm, lâu lâu mới có một cuốn phim Việt ra đời, nên rất được khán giả ủng hộ. Lúc bấy giờ đối với khán giả bình dân thì phim Việt dù dở cũng thành hay, do bởi người ta nghe được tiếng nói, thay vì phải đọc phụ đề Việt ngữ của các phim ngoại quốc mà đa số người coi đã không đọc kịp.

Cái may mắn của nữ tài tử Thẩm Thúy Hằng thì ngoài việc gia nhập làng điện ảnh ở thời kỳ mà phim Việt Nam rất hiếm, lại cũng chẳng phải tranh đua tài nghệ với ai. Ngoài ra cô còn có sắc đẹp lộng lẫy mà hầu như khán giả nào cũng công nhận, bởi nếu như người ta muốn khen một cô gái đẹp nào đó là thường hay nói "đẹp như Thẩm Thúy Hằng" vậy!

Thẩm Thúy Hằng:
Lấy tiếng cũng phải lấy tiền

Thời gian làm tài tử cho nhiều hãng phim, người ta chỉ thấy Thẩm Thúy Hằng đóng cặp với nam tài tử cùng nghề, nhưng đến khi làm chủ hãng Việt Nam Film thì người đẹp Bình Dương nhắm vào thương mại nhiều hơn, và cô đã nhờ soạn giả Năm Châu viết cho kịch bản cuốn phim "Chiều Kỷ

Niệm", đồng thời mời kép cải lương Thanh Tú đóng cặp với cô.

Dạo đó các nhà làm phim không biết bắt mạch từ đâu mà lại ùn ùn chạy đi tìm đào kép cải lương tên tuổi mời về đóng phim, mà lại còn giao cho các vai trò nòng cốt, khiến cho các tài tử chuyên nghiệp mặc nhiên xuống giá, nếu không muốn thất nghiệp thì phải bằng lòng chấp nhận đứng chung sân quay với đào kép cải lương và chịu lãnh vai trò thấp hơn.

Thực trạng trên đã gây bất mãn cho một số tài tử điện ảnh chuyên nghiệp, và trong lúc cuốn phim còn đang quay thì họ tung tin rằng đào kép cải lương đóng phim "rất ư là cải lương", hoặc loan truyền rằng ai đó cho biết cải lương bị chết đứng rồi, giờ đây chạy sang điện ảnh làm sao khá nổi chớ!

Riêng Thẩm Thúy Hằng trong lúc đang quay cuốn phim "Chiều Kỷ Niệm", mà tài tử chánh là kép Thanh Tú đóng cặp với cô, thì có người hỏi ngay rằng:

- Tại sao lại chọn kép cải lương cho đóng phim mà lại là vai chánh nữa, bộ không sợ mất tiếng hãng phim hay sao?

Thẩm Thúy Hằng trả lời:

- Lấy tiếng cũng phải lấy tiền chớ!

Rồi cô còn nói thêm rằng đào kép cải lương tên tuổi đương nhiên họ có một số khán giả, giờ đây họ đóng phim tức nhiên số khán giả từng ái mộ họ sẽ mua vé đi coi. Sản xuất phim là làm thương mại rồi, cái tiếng rất cần nhưng tiền cần hơn!

Thế là người hỏi đành chịu thua thôi, và đào kép bên cải lương ào ạt nhảy vào lãnh vực điện ảnh, thao túng sàn quay, khiến cho một số tài tử bên điện ảnh chịu thất nghiệp, bởi các vai nòng cốt bị cải lương nắm hết. Những người bỏ tiền ra làm phim như Thẩm Thúy Hằng mời Thanh Tú cộng tác, cũng như Cosunam mời Thanh Nga là họ đã nhắm vào con số khán giả cải lương đông đảo từng ủng hộ thần tượng của họ.

Người ta nói làm nghệ thuật điện ảnh không nên lầm lẫn với cải lương, ai mà không đồng ý như vậy chớ, nhưng đâu có ai bỏ tiền ra làm nghệ thuật mà lại chẳng muốn thu lợi vào. Lấy tiếng đã đành nhưng cũng phải lấy tiền nữa, vì lẽ đó nên Thẩm Thúy Hằng không thể bỏ qua được Thanh Tú, Phùng Há, Năm Châu, Kim Cúc, dầu những người này lên màn ảnh họ vẫn còn các điệu bộ của sân khấu, như người ta đã xem qua phim "Chiều Kỷ Niệm". Ấy thế mà phim này Thẩm Thúy Hằng đã lời trên 10 triệu bạc, trong vòng tuần lễ đầu trình chiếu ra mắt tại hai rạp ở Thủ Đô Sài Gòn. Tại sao? Vì phim "lô canh" mà không được khán giả bình dân ủng hộ thì chết đi một cửa tứ. Phim của Thẩm Thúy Hằng mà lời được là do phần lớn khán giả cải lương ào tới xem coi thần tượng sân khấu của họ lên màn ảnh ra sao. Họ chẳng cần biết tên của Huy Cường, của Đoàn Châu Mậu, của Tony Hiếu là ai cả!

Và đến Kim Cương cũng thế, quay cuốn phim "Mưa Trong Bình Minh" kỳ nữ đã mời cải lương chi bảo Bạch Tuyết về giao vai chánh, và hãng thì lấy tên Kim Cương. Như vậy khán giả thoại kịch, cải lương, truyền hình và điện ảnh cùng đi coi phim chớ không hề phân biệt là bên nào, phía nào. Kỳ nữ xuất thân từ cải lương nên biết rõ khán giả của môn nghệ thuật này đông đảo hơn bất cứ môn nào, do đó mà làm ăn khá tậu khách sạn ở Vĩnh Long, mua xe hơi, biệt thự... Có cái nhìn thực tế như vậy mới làm giàu.

Tiến Sĩ Nguyễn Xuân Oánh làm điện ảnh

Nói đến Thẩm Thúy Hằng mà quên ông Nguyễn Xuân Oánh là một thiếu sót. Do đó mà tôi xin sơ lược qua vài nét về ông tiến sĩ có một thời nổi bật trên chính trường.

Giữa thập niên 1960, cái thời kỳ đất nước luôn trong tình trạng sôi động, xáo trộn với những cuộc đảo chánh, xuống đường, giới nghiêm... thì người ta thấy trên chính trường xuất hiện một chính khách được báo chí nói đến nhiều: Tiến Sĩ Nguyễn Xuân Oánh. Đồng thời báo chí cũng trao tặng cho ông biệt danh "người đấm bóp thời cuộc".

Tiến Sĩ Nguyễn Xuân Oánh (có dấu x) đang chăm chú theo dõi công cuộc thu ảnh một đoạn ngoại cảnh của phim Ngậm Ngùi tại bờ biển Vũng Tàu.

Sang đầu thập niên 1970, ông Oánh lại thêm một lần nữa cũng nổi tiếng không kém, báo chí cũng đề cập nhiều, nhưng lần này thì ông đóng vai "đấm bóp người đẹp". Ông thành hôn với nữ minh tinh Thẩm Thúy Hằng. Đám cưới của ông Nguyễn Xuân Oánh và minh tinh Thẩm Thúy Hằng tổ chức lớn tại nhà hàng khách sạn Caravelle, khách tham dự phần lớn là những nhân vật chính quyền tại chức, chính khách đương thời và giới điện ảnh có tầm cỡ.

Thế nhưng, từ ngày chiếm được con tim người đẹp thì ông Oánh lại tỏ ra lơ là với chính trị, mà ông dành rất nhiều thì giờ cho hãng Việt Nam Phim, do ông dựng lên cho bà xã Thẩm Thúy Hằng, vừa làm chủ hãng phim lại vừa là nữ tài tử chánh. Và kể từ lúc làm chủ hãng phim rồi thì Thẩm Thúy Hằng đổi tính nết hơi nhiều, khác hẳn người đẹp Bình Dương thuở xưa, đó là nhận xét chung của một số đông ký giả điện ảnh đối với nàng. Tại sao có sự thay đổi đó? Có người cho rằng tại nàng có ông chồng quá "lớn" chăng?

Có người nghĩ rằng tại nàng lên rồi, bây giờ là bà chủ hãng chứ đâu còn là nữ tài tử như thuở xưa? Và cũng có người còn lý luận khác nữa kia. Bằng chứng rõ rệt nhứt là kể từ ngày hợp tác với các nhà điện ảnh Trung Hoa quay cuốn phim "Sóng Tình" thì Thẩm Thúy Hằng hầu như cắt hẳn liên lạc với báo chí, không ai được biết việc quay phim tiến hành ra sao?

Một số ký giả muốn gặp Thẩm Thúy Hằng để phỏng vấn, hoặc kiếm ít tin tức hình ảnh về cuốn phim để còn loan báo cho độc giả theo dõi nhưng không tài nào gặp được.

Tại sao kỳ vậy? Phải chăng vì Thẩm Thúy Hằng mang một mặc cảm "hợp tác với Chú Ba" không muốn báo chí nhắc tới cuốn phim đó chăng? Bởi trước đó không lâu kỳ nữ Kim

Cương hợp tác với người Hoa làm cuốn phim "Mưa Trong Bình Mình" bị tố quá xá!

Thực ra hợp tác với người ngoại quốc chưa hẳn đã là điều đáng trách, mà vấn đề cần đặt ra là hợp tác trên căn bản nào, có thực thi đúng hay không? Chớ lúc ấy thiếu gì nhà sản xuất, chuyên viên, tài tử hợp tác với người Trung Hoa, nhưng đã có mấy ai mang mặc cảm nặng nề đâu. Tránh né báo chí là một sai lầm rất đáng tiếc của nữ chủ nhân Việt Nam Phim.

Theo chân Đường Tăng Tam Tạng

Sau 1975, Thẩm Thúy Hằng vẫn tiếp tục đóng phim, đóng kịch, nhưng rồi lại vắng mặt một thời gian khá dài. Mãi đến năm 1990 mới xuất hiện trở lại cho biết là sẽ cộng tác với hãng phim Ấn Độ, vì cô muốn đi đến đất Phật. Muốn theo chân Đường Tăng đến đất Phật, vừa đóng phim vừa đi thăm những nơi nào mà Đường Tăng đã đi qua, nơi nào ông đến thỉnh kinh, và cô cũng muốn tự mình tìm học những kinh Phật nào mà cô chưa biết đến.

Ngoài ra hãng phim Ấn Độ còn hứa sẽ thỏa mãn yêu cầu của cô là đi thăm viếng ở bất cứ nơi nào trên đất Ấn Độ còn dấu tích của Phật Thích Ca như Cội Bồ Đề, Vườn Trúc Lâm, Kỳ Viên Tự, những vùng thánh địa...

Được biết Thẩm Thúy Hằng là người thuộc khá nhiều kinh Phật, và cô đã nuôi mộng "theo chân Đường Tăng" đi Ấn Độ từ nhiều năm, chứ không phải đợi đến khi xem bộ phim Tây Du Ký rồi mới muốn đến đất Phật. Sự hứa hẹn đáp ứng yêu cầu của hãng phim Ấn Độ, khiến cô rất vui mừng, sẽ thực hiện được ước mơ... theo chân Đường Tăng đi Ấn Độ!

Nữ tài tử điện ảnh Thẩm Thúy Hằng còn cho biết trong phim Tây Du Ký, Tề Thiên Đại Thánh đã cân đẩu vân rất nhanh, nhưng là nhanh đối với phương tiện cổ điển ngày xưa, chớ bây giờ cô ngồi máy bay phản lực bay một vèo là đến đất Phật, có lẽ Tề Thiên Đại Thánh cũng khó nhanh hơn...

Có điều là khi xưa Đường Tăng đến Ấn Độ rồi thành Phật Bồ Tát, còn Thẩm Thúy Hằng thì chưa thành Phật, mà về nước tiếp tục sống với ông Nguyễn Xuân Oánh cho đến ngày ông qua đời. Và người ta không biết người đẹp Bình Dương khi về già ra sao...?

NGHỆ THUẬT "BAY" TRÊN SÂN KHẤU

Tâm lý khán giả thích coi bay

Khán giả cải lương từ thời thập niên 1930 - 1940 đã thấy diễn viên bay trên sân khấu, và lúc ấy hình thức nghệ thuật này được coi như mới lạ, do vậy đã lôi cuốn khá đông người đi coi hát. Gánh Tân Thinh của ông bầu Trương Văn Thông ở Sa Đéc đã làm giàu nhờ khai thác các diễn viên biết "bay" này.

Thời bấy giờ nhiều người họ mua vé chỉ để đi coi những màn bay, chớ còn tuồng hay hoặc dở họ chẳng quan tâm bao nhiêu. Thật vậy, ngay cả chính tôi đây thời đầu thập niên 1950 cũng thích đi coi tuồng cải lương có bay hơn là loại tuồng nào khác.

Tôi còn nhớ lúc cư ngụ gần Đại Thế Giới, một buổi tối nọ thay vì vô rạp Đông Vũ Đài trong khuôn viên Đại Thế Giới để coi gánh Thanh Minh hát tuồng Người Nô Lệ cũng khá hay. Thế mà tôi không coi, lại lội bộ đến rạp Văn Cầm ở Chợ Quán xa hơn 1 cây số để coi gánh "Chim Việt" hát tuồng bay, bởi các tấm bảng vẽ giới thiệu tuồng trước rạp hát, hầu như tấm nào cũng vẽ cảnh bay đã thu hút tôi.

Biết được tâm lý khán giả thích coi bay, nên phần lớn bầu gánh hát thời ấy đã cố học hỏi xem cách bay như thế nào, rồi đem áp dụng ở gánh hát mình, có nghĩa là ít nhiều gì cũng biến sân khấu thành hát xiệc, chớ nếu không thì khó kiếm ăn, bị chê là dở hơn mấy gánh khác.

Thời ấy một số bầu gánh chẳng cần nhọc công đi tìm tuồng hay, cứ coi tuồng nào có "bay" là chọn, dù cho tuồng đó có dở cũng không thành vấn đề, miễn là có bay là ăn tiền. Lại nữa vào thời điểm nói trên nhiều người đi coi hát cũng không chú ý đến tình tiết của tuồng, mà họ chỉ nhắm vào coi bay mà thôi.

Thông thường vai trò có bay thì phải là vai quan trọng của tuồng nếu không đào kép chánh thì cũng là vai tương đương (vai đào lẳng hay kép độc chẳng hạn) chớ không thể đưa đào kép phụ vào vai trò bay thì có khác chi là hát xiệc. Do vậy mà bầu gánh phải nắm vững thành phần đào kép thủ vai quan trọng, coi có người chấp nhận "bay" rồi thì mới phát role và tập tuồng chờ ngày ra mắt khán giả. Nhưng khổ nỗi là khó kiếm có đào kép nào chịu bay, bởi "xen" này rất nguy hiểm, đòi hỏi người nghệ sĩ phải gan dạ, chứ nhút nhát sợ chết thì không thể đảm trách vai trò này. Khi xưa gánh "Chim Việt" có một số đào kép chuyên môn bay, nên gánh này hễ mở màn hát là có bay và khán giả khi mua vé cũng đã biết trước như vậy.

Thời bấy giờ có thể nói đoàn hát nào cũng muốn thực hiện bay, bởi có màn này thì chắc chắn khán giả sẽ nhiều hơn, nhưng ngặt nỗi là khó tìm đào kép biết bay, thành thử ra chỉ có một số bầu là có được cái may mắn hốt bạc.

Thế nhưng, câu hỏi bay trên sân khấu có từ bao giờ thì rất hiếm người biết để mà có câu trả lời. Và tôi đã cố công tìm hiểu thu thập nhiều sự kiện để ghi vào bộ sách.

Số là khoảng thời gian từ năm 1934 đến 1940 vì nhu cầu của tuồng trên sân khấu, mà trong giới đã có sáng kiến cho diễn viên có vai trò chính yếu trở thành người biết bay. Lúc bấy giờ mấy gánh hát có bay rất được khán ủng hộ, rạp luôn đầy người xem, đó là các gánh: Tân Thinh, Tân Đồng Ban,

Văn Hí Ban và những vở hát áp dụng bay của các đoàn này là: Tôn Bàng Tái Thế, Tôn Tẫn Hạ San, Bình Linh Hội, Thích Ca Tầm Đạo. Trong thời gian này người ta chưa dám bay bằng người thật vì sợ nguy hiểm, nên chỉ vẽ hình trên giấy cạc tông cứng rồi kéo dây cho bay.

Một thời gian sau, từ năm 1941 - 1942 ở sân khấu lại đổi hình thức bay, thay vì bay bằng giấy cạc tông mướn họa sĩ vẽ phiền phức tốn kém, di chuyển dễ bị hư, nên người ta may gối dài, khoác y phục vào để đèn màu lờ mờ rồi cho bay như người thật. Lối bay bằng gối này áp dụng ở đoàn Đồng Thinh (Bến Tre). Đó là hai lối bay sơ khởi của cải lương.

Người "bay" đầu tiên là kép hề

Thế rồi từ năm 1945 trở về sau, vì nhu cầu khán giả đòi hỏi, người ta không thích lối bay bằng hình nhơn giả nữa, nên đoàn Tỷ Phượng đã đi tiên phong áp dụng bay bằng diễn viên người thật. Diễn viên bay của đoàn Tỷ Phượng bấy giờ là Hề Tấn trong vở Phi Vân Kiếm Khách của Thanh Cao. Hề Tấn có thể xem là người bay đầu tiên của sân khấu cải lương, qua những vở hát có bay ở đoàn Tỷ Phượng là: Nam Du Huê Quang của Hoàng Tây, vở Phạm Công Cúc Hoa của Thanh Cao. Sau này nghệ sĩ Tư Em cũng bay ở sân khấu Tỷ Phượng.

Tiếp theo đó các đoàn cải lương đều áp dụng bay trên sân khấu như: Mộng Vân, Tiếng Chuông, Đuốc Việt, Kim Hoàng - Như Mai, Út Bạch Lan Thành Được, Thanh Cần, Minh Bằng, Diệp Tùng, Kiên Giang, Mây Tần, Tình Hoa, Trường Sơn, Minh Cảnh, Hoài Dung Hoài Mỹ, Thanh Hương Hùng Minh, Hương Mùa Thu, Trăm Hoa, Thanh Thinh v.v...

Rồi có một thời gian dài khi sân khấu cải lương thịnh hành với loại tuồng thi ca vũ nhạc và bắn súng, xe tăng, tàu chiến thì còn lại rất ít đoàn hát có diễn viên bay. Đến khi truyện kiếm hiệp của Kim Dung được ưa thích, bay lại tái hiện ở sân khấu Dạ Lý Hương qua tuồng Đồ Long Đao. Những tuồng viết theo truyện kiếm hiệp, người ta thấy nghệ sĩ Ngọc Giàu, Hồng Nga, Kim Ngọc cũng đã từng bay... Sau đó những đoàn khác như Tân Hoa Lan, Kim Chung, Thái Dương... đều có bay trong tuồng kiếm hiệp, thần thoại, rồi dần dần các đoàn lưu diễn ở tỉnh cũng phục hồi bay trên sân khấu. Nói chung khi nhận một vai bay, các diễn viên thường cũng ngại lắm, nhưng vì khán giả thích, cũng có tự ái nghề nghiệp nên đã nhận bay. Về tâm lý, nếu không bay họ thấy như thiếu một cái gì đó trong nghề.

Có 3 cách bay: Bay xẹt, bay đu và bay vòng. Sự khác nhau giữa bay vòng và bay xẹt là: Bay xẹt móc dây bay trên phía cổ, bay vòng móc dây bay phía dưới lưng. Nếu bay vòng, bay lên bay xuống phải có sự ăn ý chặt chẽ giữa diễn viên bay và bộ phận kéo dây. Bay vòng trong phạm vi sân khấu thì móc rõ rẽ ở tấm phong thứ nhì; còn bay ra ngoài khán giả thì rõ rẽ móc ở sát màn ngoài. Chiều dài dây bay cân xứng giữa người kéo và người bay. Thông thường diễn viên bay ra ngoài độ 6 hàng ghế là vừa, còn bay xa hơn thì nguy hiểm vì người kéo dây rút dây không kịp.

Tai nạn khi đang "bay"

Thông thường xảy ra tai nạn là do bị đứt dây. Nếu như giữ đúng quy định kỹ thuật của tổ chức bay thì rất khó có tai nạn, tai nạn xảy ra chỉ vì đã vượt ngoài quy định kỹ thuật. Tất cả thành viên tham gia màn bay và ban phụ trách đoàn đều phải chăm sóc dụng cụ bay cho chu đáo. Rõ rẽ phải dùng loại lớn nhứt (dùng cho cột buồm to) mới chịu nổi, vì bay 1 người, 2 người hay 5 người cũng đều dùng chung một rõ rẽ. Dây kéo các đoàn thường dùng dây cáp của Pháp an toàn hơn, và người ta cũng dùng dây thắng sau của phi cơ vừa nhỏ, vừa dẻo, chắc.

Nghệ sĩ Minh Cảnh là kép ca cũng đồng thời là kép bay có hạng. Ngoài sự nổi danh về ca vọng cổ, anh ta lại còn là một diễn viên bay nổi tiếng trong giới, đã phối hợp hai yếu tố ăn khách, sở trường là bay và ca vọng cổ. Trong các vở hát Minh Cảnh thường biểu diễn màn bay lượn vòng quanh ra ngoài khán giả rất mệt nhọc, rồi khi đáp xuống sân khấu đánh kiếm xong vô vọng cổ liền, khiến khán giả vỗ tay vang dậy.

Là diễn viên nổi tiếng bay giỏi, có nhiều kinh nghiệm, Minh Cảnh cũng là người bay gặp tai nạn nhiều nhứt suýt chút nữa đã phải đành giải nghệ. Trong vở Kiếm Sĩ Người Dơi hát ở Long Xuyên năm 1970, Minh Cảnh bay ra ngoài khán giả bị đứt giây bay té nằm trên các hàng ghế khán giả, cũng may là không bị thương tích gì nặng lắm. Lần thứ nhì cũng trong vở hát này, diễn ở Phan Rang năm 1972, Minh Cảnh cũng bị đứt giây bay té tương tợ té trên mình khán giả lần trước. Lần thứ ba, vào năm 1974 cũng trong vở tuồng Kiếm Sĩ Người Dơi hát tại Ban Mê Thuột, anh lại bị đứt giây bay theo kiểu cũ nằm trên mình khán giả, và chỉ bị thương nhẹ. Cũng nên biết Minh Cảnh có võ Thiếu Lâm, có lẽ nhờ đó mà bay bị đứt dây té vẫn không sao hết.

Sau 1975 Minh Cảnh đăng ký đoàn ở tỉnh Sông Bé mang tên là đoàn Minh Cảnh Thủ Dầu Một. Qua năm sau 1976 cũng chính trong vở Kiếm Sĩ Người Dơi hát tại rạp Bình Dương, Minh Cảnh lại bị tai nạn lần thứ tư về bay, đã bị té đập đầu xuống ngay chỗ bục giàn nhạc bị thương rất nặng. Như thế thì cứ cách 2 năm Minh Cảnh lại bị tai nạn về bay trong vở Kiếm Sĩ Người Dơi, đó là những năm 1970, 1972, 1974, và 1976. Minh Cảnh phải nằm bệnh viện để dưỡng bệnh một thời gian khá dài, do đó đoàn Minh Cảnh Thủ Dầu Một phải giải tán.

Người ta không khỏi thắc mắc là các nghệ sĩ có lẽ không nổi tiếng mấy về ca diễn mới liều mình như thế, chớ như danh ca Minh Cảnh, thì chỉ nội làn hơi ca vọng cổ trời cho của anh cũng ăn tiền rồi. Vậy mà anh cũng bay và cứ mỗi hai năm là bị tai nạn một lần, và tất cả 4 như vậy mới không nghe thấy anh ta bay nữa.

Cũng trong vở Kiếm Sĩ Người Dơi, nữ nghệ sĩ Mỹ Châu cũng đã bay bị đứt giây bay ngay tại sân khấu Kim Chung, không bị thương tích gì, nhưng từ đó về sau cô không bay nữa.

Xe đạp cũng biết bay

Có những chuyện vui về bay, dở khóc dở cười khi có trục trặc kỹ thuật. Năm 1973, đoàn cải lương Thanh Hải - Văn Hường lưu diễn miền Trung, đến địa điểm Phù Cát, Bình Định diễn tuồng Long Hổ Quyết Đấu của soạn giả Yên Hà. Nghệ sĩ Thanh Hải đóng vai võ lâm cao thủ, luyện nội công chỉ diễn một mình ở sân khấu. Sau khi nội công đạt đến mức thượng thừa thì Thanh Hải thét lên một tiếng, người bay bổng lên, bay vòng sân khấu. Rủi là đêm đó tay cao thủ võ lâm vừa bay bổng lên thì cái rõ rẽ bị kẹt dây không kéo được nên Thanh Hải bị treo giữa không trung, tay chân quờ quạng không thể nào xuống được. Cả hậu trường liền được báo động, rồi đành bỏ màn để anh em công nhân leo lên trên sửa lại rõ rẽ mới mang Thanh Hải xuống được. Dĩ nhiên là bộ phận kéo dây bay bị Thanh Hải cự cho một trận.

Cũng thời gian đó đoàn Trường Sơn của bầu Thiện Hường đi đến địa điểm gần Phú Yên. Đoàn thường có bay hai người, nhưng đêm đó tưởng chỉ có một mình nữ nghệ sĩ Thanh Kim Phượng bay mà thôi. Có 2 sợi dây bay thì đêm đó chỉ sử dụng 1 sợi, sợi dây còn lại anh phụ trách móc vào chiếc xe đạp. Đến lớp bay anh được gọi đến gấp móc dây bay cho đào Thanh Kim Phượng, nhưng rồi do móc lộn. Lúc hô bay, đào Thanh Kim Phượng dậm chân mà vẫn đứng chết trân tại chỗ không nhúc nhích, trong lúc đó chiếc xe đạp từ trong cánh gà đột nhiên bay bổng ra ngoài sân khấu khiến khán giả ngạc nhiên và cười ồ lên. Cô đào bay dở khóc dở cười, còn bầu Thiện Hường sau đó cấm ngặt không cho ai để xe đạp ở gần sân khấu nữa.

Rồi người ta không biết có phải cái nghệ thuật bay đã không ăn khách lâu dài, hay là do tai nạn của diễn viên, thường hay bị đứt dây bay, mà tuồng có đào kép bay giảm dần, chỉ thỉnh thoảng mới nghe các đoàn nhỏ ở thôn quê là còn nhưng cũng ít. Rồi thì suốt cả chục năm không nghe nói bay, thiên hạ tưởng đâu cái trò bay kia đã chấm dứt rồi.

Thế nhưng, sau 1975, khán giả lại thấy cải lương bay trở lại, và còn bay "bạo" hơn nhiều. Thay vì khi xưa chỉ bay vòng vòng trên sân khấu, giờ đây bay luôn ra ở những hàng ghế của khán giả, từ 3 hàng ghế đến 6 hàng ghế, rồi bay xa đến 10 hàng ghế, thật là hát xiệc cũng không bằng.

Diễn viên hay lượn như chim bay bên trên, bên dưới khán giả đưa quạt giấy có cột tiền lên để "chim" bay ngang đớp cây quạt tiền! Thì ra diễn viên bay ra xa ngoài khán giả là để đớp tiền! Nghệ thuật sân khấu có một không hai, mạng sống chẳng cần để có tiền, thì người ta còn cần thứ gì nữa chớ?

Cái trò bay ở sân khấu để kiếm tiền thật là đáng buồn. Khán giả cho tiền đã xem nghệ sĩ như là chim bay kiếm mồi vậy!

Khoảng 1991 đoàn cải lương Thủ Đức đi lưu diễn ở Phan Thiết, diễn tuồng "Hỏa Sơn Thần Nữ" cũng có bay. Khi vở hát mới mở màn độ 15 phút, nữ diễn viên chánh của đoàn là Lệ Huyền (vai Hỏa Sơn Thần Nữ) trong một lớp đu bay, bất ngờ gặp trở ngại kỹ thuật, cũng dây bay bị đứt, Hỏa Sơn thần nữ rơi xuống sân khấu bất tỉnh nhân sự! Toàn thể khán giả ngày hôm ấy đều xôn xao khi thấy gương mặt của Lệ Huyền bị chảy máu! Cô đã không may rớt xuống đất cấn vào bậc tam cấp. Ngay lập tức đoàn phải kéo màn cáo lỗi với khán giả.

Cũng khoảng thời gian ấy tại rạp Hưng Đạo, đoàn cải lương Thanh Nga diễn tuồng "Duyên Chị Tình Em", kép Vương Cảnh cũng bay vòng ra ngoài những hàng ghế khán giả, khi trở vào bị chạm vào bục sân khấu, chỗ dàn đờn, bị thương phải vào bệnh viện.

Trước Lệ Huyền và Vương Cảnh còn rất nhiều nghệ sĩ bị đứt dây bay, khi đang biểu những đường bay đẹp mắt từ sân khấu xuống những hàng ghế khán giả. Và cũng đã nhiều lần khán giả mến mộ sân khấu cải lương đã mục kích những nghệ sĩ "phiêu lưu trên không" này bị "rớt đài" và mang thương tật.

Người ta thương cho những nghệ sĩ đã can đảm chấp nhận thuyết định mệnh "sinh nghề tử nghiệp" vậy!

Tôn Tẫn cỡi trâu bay bị tai nạn

Trong hậu trường của các đoàn hát thỉnh thoảng xảy ra những chuyện vui trong lúc diễn trò, mà những chuyện vui làm sôi động sân khấu thường thấy nhứt là trong các đoàn nhỏ chuyên môn hát cương. Một khi tửu hậu, trà dư anh chị em nghệ sĩ hễ nhắc đến đều cười ra nước mắt. Và sau đây là câu chuyện xảy ra vào năm 1956 tại Ninh Hòa.

Gánh hát bầu tèo mang bảng hiệu Tân Tân, từ Nha Trang xuyên qua 2 đèo Rù Rì và Rọ Tượng để ra Ninh Hòa, và tại đây suốt một tuần gặt hái tài chánh rất khả quan, nên bà bầu gánh chưa cần phải tung "tuyệt chiêu". Thế nhưng, khán giả được tin truyền khẩu rằng, đoàn Tân Tân hát "Tôn Tẫn Hạ San" hay lắm, do đó bà con Ninh Hòa phần đông vốn mê cải lương đã yêu cầu bà bầu cho diễn vở ấy.

Thật vậy, "Tôn Tẫn Hạ San" và "Kim Sa Trận" là hai bửu bối linh nghiệm nhứt của gánh hát Tân Tân, mà bà bầu luôn luôn để dành, khi nào thấy số thu sụt giảm, thì lập tức cho tàu bay xuống núi liền. Rồi ngày nọ đoàn Tân Tân đăng bảng đêm nay sẽ diễn "Tôn Tẫn Hạ San". Tờ quảng cáo nhiều màu xanh đỏ dán đầy đường, rải chương trình từ chợ đông đúc vô đến xóm làng hẻo lánh.

Thế là mới 8 giờ tối là vé nhì, nhứt và thượng hạng đều bán hết, khán giả đứng tràn ngập phía trước quầy vé lấn chen, tranh giành mua vé như mua tôm tươi vậy. Vào thời này đất nước thái bình, gánh hát cải lương rất dễ làm ăn, đi nơi nào cũng được khán giả ủng hộ, trừ trường hợp mưa gió mới bị trả vé, chớ ít khi khán giả dưới nửa rạp (cải lương chỉ cần nửa rạp là bầu gánh đủ vốn và có lời chút đỉnh rồi).

Đúng 8 giờ 45 khán giả nghe Cộp! Cộp!! Cộp!!! Gánh Tân Tân mở màn, chưng màn, đào kép đều mặc toàn đồ Quảng Đông trông rực rỡ. Khi xưa cải lương trước khi bắt đầu hát, có thông lệ "chưng màn", có nghĩa là tập trung tất cả đào kép có vai trò trong tuồng với trang phục đầy đủ để trình diện với khán giả, trong khi đó dàn đờn phía sau cánh gà cho trổi bản Tấn Phong.

Đêm nay cô Tư Kim Hoàng trong vai Tôn Tháo, múa đường siêu được tán thưởng bằng những tràng pháo tay muốn vỡ rạp. Hăng chí, toàn thể nghệ sĩ tranh nhau múa may theo điệu bộ Quảng Đông và Phước Châu rất gọn gàng, đẹp mắt, lộng trong những bộ giáp màu mè như rồng bay phụng múa. Phía dưới sân khấu khán giả la vang: hay quá xá bà bầu ơi! Màn chờ đợi đã đến, màn này theo sự quảng cáo thì sẽ có Tôn Tẩn cỡi trâu bay xuống núi, và Lý Tòng giá võ đằng vân quanh sân khấu.

Sau khi Tôn Yên (do kép Minh Cảnh đóng) cùng bá quan lạy lục, cầu khẩn. Tôn Tẩn nhứt định xuống núi báo oán cho giòng họ Tôn, và bảo Tôn Yên cùng các quan về trước, đoạn gọi Lý Tòng (kép Hữu Khối) vào lấy hạnh huỳnh kỳ, gậy trầm hương, và điều khiển con thanh ngưu ra cửa động. (Trong truyện Tàu, khi ra trận Tôn Tẩn cỡi trâu).

Đâu đó xong xuôi, bên trong anh thợ mỹ thuật (thợ đèn) cho đèn xanh mờ mờ, hầu tiện bề cột giây bay vào Lý Tòng và con trâu có tên Thanh Ngưu. Phía ngoài Tôn Bá Linh, tức Tôn Tẩn tay cầm phất trần, cổ giắt hạnh huỳnh kỳ, ngồi trên lưng trâu, mắt liếc vào trong ra ám hiệu.

Giây chạc xong xuôi, Tôn Tẩn (kép Thế Vinh đóng) đọc một tràng phép úm ba la, đồng thời Lý Tòng cũng niệm chú theo thầy. Bên trong cánh gà mấy công nhân dàn cảnh thấy ám hiệu, lập tức kéo giây bay. Tôn Tẩn vào trận bay sà sà ngay trên sân khấu, và quả thật màn này khán giả vỗ tay rôm rốp. Trong lúc ấy phía sau Lý Tòng cũng bay vạt theo thầy, tạo cho sân khấu một cảnh ngoạn mục. Bất ngờ vừa tới giữa sân khấu, rõ rẽ tuột ra khiến Lý Tòng phải chới với giữa không trung.

Trong cơn thập tử nhứt sanh, Lý Tòng hoảng hồn vội vàng kêu thật thanh: "Xin sư phụ cứu đệ tử một phen kẻo té xuống sân khấu hộc máu!" Chẳng ngờ, vì trâu chở nặng, phần giây bay lâu ngày rỉ sét nên tuột làm Tôn Tẫn bá vào tấm sơn thủy.

Nghe kêu thất thanh, Tôn Tẫn tuy cũng lâm cảnh nguy nàn, song cũng ráng quay lại bảo to: "Thầy cũng thọ khốn, vậy thôi hồn ai nấy giữ nghe con!" Nhờ bình tĩnh, Tôn Tẫn và Lý Tòng đều nói theo giọng Quảng và phía trong kèn trống lóc cóc xẻng nổi lên, màn hạ nhanh. Khán giả chẳng hiểu ất giáp gì, vẫn vỗ tay vang rền cả rạp."

NHẠC CÁC DÂN TỘC THIỂU SỐ

Văn nghệ Nùng

Văn nghệ Nùng là từ ngữ mà mới nghe qua chắc "lạ tai" đối với nhiều người, bởi xưa giờ trừ một số rất ít có giao tiếp, hoặc làm ăn mua bán với người Nùng thì có thể hiểu phần nào, chớ đại đa số trong chúng ta chưa từng nghe qua từ ngữ "Văn Nghệ Nùng" bao giờ.

Vậy trước khi nói về văn nghệ Nùng, tôi xin ngược dòng thời gian nhìn lại một biến cố lịch sử, từng xảy ra cách đây nửa thế kỷ, mà có lẽ nhiều người vẫn còn nhớ.

Số là vào năm 1955, một cuộc chiến ngay giữa Đô Thành Sài Gòn, Quân Đội Quốc Gia, các đơn vị người Nùng tác chiến dũng cảm, gan dạ đã đánh tan lực lượng võ trang Bình Xuyên ở vùng Chợ Lớn, đồng thời chiếm luôn tổng hành dinh của Tướng Lê Văn Viễn, tức Bảy Viễn ở bên kia cầu chữ Y. Đặc biệt là người dân sống ở vùng Nancy Chợ Quán, và từ cầu Chữ Y dọc theo mé sông Bến Hàm Tử, chạy dài vô Chợ Lớn là biết rõ biến cố lịch sử của năm ấy. Đơn vị quân đội thiện chiến này nghe nói về sau là Sư Đoàn 5, có rất nhiều lính Nùng, một số mang cấp bậc lớn, thiếu tá, trung tá, và có cả đại tá.

Lúc bấy giờ tuy nghe nói, nhưng rất nhiều người chưa rõ người Nùng có gì khác biệt với người Kinh về hình dạng, màu da, ngôn ngữ, đặc tính hoặc ăn mặc ra sao, có giống như người Thượng ở vùng núi Bà Rá, Phước Long ở phía Bắc tỉnh Thủ Dầu Một, hay miền cao nguyên Ban Mê Thuột, Kontum chăng? Chỉ bấy nhiêu đó thôi cũng đã thắc mắc rồi, thì nói chi là văn nghệ Nùng thì người ta lại càng mù tịt. Sau đây là sự kiện có liên quan đến công cuộc bảo tồn văn hóa dân tộc vào những năm cuối của nền Đệ Nhị Cộng Hòa.

Nếu tính chung mọi hình thức văn nghệ thì Việt Nam ta cũng là quốc gia "đa văn hóa", bởi ngoài môn nhạc của ba miền đất nước mà ai ai cũng biết đó là cổ nhạc Bắc Phần, cổ nhạc Trung Phần và cổ nhạc Nam Phần (phát sinh ra cải lương) thì văn nghệ dân tộc đặc thù của các sắc tộc thiểu số, mà hầu như sắc dân nào cũng có âm nhạc riêng, và thường thể hiện trong các lễ hội đình đám, hoặc là được mùa. Ở đây tôi muốn đề cập đến "văn nghệ Nùng", của một sắc dân thiểu số miền Bắc, và họ đã hiện diện trong Nam sau ngày 20 Tháng Bảy 1954 sống hòa nhập với xã hội miền Nam.

Năm 1954 Hiệp Định Genève ra đời chia đôi đất nước, theo làn sóng người Bắc di cư, sắc dân Nùng cũng có mặt trên những chuyến tàu đi vào Nam, và dĩ nhiên họ cũng mang theo văn nghệ đặc thù văn hóa. Lúc đầu họ cư ngụ rất nhiều ở vùng Song Mao, thuộc tỉnh Phan Rang, nhưng không thấy họ tổ chức văn nghệ ca hát, cũng đâu có ai nghe nói rằng người Nùng có văn nghệ! Có lẽ do cuộc sống mới định cư ở trong Nam, mà người Nùng mãi miết lo làm ăn lập nghiệp trước cái đã, mà quên đi cái món văn nghệ, và khi đã thực sự ổn định cuộc sống rồi thì lại nhớ đến.

Số là vào năm 1972, có nghĩa là sau 18 năm di cư vào Nam người Nùng mới nghĩ đến văn nghệ của mình, và vấn đề được đưa ra trong một buổi nói chuyện tại Bộ Phát Triển Sắc Tộc ở đường Nguyễn Du, Sài Gòn, với sự tham dự của viên chức chính quyền, đại diện các bộ môn văn nghệ trong đó có cải lương, điện ảnh v.v...

Lúc bấy giờ ông Châu Thoại Tân, ủy viên báo chí đặc trách khối Nùng trong Ủy Ban Sắc Tộc, loan báo đã quyết định thành lập "Đoàn Văn Nghệ Nùng" để giới thiệu và phát huy văn hóa Nùng, và đoàn nầy sẽ bắt đầu sưu tập để trình diễn những vũ bộ, những điệu hát, những nhạc bản cổ điển của sắc tộc này. Nếu tính vào thời điểm đó thì có đến gần 2 thập niên sau, kể từ ngày vào Nam mới nghĩ tới một đoàn văn nghệ Nùng thì cũng quá trễ, nhưng trễ còn hơn là không.

Những người tán thưởng quyết định của ông Châu Thoại Tân, là các ông Lý Thiều Quang, chủ tịch Ủy Ban Phát Triển Sắc Tộc Hạ Viện, Trung Tá Wòng Đồng Phóng, nghệ sĩ Thanh Nga... là những người đã ký tên vào quyển sổ vàng cho Đoàn Văn Nghệ Nùng. Các nghệ sĩ cải lương tham dự buổi nói chuyện còn có nghệ sĩ Năm Châu, Duy Lân, Phùng Há, Bảy Nam, Bảy Cao, nhạc sĩ Chín Trích, Năm Cơ... Riêng Thanh Nga thì không biết cô tham dự với tư cách là nghệ sĩ cải lương hay tài tử điện ảnh, mà lại ngồi chung với nhóm điện ảnh, trò chuyện với đạo diễn Lê Hoàng Hoa, tức đạo diễn cuốn phim "Vết Thù Trên Lưng Ngựa Hoang" do cô là tài tử chánh.

Sau buổi loan báo thành lập Đoàn Văn Nghệ Nùng, tôi chưa có dịp rà lại xem đoàn này đã hoạt động đến đâu, có tiến triển hay tạo được thành tích gì chưa. Kế đến 30 Tháng Tư năm 1975 thì không nghe nói gì đến đoàn Văn Nghệ Nùng nữa. Không biết sau ngày ấy đoàn văn nghệ của một sắc tộc có tiếng thiện chiến kia có tồn tại được không, mà khi ra hải ngoại tôi cũng chưa một lần nghe ai nói tới.

Nghe nói ở vùng Phú Hoa, Định Quán, đường đi Đà Lạt, cũng có rất nhiều người Nùng định cư lập nghiệp ở đây, mà người ta lầm lẫn họ với người Tàu. Không thấy họ tổ chức văn nghệ gì hết, mà chỉ thích coi cải lương, bởi thỉnh thoảng cũng có gánh hát hạng B, hoặc gánh bầu tèo về đây trình diễn. Nếu đúng như vậy, thì khó có dịp nào thiên hạ được đi coi văn nghệ Nùng.

Tuần lễ văn hóa các dân tộc thiểu số

Năm 1969 có "Tuần Lễ Văn Nghệ" do phủ Quốc Vụ Khanh đặc trách văn hóa tổ chức vào Tháng Chín 1970, tại trường Quốc Gia Âm Nhạc và Kịch Nghệ Sài Gòn, dưới sự chủ tọa của Bác Sĩ Phó Thủ Tướng Nguyễn Lưu Viên, đại diện thủ tướng chính phủ.

Tuần lễ văn nghệ nói trên có tham gia của nhiều dân tộc thiểu số, gồm nhạc của các sắc tộc miền Cao Nguyên Trung Phần ở các tỉnh Darlac, Pleiku, Kontum, Phú Bổn, Tuyên Đức; ban nhạc "Chàm Hoa Phượng" của người Chàm ở Châu Đốc và ban Văn Lân ở Phan Rang. Ban nhạc Khmer ở Sóc Trăng, và cũng có nhạc của các dân tộc thiểu số miền Bắc: Nùng, Mán, Mèo, Thái được thực hiện với sự cộng tác của ban văn nghệ khối Đại Đoàn Kết các dân tộc thiểu số Việt Nam, do Thượng Nghị Sĩ Wòng A Sáng làm chủ tịch.

Ngay trong buổi đầu khai mạc, ban văn nghệ Hội Đông Phương Cổ Nhạc ở Chợ Lớn đã trình diễn vở tuồng ca vũ nhạc dã sử "Từ Lang Châu", làm sống lại thời Tống mạt, giang sơn Trung Quốc bị quân Nguyên dày xéo.

Trong mấy lời nói đầu, một đại diện Hội Đông Phương Cổ Nhạc đã nhắc lại cảnh khốn đốn của một số người Hoa, gặp cơn quốc nạn phải lìa bỏ quê cha đất tổ, tản mác khắp nơi tìm chỗ dung thân, lại may mắn được Việt Nam mở rộng vòng tay thân hữu đón nhận và giúp họ được an cư lạc nghiệp, như người Việt chúng ta tỵ nạn được nước Mỹ đón tiếp.

Lời phát biểu của ông khiến người ta ngược dòng lịch sử hơn 200 năm về trước kể từ lúc số người Tàu Minh Hương chạy trốn Mãn Thanh sang Việt Nam lánh nạn ở Đàng Trong, được Chúa Nguyễn chấp nhận cho tỵ nạn. Số người Minh Hương lập nghiệp luôn ở Việt Nam, họ sống qui tụ từng vùng, đặc biệt ở Chợ Lớn là đông đảo nhứt. Những người Hoa tỵ nạn này đã mang theo văn hóa dân tộc, trong đó có nhạc cổ truyền, và qua nhiều thế hệ họ gìn giữ luôn tới bây giờ. Họ đã hòa mình hội nhập trong nếp sống chung của Việt Nam, và cùng chung sức để xây dựng đất nước này trở thành quê hương của họ. Cũng giống như người Việt định cư ở Hoa Kỳ hiện nay, đã dần dần hội nhập vào đời sống ở Mỹ. Tuy nhiên, nằm trong khuôn khổ cộng đồng quốc gia Việt Nam, về mặt nghệ thuật, người Tàu vẫn có những sắc thái riêng biệt, những truyền thống đặc thù.

Thời kỳ trước 1975 ở Chợ Lớn, người ta thấy nhạc cổ truyền của người Hoa ở Việt Nam, được coi như hình thức văn hóa đặc thù của một trong các dân tộc thiểu số, được thể hiện trong sinh hoạt hằng đêm tại các ngôi nhà Từ Đường, và ngày vía, ngày lễ, ngày Tết thì trình diễn ở các chùa Tàu. Ngoài ra cũng còn phục vụ ở các đám cưới, đám ma, sinh hoạt giống như đờn ca cổ nhạc tài tử của miền Nam vậy.

Nhạc cổ truyền của Tàu có thể chia ra làm hai loại: Nhạc võ và nhạc văn. Nhạc võ thì rình rang với những trống lớn, trống nhỏ, cồng chiêng, chập chõa, đồng la, phách... Còn nhạc văn gồm: Đờn nguyệt (kìm), đờn gáo... kết hợp với thổi tiêu, sáo.

Thời ấy ở Chợ Lớn có đến cả chục đội nhạc cổ truyền, mỗi đội trên dưới 50 người, và hầu như đội nào cũng có rất nhiều thiếu nữ Tàu xinh đẹp cộng tác. Không riêng gì ở Chợ Lớn, các tỉnh miền Nam có người Tàu làm ăn phát đạt, mỗi khi có đám cưới, đám ma (thường là đám ma) họ cũng rước đội nhạc cổ từ Chợ Lớn về, và người địa phương lại được dịp nghe trống, chập chõa rình rang ồn ào suốt cả mấy ngày có đám.

Ngày nay không biết nhạc cổ của Tàu có còn hoạt động mạnh hay không, bởi lẽ cổ nhạc miền Nam cùng bộ môn cải lương gần như tê liệt, thì ít nhiều gì cũng ảnh hưởng đến nhạc cổ của Tàu.

CHƯƠNG 15

NĂM CHÂU VỚI CẢI LƯƠNG VÀ ĐIỆN ẢNH

Một gia đình nghệ thuật

Nghệ sĩ Năm Châu người gốc ở Mỹ Tho, học sinh trường Nguyễn Đình Chiểu, thi đỗ bằng Thành Chung nhưng không làm việc cho cơ quan chính quyền thời Pháp, mà say mê về kịch nghệ. Ông thành lập đoàn Việt Kịch Năm Châu và hoạt động mạnh thời thập niên 1940-1950.

Gánh Năm Châu chuyên diễn tuồng xã hội do chính Năm Châu viết, tuy mang nhiều ý nghĩa, nhưng sân khấu không có gì mới lạ, thành thử ra không cạnh tranh nổi với các gánh thành lập sau này có những loại tuồng Nhật, tuồng Á Rập, tuồng hương xa. Cốt truyện các loại tuồng nói trên tuy không mang ý nghĩa thực tế, nhưng lại màu sắc, lại có những cảnh sôi động, những màn đánh kiếm, đấu dao găm, và những tuồng thuộc loại chiến tranh của gánh Hoa Sen đã thu hút hết khán giả. Do đó gánh Năm Châu thưa dần người đi coi hát, khiến ông nợ nần chồng chất, bắt buộc phải cho gánh hát về nằm ụ ở trại cưa phía bên kia Cầu Bông, đường đi Bà Chiểu, Gia Định.

Tuy xuống dốc bên cải lương, nhưng Năm Châu lại làm ăn được phía bên điện ảnh, và ở lãnh vực này ông đã làm gì, thành công ra sao?

*Nữ nghệ sĩ Thanh Nga (có dấu x)
và gia đình nghệ sĩ Năm Châu, Kim Cúc.*

Thất bại ở cải lương, nhưng ở điện ảnh thì Năm Châu lại làm ăn khá, thành công ngay buổi đầu. Khoảng 1956 Năm Châu hợp tác với hãng phim Mỹ Vân quay cuốn phim "Quan Âm Thị Kính", mà thành phần tài tử nòng cốt là người trong gia đình của Năm Châu nắm trọn hết. Đào cải lương trẻ đẹp Kim Lan, em vợ của Năm Châu trong vai Bà Thị Kính là yếu tố ăn khách nhứt của phim; bà xã của Năm Châu là nữ nghệ sĩ Kim Cúc là đào lẳng, độc mà nghe qua giọng phát âm là người ta biết ngay là "độc" rồi, nên bà được giao cho vai Thị Mầu; ông già vợ của Năm Châu là nghệ sĩ kỳ cựu Bảy Nhiêu thì được giao đóng vai Sư Cụ chùa Vân (ngôi chùa Bà Thị Kính giả trai đi tu).

Thời điểm này vàng y khoảng 3 ngàn một lượng, thế mà hãng Mỹ Vân đã trả cho nghệ sĩ Bảy Nhiêu 10 ngàn đồng để ông hy sinh bộ tóc mây đẹp đóng vai Sư Cụ; con của Năm Châu là đào Nguyệt Thu còn nhỏ mới 9 tuổi đóng vai Đạo Đồng (con của Thị Mầu); còn riêng Năm Châu thì trong vai Thầy Hương Giáo. Tóm lại phim "Quan Âm Thị Kính" báo chí thời đó phê phán khá nhiều, nói rằng nghệ sĩ Năm Châu áp dụng đường lối "gia đình trị".

Thế nhưng, dù phê phán chê trách thế nào đi nữa, thì với câu chuyện thích hợp với cảm quan của đại đa số quần chúng, nên phim "Quan Âm Thị Kính" thành công vượt bực về tài chánh. Chiếu ở thủ đô Sài Gòn xuất nào cũng chật rạp, sau đó phim đi tỉnh khán giả lại càng đông hơn. Dịp này Năm Châu thanh toán hết nợ nần mà còn dư ra sắm xe hơi, hàng tuần đưa bà Kim Cúc đi Vũng Tàu hóng mát.

Cốt truyện tuồng Quan Âm Thị Kính

Khi xưa, hãng dĩa hát Asia đã chọn các danh ca thời bấy giờ như: Nữ danh ca Tư Sạng, Tư Bé, Tám Danh... đảm trách các vai trò chính yếu để thu thanh bộ dĩa "Quan Âm" và bán khắp cả Đông Dương.

Trong thiên hạ rất nhiều người đã biết qua truyền thuyết "Nỗi Oan Thị Kính", nhưng đã có mấy ai rõ được câu chuyện trên xuất phát từ lịch sử của quốc gia nào, hoặc trong kinh điển của Phật Giáo hay là truyền thuyết nhân gian?

Thế nhưng, hầu như phần đông bà con ta đều tin rằng tình tiết diễn tiến trong bộ dĩa Quan Âm, do hãng dĩa hát Asia thu thanh phát hành thời thập niên 1930 là đúng với sự thật, cho nên ngoài xã hội khi đề cặp đến một sự oan ức nào thì người ta thường nói "oan như Thị Kính". Do đó mà từ ấy về sau các gánh hát cải lương nếu có diễn tuồng Quan Âm Thị Kính thì người soạn tuồng luôn dựa vào tình tiết trong dĩa hát thì bà con ta mới chấp nhận.

Theo như bộ dĩa thì câu chuyện khởi đầu từ lúc Bà Thị Kính vì chuyện "hớt râu" chồng là nho sinh Thiện Sĩ đang ngủ, nên bị nghi oan là toan giết chồng, và bị đuổi ra khỏi nhà chồng. Bà giả trai xin vào chùa tu lấy pháp danh là Kỉnh Tâm.

Ngày rằm Thượng Nguơn thiên hạ đi lễ chùa, có một cô gái con nhà phú hộ tên Thị Mầu đi cúng chùa, thấy chú tiểu Kỉnh Tâm khôi ngô, tuấn tú, đã tỏ ý muốn kết tình, nhưng chú tiểu Kỉnh Tâm (tức Bà Thị Kính giả trai) đã không đáp lại mà cứ niệm Phật.

Khi về nhà, đêm đến Thị Mầu tự nói thầm: "Hễ khi gặp mặt thì ông câm miệng như bình, và mỗi khi tôi muốn tư tình thì ông chắp tay niệm Phật." Thị Mầu vốn là gái lẳng lơ nên đêm nọ sau một hồi rạo rực nhớ đến chú tiểu trong chùa nhưng bị ngăn cách trước hoàn cảnh, thì Thị Mầu lại kêu tên gia bộc trong nhà mình vào phòng ân ái. Thị Mầu nói rằng đêm tối đâu có lo sợ gì mắt tục, chỉ sợ là ngày kia kết cuộc, 9 tháng cưu mang, chừng ấy ra giữa làng cứ đổ thừa cho ông đạo Kỉnh Tâm.

Và đúng vậy, Thị Mầu chửa hoang bị đưa ra nhà làng, và khai tác giả cái bầu tâm sự kia là chú tiểu Kỉnh Tâm. Thế là chú tiểu và ông sư trụ trì ở chùa Vân bị mời đến nhà làng. Chú tiểu (tức Bà Thị Kính) bị đánh đập khảo tra để nhận tội, nhưng chú tiểu cứ một mực kêu oan mãi.

Thấy chẳng biến chuyển gì hết nên cuối cùng thầy Hương Giáo đã cho vị sư lãnh Kỉnh Tâm về chùa. Và để tránh tiếng thị phi của người đời, nhà sư không cho Kỉnh Tâm ở trong chùa nữa, mà đuổi ra ngoài hiên tam quan.

Về phần Thị Mầu đến ngày khai hoa nở nhụy lại đem con đến giao cho Kỉnh Tâm: Con ông đây, nhận mà nuôi đi! Thế là thêm một nỗi khổ nữa, Bà Thị Kính phải mang chú bé đến hàng xóm xin cho bú thép.

Thiên hạ đàm tiếu rằng chú tiểu ở chùa mà sao lại có con?

Bà Thị Kính nuôi con của người và đặt tên đứa bé là Đạo Đồng và cũng cho tu luôn. Đạo Đồng ngày một lớn và luôn gọi Bà Thì Kính bằng "cha". Thế rồi Kỉnh Tâm ngã bệnh ngoài tam quan của chùa. Đêm nọ Đạo Đồng vào chùa báo với sư cụ là "cha" của mình đã nhắm mắt qua đời.

Phật Thiên Tôn vâng lệnh Đức Phật Tổ xuống phàm trần rước Kỉnh Tâm tức Bà Thị Kính về cõi Phật. Và câu chuyện được kết thúc lúc Bà Thị Kính thành Phật Bà Quan Âm.

Thời đó rất nhiều người đã được nghe qua bộ dĩa hát Quan Âm, câu chuyện được truyền tụng trong nhân gian, và cứ lớp lớn kể lại cho lớp trẻ, tình tiết "nỗi oan Thị Kính" không có gì thay đổi. Năm Châu cũng dựa vào cốt chuyện trong dĩa hát mà viết truyện phim Quan Âm Thị Kinh.

Người ta có thể nói rằng phim Quan Âm Thị Kính thành công vượt bực về tài chánh, chiếu ở thủ đô Sài Gòn xuất nào cũng chật rạp, sau đó phim đi tỉnh khán giả lại càng đông hơn. Điều cần nói ở đây là khán giả đi coi phim Quan Âm Thị Kính đa số là khán giả của cải lương. Nhờ dịp này Năm Châu thanh toán hết nợ nần mà còn dư ra sắm xe hơi, hàng tuần đưa bà Kim Cúc đi Vũng Tàu, Long Hải nghỉ mát.

Sau cuốn phim Quan Âm Thị Kính, Năm Châu lại tiếp tục hợp tác với hãng Mỹ Vân bằng cách viết truyện phim, đạo diễn, cũng như tuyển chọn tài tử, và Thẩm Thúy Hằng trúng tuyển trong cuộc chọn lựa này. Chuyện phim thần thoại cổ tích và lấy tên nhân vật chánh là người đẹp Bình Dương đặt tên cho cuốn phim. Sau khi làm tài tử chánh cho phim thì Thẩm Thúy Hằng được thiên hạ gọi là người đẹp Bình Dương rồi mang danh luôn.

Ban Năm Châu chuyển âm phim

Thành công với phim ảnh, Năm Châu thừa thắng xông lên, nhân lúc phim Nhật, phim Phi Luật Tân, phim Ấn Độ nối tiếp nhau nhập vào, ông bỏ luôn sân khấu, tuyển chọn một số người, phần lớn là trong gia đình để thành lập Ban Năm Châu và lãnh công việc chuyển âm cho các hãng nhập cảng phim. Lúc bấy giờ người trong giới cải lương ai cũng nể phục Năm Châu ở tài quyền biến tháo vát.

Cái sáng kiến độc đáo nhứt của Năm Châu trong việc chuyển âm là đem vọng cổ vào phim Ấn Độ, và thiên hạ đã bất ngờ, thích thú có cảm tưởng như đang coi hát cải lương, bởi ngoài tiếng nói quen thuộc của Ban Năm Châu trong phim, giờ đây lại còn nghe 6 câu vọng cổ mùi rệu. Người ta còn nhớ khoảng 1957 cuốn phim Ấn Độ "Gió Bụi Kinh Thành" chiếu ở rạp Tân Đô, Tân Định, khán giả phải sắp hàng mua vé, do bởi phim này tài tử chính là Ganessan, một anh Bảy người Ấn nhưng ca vọng cổ quá hay. Có gì đâu, tiếng hát của bài ca Ấn Độ trong phim được chuyển sang tiếng Việt với tiếng ca của vua vọng cổ Út Trà Ôn.

Sang thập niên 1960 công việc chuyển âm phim giảm bớt dần, bà Kim Cúc cộng tác với gánh Thanh Minh Thanh Nga đóng vai đào mụ (vai bà già), còn Năm Châu thì dạy ở trường Quốc Gia Âm Nhạc và Kịch Nghệ. Bà Kim Cúc cũng là giáo sư dạy diễn kịch và cải lương tại trường này.

Do có trình độ và uy tín, Năm Châu năm nào cũng được bầu vào ban chấp hành Hội Nghệ Sĩ Ái Hữu (Năm Châu và bà Phùng Há luôn là hội trưởng hoặc phó hội trưởng). Vào những năm cuối của thập niên 1960, Năm Châu có mấy lần làm trưởng phái đoàn Văn Nghệ Việt Nam đi Pháp, đi Anh và các nước Phi Châu, và mỗi lần đi thì trong đoàn đều có nghệ sĩ Kim Cúc, do bởi bà là nghệ sĩ được coi như sáng giá với những vai trò đào lẳng.

Bà Kim Cúc là con gái lớn của nghệ sĩ Bảy Nhiêu, nên đã vào nghiệp cầm ca từ khi còn bé, lớn lên bà kết hôn với nghệ sĩ Năm Châu, đúng lúc Năm Châu thành lập gánh hát nên bà có điều kiện thăng tiến nghề nghiệp. Khi xưa lúc mới lên sân khấu thì bà Kim Cúc giữ vai trò đào thương, vai Lan trong tuồng Lan và Điệp, đồng thời được hãng dĩa hát Asia thu thanh bài vọng cổ "Lê Lợi khởi nghĩa". Nhưng có lẽ vai đào thương không phải sở trường, nên về sau Kim Cúc chỉ đóng vai phản diện, tức là vai trò làm cho khán giả "ghét". Thập niên 1970 bà Kim Cúc hợp tác với Ban Trường Giang của nhạc sĩ Út Trong ở đài truyền hình với vai trò cố vấn và dạy nghề cho lớp trẻ. Tóm lại sự nghiệp nghệ thuật của bà Kim Cúc gắn liền với Năm Châu trong suốt cuộc đời.

Tuy đang là giáo sư dạy ở trường Quốc Gia Âm Nhạc và Kịch Nghệ, nghệ sĩ Năm Châu vẫn hợp tác với hãng phim của

Thẩm Thúy Hằng. Khi xưa Thẩm Thúy Hằng được chọn đóng vai chánh trong phim Người Đẹp Bình Dương, một phần lớn là do Năm Châu, ông chấp nhận thì mới được, vì truyện phim do ông viết, nhân vật trong phim là người của ông dàn dựng. Mà nghe nói cái tên Thẩm Thúy Hằng cũng do Năm Châu đặt cho người đẹp Bình Dương.

Đến khoảng 1970 sau cái đám cưới lớn của Thẩm Thúy Hằng với ông Nguyễn Xuân Oánh, ông nầy lập cho vợ hãng phim ở đường Lê Quang Định, tức thì Thẩm cô nương mời thầy Năm Châu cộng tác viết truyện phim. Nếu như cuối thập niên 1950 Năm Châu đưa Thẩm Thúy Hằng vào điện ảnh để nổi tiếng, thì sang đầu thập niên 1970. Năm Châu lại một lần nữa giúp Thẩm Thúy Hằng làm giàu. Ông đã viết truyện phim "Chiều Kỷ Niệm" và chọn kép cải lương Thanh Tú đóng cặp với người đẹp Bình Dương. Nghe nói phim chiếu khai trương 2 tuần đã lời trên 10 triệu.

Thập niên 1940 Năm Châu từng mang đoàn hát ra Bắc, có lần gánh hát rã ngoài đó! Có người muốn giúp ông có tiền về Nam nhưng sợ ông tự ái, nên mời ông ca bản Dạ Cổ Hoài Lang của nhạc sĩ Sáu Lầu (tiền thân của bản vọng cổ). Nói rằng để thu thanh dĩa hát. Nhưng nhiều năm sau vẫn không thấy dĩa hát nào. Năm 1965, được Bộ Xã Hội bảo trợ, Năm Châu lại một lần nữa lập gánh cải lương lấy tên đoàn Ánh Chiêu Dương. Và đây là lần lập gánh sau cùng trong cuộc đời làm nghệ thuật của Năm Châu. Đoàn khai trương tại rạp Thống Nhứt với vở tuồng xã hội: "Nước Biển Mưa Nguồn."

Sau 1975 do tuổi già, vợ chồng Năm Châu, Kim Cúc không một hoạt động văn nghệ nào nữa, nên các nghệ sĩ trẻ thường rủ nhau đến nhà thăm vợ chồng ông. Trước ngày mất, Năm Châu nằm ở bệnh viện Đồn Đất, nhạc sĩ Nguyễn Hiền có đến thăm ông tâm sự... Còn bà Kim Cúc thì cũng đi theo ông chồng vài năm sau đó.

NGHỀ CHO VAY GÁNH HÁT CẢI LƯƠNG

Chủ nợ cầm vận mạng gánh hát

Thông thường nếu như chỉ hiểu sơ qua mà không đi sâu vào vấn đề thì người ta cho rằng bầu gánh, tức chủ nhân đoàn hát là người cầm vận mạng và điều khiển hoạt động của một gánh hát cải lương. Mặt khác cũng có người bảo rằng thầy tuồng, tức soạn giả mới có quyền, bởi nhìn vào những buổi tập tuồng, thì người ta đã thấy cái uy quyền của soạn giả, nhứt là những soạn giả từng có thành tích như Hà Triều, Hoa Phượng, Hoàng Khâm, Thu An... (trong lãnh vực cải lương đa số soạn giả kiêm đạo diễn).

Cũng đồng thời hoạt động cải lương, nhưng các gánh nhỏ ở tỉnh lẻ, ở quận lỵ, làng xã quanh năm suốt tháng chỉ hát đình hát chợ thì người ta lại có cái nhìn khác hơn, và cho rằng chính mấy ông thầy đờn, tức nhạc sĩ (thường là nhạc sĩ cây đờn chánh) là người điều khiển gánh hát. Quyền hành do mấy ông này, bởi mấy ông là người có đủ uy lực điều động đào kép mới ra lò vào nghề, mà trước đó vốn là học trò của các ông. Chính mấy ông thầy đờn đã khuyến khích đào kép trẻ tham gia vào nghiệp cầm ca, nhứt là nữ ca sĩ thì vấn đề động viên gia nhập đoàn hát khó khăn hơn nhiều. Do đó mà nếu như vì lý do nào đó mà bầu gánh làm cho các ông bất mãn đưa đến sự rút lui ngưng cộng tác, thì đương nhiên số đào kép do các ông đưa vào cũng sẽ theo thầy mà bỏ gánh hát vậy. Thành thử ra mà đã không ít người ở miền quê đã khẳng định thầy đờn là người nắm vận mạng gánh hát.

Thế nhưng, đối với những người am tường, từng theo dõi hoạt động cải lương trong thời gian dài, nhận xét thấu đáo được vấn đề thì quả quyết rằng người thực sự điều khiển gánh hát, có quyền quyết định nhiều việc, kể cả những việc lớn lại là những người cho vay, tức các chủ nợ chuyên cho vay gánh hát, các chủ nợ nắm lấy cả sinh hoạt cải lương.

*Đoàn Út Bạch Lan - Thành Được hát Tết 1964.
Hình chụp phía trước rạp hát Thủ Đô, Chợ Lớn.
Nào ai biết được phía sau hậu trường rạp hát này có bao
nhiêu nghệ sĩ vay nợ Tết để... trả nợ.*

Về phương diện giúp vốn thì phải nói ngay cải lương hoàn toàn là một sự kinh doanh sân khấu, kinh doanh là phải vay nợ, trừ trường hợp gánh Kim Chưởng vay nợ rồi làm nổi lên sự nghiệp gây được vốn nhà. Đoàn Kim Chung có vốn sẵn mang từ Bắc Vào Nam, theo lời ông bầu Long thì chỉ nội phim Kiếp Hoa, đoàn Kim chung lời gần 20 triệu tiền Đông Dương rồi. Đoàn Thủ Đô của ông bầu Ba Bản thì ông này là đại điền chủ ở Bến Tre tiền dư bạc để thì đâu có chuyện vay nợ. Đoàn Dạ Lý Hương của ông bầu Xuân thì ông nầy là nhà xuất nhập cảng, là chủ nhân hãng giấy Kiss Me, tức cũng nhà giàu. Trừ các bầu gánh nói trên ra, tất cả còn lại đều phải vay nợ mới hoạt động được, gánh lớn nợ nhiều gánh nhỏ nợ ít, nợ dài dài không lúc nào hết.

Lúc đoàn Thanh Minh Thanh Nga đi Tây, chủ nợ sẵn sàng ra tiền cho những ai có passport, bởi các buổi hát ở bên Pháp đã được các nhà tổ chức mua giàn sẵn hết. Các chủ nợ chắc chắn khi đoàn về nước sẽ trả dễ dàng cả vốn lẫn lời, nghe nói lần đi Tây này chủ nợ bỏ ra trên 20 triệu cho bầu gánh và nghệ sĩ vay.

Lối cho vay cải lương là cái lối cho vay kỳ cục nhất, bỏ tiền ra một triệu thì mỗi đêm lấy 3 ngàn đồng và cái triệu kia nó còn mãi không bao giờ hết, đến khi gánh hát rã thì chủ nợ đã lấy vô trên một triệu đồng rồi mà vẫn còn quyền xiết hết cả đồ đạt, tài sản, vậy mà người chủ nợ cải lương lại không bao giờ bị đóng thuế.

Sân khấu hoàn toàn lệ thuộc vào chủ nợ, chủ nợ bảo sửa đổi tuồng mà bầu gánh không theo thì chủ nợ không ra tiền nữa. Chẳng hạn như đoàn Thanh Minh Thanh Nga chuyên diễn tuồng xã hội mà báo chí khuyến khích, nhưng chủ nợ nói rằng bây giờ phải hát tuồng La Mã như bên Kim Chưởng mới được, bằng không thì không ra vốn nữa, do đó soạn giả cũng bị lệ thuộc hoàn toàn vào chủ nợ. Các ông bà bầu có thiện chí muốn đưa sân khấu tiến lên, song cũng phải nghe theo chủ nợ, và chủ nợ đã nắm lấy hết quyền hành mà lại không chịu trách nhiệm gì hết. Tung ra tuồng La Mã, Á Rập có lỗ thì chủ gánh vẫn phải chịu lấy mà tiền nợ rồi phải trả đủ thôi!

Nghệ sĩ, nhân viên đoàn hát càng nghèo, kẻ cho vay lại dễ hoạt động hơn, và đây là tệ trạng lâu đời ở sân khấu cải lương. Khắp nơi, đoàn lớn đoàn nhỏ đều có bóng dáng chủ nợ cho vay. Hành nghề không đủ sống họ nghèo vay nợ sống tạm, nào tiền đứng, tiền góp, nợ lãi chồng chất theo thời gian làm phát sanh nhiều điều tệ hại từ đoàn lớn cho đến đoàn nhỏ hát ở xã ấp, ở các vùng xa xôi hẻo lánh.

Nghệ sĩ đi xe hơi của... chủ nợ

Về phía nghệ sĩ cũng thế, biết đào kép hát hay chưng diện, chủ nợ bỏ tiền ra mua xe hơi, mua đồng hồ hiệu đắt tiền cho nghệ sĩ trả góp, nửa chừng không trả nổi thì xe hơi đồng hồ hoàn lại cho chủ nợ để bán cho đào kép khác cũng với hình thức góp như trên. Một nghệ sĩ có tiếng là "chơi xe hơi" thường đi xe mới cũng ở trong trường hợp này.

Người ta thấy nghệ sĩ cải lương theo đoàn lưu diễn, đi xe hơi chạy nhơn nhởn ở các tỉnh, thiên hạ tưởng đâu họ giàu lắm, nhưng đối người rành vấn đề thì có lẽ hầu hết xe hơi kia đều của người cho vay, của chủ nợ.

Trong những lúc tình hình hoạt động cải lương gặp khó khăn, số thu bán vé các đoàn hát sụt xuống thì nghệ sĩ công nhân lãnh lương "thông cảm", mà thông thường là đờ mi, hoặc kém quá thì bầu gánh chỉ phát tiền cà phê theo "luật cải lương". Thế nhưng, đối với chủ nợ cho vay gánh hát thì không có vấn đề thông cảm đó, đào kép dù lãnh đờ mi hay cà phê gì thì cũng phải đóng đủ cho chủ nợ. Lối dàn cảnh của chủ nợ cho vay theo các gánh hát rất là khéo. Vì rằng anh chị em nghệ sĩ phải làm giấy mượn trước tiền lương và bằng lòng trả lại bao nhiêu đó mỗi đêm, nếu không thì phải chịu trách nhiệm. Giấy mượn tiền lương của đoàn hát đó phải do ông quản lý bảo đảm để khi ông này tới lúc phát tiền cữ cho đào kép, công nhân thì cúp liền tại trận. Như thế dù muốn dù không, anh chị em nghệ sĩ không thể nào hẹn hò gì được.

Cái việc mà một anh kép vay mười ngàn, mỗi đêm đóng 50 đồng tiền lời răng rắc và liên tục, có khi 2, 3 năm mà cái vốn mười ngàn vẫn còn đứng sững một chỗ, có than trời thì cũng vậy thôi. Nếu không có tiền trả thì lại tiếp tục đóng cho tới... ngày nào không biết.

Ngoài ra còn xảy ra những vụ chủ nợ áp chế, hành hung nghệ sĩ nghèo vay nợ nữa, vì hoàn cảnh nghèo, một số nghệ sĩ đành làm con nợ. Nếu không có người vay làm sao có chủ nợ? Chủ nợ ở đâu cũng vậy cứ bám theo người nghèo, túng thiếu để cho vay. Nghệ sĩ đã nghèo lại còn nghèo thêm, bầu gánh mà vay nợ nhiều chắc chắn là đoàn sẽ suy sụp rồi bị xiết đoàn hát, trắng tay!

Trong giới sân khấu đã nhiều chục năm rồi, đoàn hát nào cũng có bóng dáng của chủ nợ, họ cho vay từ bầu đoàn hát cho đến các nghệ sĩ nghèo mạt rệp và thu tiền lời "xanh xít đít đuôi" (năm thành sáu, mười thành mười hai).

Thế nhưng, rất nhiều người thắc mắc là giới cải lương làm ra tiền rất nhiều, ngoài số nghệ sĩ đi xe hơi, xài tiền như nước, những người lương thấp như công nhân, dàn cảnh... thì đồng lương của họ cũng cao hơn người làm thuê, làm mướn bên ngoài. Vậy mà tại sao họ lại thiếu thốn, đến đỗi vay nợ với mức lãi quá nặng? Có đi sâu vào vấn đề, tìm hiểu xa hơn thì người ta sẽ thấy sự thiếu thốn của giới cải lương là có vấn đề của nó, mà mới nghe qua ai cũng lắc đầu chán ngán giùm cho giới này. Để giải thích rõ hơn, vấn đề được nói ở mục cải lương vay nợ Tết ở phần sau.

Đó là những hình thức vay nợ của cải lương ngày thường, còn cải lương vay nợ Tết thì khác hơn. Ngày thường cải lương vay nợ thời gian được tính ngày Dương lịch, nhưng vay nợ Tết thì tính ngày Âm lịch. Từ ngày 23 đưa Ông Táo trở đi cho đến ngày Rằm tháng Giêng Âm lịch thuộc về "nợ Tết".

Cải lương vay nợ Tết

Suốt một năm dài người ta dùng ngày Dương lịch, còn gọi là ngày Tây để bàn bạc, trao đổi về sự làm ăn, học hành, và phần lớn mọi chuyện liên quan đến cuộc sống. Chỉ trừ trường hợp người đi lễ chùa, ngày giỗ ông bà, hoặc người ăn chay, và cải lương vay nợ Tết thì họ mới sử dụng ngày Ta, hay là ngày Âm lịch cũng thế.

Thế nhưng, gần đến Tết Nguyên Đán thì hầu như phần lớn thiên hạ quên đi ngày Dương lịch, hoặc để sang một bên để tập trung vào ngày Ta, tính từng ngày để giải quyết mọi vấn đề còn tồn đọng lại, mà không ai muốn Tết đến mà chưa xong, và một trong số nhiều việc phải giải quyết là nợ nần, bởi không ai muốn mang nợ hai năm. Riêng cải lương thì vay nợ Tết khác với mọi ngành nghề ngoài xã hội, mà người trong giới hầu như ai cũng biết.

Năm hết Tết đến trong lúc mọi người đang lo trả nợ, thì giới cải lương lại... vay nợ nhiều hơn. Và phía chủ nợ chuyên môn cho vay gánh hát, thì chẳng những gần Tết họ không đòi nợ, mà còn "thông cảm" bỏ ra số tiền khá lớn cho cải lương vay. Đây là "đặc thù" của cải lương ở xứ ta vậy!

Đi sâu vào vấn đề cải lương vay mượn tiền Tết, người ta hình dung lại bối cảnh ở hậu trường các rạp hát thời cải lương cực thịnh, cái thời mà sân khấu đêm nào cũng mở màn (từ 1955 - 1967), và bắt đầu xuống dốc từ năm Mậu Thân 1968.

Xin đơn cử một ngày cận Tết nọ, khoảng 10 giờ sáng tại hậu trường một rạp hát lớn ở ngay trung tâm Sài Gòn, mà một đoàn hát đại ban đang dựng bảng hát Tết. Giờ này đại đa số đào kép, thầy đờn, dàn cảnh, công nhân... tập trung đông đảo trên 30 người. Họ ngồi chờ bà chủ nợ mang tiền đến, và tâm trạng chung ai cũng mong muốn mình vay được số tiền nhiều đặng lo cho cái Tết đã kề bên.

Trong bầu không khí khá vui nhộn, bởi người nào cũng tin tưởng rằng nội trong ngày nay mình sẽ có tiền để giải quyết vấn đề gì đó, tùy theo hoàn cảnh riêng của mỗi người.

Bỗng không khí hơi ồn lên, bà cho vay gánh hát "giá lâm", tức thì mặt mày người nào cũng tươi rói, vui vẻ đón chào, niềm nở như chào đón người thân đi xa mới về vậy.

Từ trên taxi bước xuống tay xách túi bạc nặng trĩu, có hai người đi theo hộ vệ, không nói chớ mọi người cũng biết, 2 người đi theo kia sẵn sàng "chết sống" nếu bàn tay nào đó đụng tới túi bạc. (Không bao giờ bà chủ nợ mang tiền đi một mình).

Rồi thì căn cứ trong danh sách được lập sẵn, tiền đưa ra cho người nào cũng được cột dây thung, kèm theo tờ giấy cho người nhận ký tên vào. Khi nhận tiền thì người nào cũng phải đếm, kiểm tiền xong xác nhận đủ mới rời khỏi, do đó không có sự khiếu nại nào.

Tùy theo vai trò trên sân khấu mà bà chủ nợ quyết định món tiền cho vay, nếu là đào kép chánh thì được vay nhiều, kép nhì, đào ba thì được vay ít hơn, số tiền thấp nhứt dành cho người có các vai trò phụ, hoặc công nhân, dàn cảnh... Nói một cách khác là tùy theo mức lương của nghệ sĩ mà bỏ tiền ra cho vay, và hiện tượng này đã có từ thời nào đó không biết, nhưng chắc từ lâu lắm rồi. Có điều là mấy ngày này bà chủ nợ không từ chối người nào trong gánh hát muốn vay tiền, không nhiều thì ít bà cũng "làm phước" ban cho người đó nhờ.

Lấy tiền kiếm xong là đi ngay, không chần chờ thêm giây phút nào, chẳng mấy chốc hậu trường rạp hát trống trơn, chỉ còn lại vài người mà đời sống của họ lấy hậu trường rạp hát làm nhà.

Luật cho vay, mượn nợ ngày Tết, cũng như cách trả nợ và tiền lãi đã được giới cải lương thông suốt. Tuy rằng "luật bất thành văn" nhưng lại được thi hành nghiêm chỉnh, trừ trường hợp bất khả kháng người ta mới để cho phạm luật. Nói rõ hơn là tiền cho vay trong mấy ngày cận Tết này, con nợ phải trả góp ngay trong đêm Mùng 1, tiền lãi cũng cao hơn nợ ngày thường gấp rưỡi, mà có khi còn cao hơn nữa tùy quyết định của bà chủ nợ.

Tiền cho vay Tết bắt buộc phải trả dứt vào ngày rằm Tháng Giêng, mà nếu chịu khó làm bài toán thì tiền lời là 30 phân, chớ không phải "xanh xít đít đui" như lãi nợ ngày thường. Dù rằng tiền lãi cao như vậy mà giới cải lương đâu có ngán, chẳng ngần ngại gì hết, được vay càng nhiều càng tốt.

Mấy ngày Tết chủ nợ thu tiền chẳng khó, bởi không vắng mặt con nợ nào. Suất hát cuối cùng trước khi vãn là bầu gánh đã sẵn sàng tiền lương cho nghệ sĩ, và bà chủ nợ cũng sẵn sàng chờ con nợ trao qua.

Do đâu mà bà chủ nợ lại rộng rãi như vậy chớ? Câu trả lời là do Tết! Bởi bà ta chắc ăn, là con nợ dễ dàng trả nợ trong mấy ngày đầu Xuân. Ngay trong đêm Mùng 1 Tết là bà bắt đầu thu tiền trở lại rồi. Cũng có chủ nợ chờ ngày Mùng 2 coi như cử kiêng giùm cho nghệ sĩ khỏi ra tiền ngày đầu năm.

Người cho vay gánh hát nắm vững tình trạng lương bổng của đào kép cải lương trong mấy ngày Tết, người nào cũng lãnh tiền nhiều hơn cả chục lần, hoặc kém hơn thì cũng 7, 8 lần của ngày thường. Chỉ nội ngày Mùng 1 Tết họ có thể hát đến 4 suất, có gánh hát 5, 6 suất, mà mỗi suất thì đào kép lãnh tiền gấp đôi, tức số tiền lãnh tăng lên gấp tám lần. Nói một cách rõ ràng hơn là trước Tết họ còn lãnh một ngàn đồng, nhưng đêm Mùng 1 thì bầu gánh phải trả đến 8 ngàn, mười ngàn mà còn cộng thêm tiền lì xì Tết, nhiều ít tùy theo sự rộng rãi của bầu gánh.

Biết chắc rằng ngày Tết tiền vô nhiều như vậy, nên phần lớn đào kép cải lương người nào cũng vay tiền mua sắm Tết, hoặc để làm gì đó mà có bao giờ họ nói ra đâu. Tóm lại chỉ trừ trường hợp cá biệt nào đó mà thôi, chớ phần đông người của cải lương đều vay nợ Tết.

Mấy ngày Tết đào kép mệt khờ người luôn, bởi suất hát này vừa vãn thì diễn tiếp liền suất kế tiếp. Hát từ 9 giờ sáng cho đến 1, 2 giờ khuya, nghỉ xả hơi được vài giờ đồng hồ lại phải chuẩn bị hát cho ngày hôm sau. Tuy mệt thở không ra hơi như vậy mà người nào cũng thoải mái tinh thần, mừng vui ra mặt.

Và hầu như chẳng đào kép nào "nghỉ bệnh" trong mấy ngày Tết này. Không như ngày thường, mượn tiền bầu gánh không được thì đào kép chánh, và các anh hề tên tuổi hay... bị bệnh. Một căn bệnh mà bác sĩ giỏi mấy cũng bó tay. Khi xưa nghệ sĩ Năm Châu thường nói, thuốc chữa "căn bệnh nghệ sĩ" này mua không có ở nhà thuốc, mà có rất nhiều ở nhà... bà chủ nợ, bầu gánh chỉ cần đến đây mang "thuốc" về thì con bệnh sẽ khỏi ngay, để đặng tối lên sân khấu chớ!

Tiền vay nợ Tết của cải lương chạy đi đâu?

Giới cải lương ngồi chờ vay nợ Tết để xài vào việc gì, có phải để mua sắm cần thiết cho ba ngày Xuân? Câu trả lời là cái đó cũng có nhưng ít thôi, mà phần nhiều họ vay nợ Tết là để đi... trả nợ! Cái mâu thuẫn của vấn đề là thế, bởi không phải họ chỉ thiếu nợ ở đây (gánh hát) mà còn nợ ắp lẫm bên ngoài, bắt buộc phải trả trước Tết, không thôi thì chẳng yên thân. Món tiền vay Tết này có khi còn không đủ trả nợ ở những nơi khác.

Trong số những người vay nợ Tết này, lại có cả những người không phải lấy tiền về lo gia đình, lo cuộc sống, cũng không phải trả nợ chỗ khác, mà sau khi lấy tiền xong là đi đến sòng bài. Các con bạc chờ nghệ sĩ có "máu cờ bạc" đến để cùng sát phạt lẫn nhau, và phần lớn thì tiền vay nợ Tết nó đã hết sạch trước Tết là chuyện thường.

Có năm nọ đúng vào ngày Mùng 1 Tết, tại rạp Nguyễn Văn Hảo, suất hát đầu tiên 9 giờ sáng đang diễn, thì có bà đầu thảo hụi đến phía sau rạp, gần ngã tư đường Bùi Viện - Đề Thám. Bà ta chửi bới la lối om sòm, thiên hạ xúm lại coi mỗi lúc nhiều hơn, mấy sòng bầu cua cá cọp cũng ngưng lại để coi. Với giọng nói rang rảng, bà cho biết là chàng kép chánh mấy kỳ qua không đóng hụi, hẹn vay tiền Tết sẽ đóng, mà chờ mãi đến Giao Thừa cũng không thấy mặt, nên sáng nay dù Mùng 1 Tết cũng không cử kiêng gì hết, nhứt định phải thanh toán theo luật giang hồ.

Thì ra anh chàng kép chánh kia mượn tiền Tết, thay vì đi đóng hụi lại đi thẳng vô sòng bài, cháy túi rồi còn tiền đâu mà đóng hụi.

Thấy tình thế căng thẳng quá, lại là ngày Tết, ngày cải lương hốt bạc, đâu thể để tình trạng xấu xảy ra, bởi đi theo bà đầu thảo hụi còn có mấy tay mặt rằn mặt rện, sẵn sàng "mần" anh kép chánh.

Chẳng cần suy nghĩ lâu, ông bầu gánh kêu bà nầy vô hậu trường rạp hát nói chuyện, giải quyết bằng cách ứng một số tiền cho chàng kép chánh mượn trước đóng hụi. Và rồi thì mọi chuyện êm xuôi, bà chủ hụi ra về, không khí Tết vui tươi ở đây trở lại như lúc nãy.

Cái cảnh cải lương vay nợ Tết của ngày xưa, giờ đây không còn thấy nữa, cải lương không còn hoạt động thì làm gì có người vay, có người cho mượn nợ, có còn chăng là trong ký ức của những người mang nghiệp cầm ca, của những ai từng theo dõi hoạt động sân khấu. Mỗi khi Tết đến thì giới cải lương không khỏi thở dài, ngậm ngùi, luyến tiếc cái thuở vàng son của ngày Tết năm xưa có trở lại chăng?

Tết Mậu Thân chủ nợ khóc ròng

Ngày Mùng 2 Tết Mậu Thân mà cho đến nay hầu như dư âm cũng vẫn còn đối với người trong giới cải lương, có muốn quên đi cũng khó mà quên.

Trong suốt nhiều thập niên kể từ khi hình thành, chưa bao giờ cải lương bị một đòn chí tử nặng nề như năm Mậu Thân. Năm ấy, ngày Mùng 1 Tết cải lương vẫn hát bình thường như cái Tết của mọi năm, nghĩa là hốt bạc dễ dàng, ai cũng tưởng đâu sáng mai 9 giờ sẽ mở màn hát tiếp.

Thế nhưng, mới 7 giờ sáng thì đài phát thanh Sài Gòn và đài Quân Đội loan báo có những cuộc chạm súng ngay trong

Đô Thành, nên yêu cầu dân chúng không nên di chuyển, ai ở đâu thì ở đó chờ thông báo mới.

Nghe thế, giới cải lương cũng nằm nhà chờ đợi chớ đâu đào kép nào dám đến rạp trước tình hình này, mà dù có đến rạp cũng đâu có khán giả, có ai ra đường khi nghe thông báo nói trên.

Từ đó đến chiều thì đài tiếp tục loan báo chiến sự diễn ra không phải chỉ ở Đô Thành Sài Gòn mà nhiều tỉnh trên toàn quốc cũng thế. Tình hình nghiêm trọng, không khí ảm đạm bao trùm, ai ai cũng tâm trạng chờ xem việc gì sẽ xảy ra trong ngày Tết này. Giờ đây thì giới cải lương bắt đầu lo nhiều hơn, chớ khi sáng thì người nào cũng tưởng đâu nếu ban ngày không hát được thì đến tối tình hình lắng dịu sẽ mở màn, chớ không lẽ Mùng 2 Tết mà không hát. Nhưng rồi chiều tối đến cái đêm Mùng 2 đó ở nhà nhìn ra ngoài đường thấy vắng lặng, không xe cộ di chuyển. Dĩ nhiên rạp hát cũng vắng vẻ, lạnh tanh, chỉ có vài công nhân đi theo đoàn ở lại rạp trông coi đồ đạc.

Sáng Mùng 3 thì giới cải lương đã bắt đầu lo thật sự, và sự lo lắng kia đã diễn ra không chỉ mấy ngày Tết mà kéo dài từ tháng này sang tháng nọ, mọi người lo chạy loạn tản cư, mọi sự làm ăn đều bị gián đoạn nhiều hay ít. Lúc bấy giờ gánh phải gởi xác gánh ở đình miếu, rồi cũng rời khỏi địa phương mà gánh hát lâm nạn ở đây. Nói chung lúc ấy gánh hát đang ở đâu thì rã gánh ở đó, mạnh người nào nấy tìm sinh lộ.

Không phải chỉ giới trực tiếp làm cải lương bị thiệt hại, mà các thành phần liên hệ cũng bị thiệt hại không kém. Ngoài những người buôn bán ở rạp hát, giới tài xế taxi, xích lô máy, giới cung cấp mọi cần thiết cho gánh hát, và luôn cả mấy tay cho vay gánh hát cũng lãnh đủ luôn.

Gần Tết chủ nợ tung tiền ra cho cải lương vay, và ngày Mùng 1 là bắt đầu thu lại, thu liên tục mỗi ngày cho đến ngày rằm thì dứt điểm, thu lại cả vốn lẫn lời. Nhiều năm làm ăn như vậy, nên sau cái Tết là chủ nợ lại giàu hơn. Nhưng rồi do cái Tết Mậu Thân này thì chủ nợ coi như bị thiệt hại nhiều nhứt, chỉ thu lại có ngày Mùng 1 rồi ngưng luôn. Nghệ sĩ đói meo thì tiền đâu mà góp như mọi năm, luôn cả nghệ sĩ đi xe hơi cũng phải đi bộ, vì xe bị chủ nợ "quản thúc".

Có một bà chủ nợ ở tỉnh, bỏ tiền ra cho một gánh hát mới thành lập, đoàn ăn tập cả tháng với 3 vở tuồng, mà trong số có vở "Người Đẹp Bán Tơ" là chắc ăn nhứt, bởi cốt truyện này thích hợp hát Tết. Nhưng mới chỉ hát có ngày Mùng 1 khai trương thì Lưu Bình, Dương Lễ và Châu Long bỏ đi về quê. Ông bầu tuy không chính thức tuyên bố rã gánh, nhưng trước tình trạng đào kép bỏ đi hết, ông phải mang dụng cụ sân khấu gởi nhiều nơi, rồi chính ông cũng lặn mất luôn.

Bà chủ nợ than trời, nói rằng tức muốn tự vận! Bao nhiêu tiền bạc vòng vàng bán hết và luôn cả chiếc Honda mới mua cũng đổ vô gánh hát giờ này biết làm sao đây.

Vấn đề vay nợ của cải lương nếu đề cập từng gánh hát, từng nghệ sĩ chắc phải nói nhiều lần chưa chắc đã hết, thôi xin dừng lại nơi đây vậy!

NHỮNG GÁNH HÁT NGHÈO Ở MIỀN QUÊ NÔNG THÔN

Gánh hát bán thuốc cao đơn hoàn tán

Những năm cuối của thập niên 1950 đất nước thái bình, thiên hạ đi lại dễ dàng do bởi trên các quốc lộ từ Nam ra Trung xe cộ chạy suốt ngày đêm. Đây là thời kỳ mà các nhóm đờn ca tài tử mọc lên như nấm, nghệ thuật cải lương nở rộ, đem lại sinh khí tươi vui cho vùng nông thôn sau ngày chiến tranh Việt - Pháp chấm dứt.

Lúc bấy giờ người ta thấy ở miền thôn quê có những gánh hát nhỏ dọn đến tận nơi phục vụ bà con, và ở đâu có gánh hát dọn tới thì ở đó vui như ngày hội từ chiều tối cho đến nửa đêm. Những gánh hát đi xuống tận xã ấp nầy tuy nhỏ nhưng cũng có phông màn, tranh cảnh, trang phục. Đào kép thì đầy đủ để đảm nhận các vai trò, cộng với giàn đờn và công nhân tính chung trên dưới 20 người. Địa điểm trình diễn thường là các đình làng, các nhà lồng chợ, và mỗi xuất hát có bán vé.

Những gánh hát nhỏ này thường thì dọn đến đâu là ở cả tháng hoặc hơn, có khi mỗi tuần chỉ hát 1, 2 ngày. Những ngày không hát thì đào kép tự mưu sinh với bất cứ nghề gì mà ở địa phương đó thuê mướn, kể cả gặt lúa, cày ruộng v.v..., và cũng có thể đi bắt cua bắt cá để sống.

Ngoài những gánh hát nhỏ có bán vé kể trên, lại còn có rất nhiều gánh hát nhỏ hơn, chẳng có phông màn trang phục gì hết, và thông thường có khoảng từ 5 đến 7 người, mà thiên hạ gọi là gánh hát dạo bán thuốc, bởi hình thức cùng hoạt động nghệ thuật chẳng khác gì mấy gánh hát Sơn Đông mãi võ của người Tàu. Khi dọn đến một xã ấp nào thì các gánh hát này thường hay chọn bãi đất trống nào đó, có thể là trước sân chợ, sân banh v.v..., và hát miễn phí chớ không có bán vé. Họ chỉ mong bà con thương tình mua giúp cho một vài chai thuốc, vài gói cao đơn hoàn tán.

Buổi chiều trước khi trời tối, việc trước tiên là đánh trống quy tụ bà con, và khi 2 chiếc đèn măng xông được cháy sáng thì bắt đầu rao bán thuốc bằng cách ca các bài bản cổ nhạc. Lúc này thì ban nhạc đờn làm việc liên tục, đờn cho các nghệ sĩ vừa ca vừa cầm thuốc giới thiệu, lời ca cũng được sáng tác nói lên sự công hiệu của loại thuốc nào đó. Tóm lại đối với gánh hát bỏ túi này dù khán giả có mua thuốc hay không, cũng được nghe ca, nghe đờn, và xem trình diễn cải lương.

Thông thường thì diễn viên gồm 4 người: kép mùi, kép độc, một cô đào và một anh hề (có gánh 2 hề) là đủ cho buổi diễn. Nghệ sĩ của những gánh hát bán thuốc này là mấy người biết ca cổ nhạc, sau thời gian đi ca tài tử thì bầu gánh mời đi theo. Hoặc cũng có thể là đào kép của các gánh bầu tèo bị rã gánh, thất nghiệp nên tạm gia nhập các gánh bán thuốc để có cơm ăn thôi, khá hơn một chút là có tiền cà phê, chớ còn lương đêm thì hầu như chẳng có.

Về tuồng tích thì thường là sao chép lại của các gánh, rồi bỏ bớt đi để cho vừa với thời lượng 45 phút, hoặc nhiều hơn cũng một giờ đồng hồ là vãn hát. Bà con miền quê rất thích xem các gánh hát bán thuốc cao đơn hoàn tán này, bởi họ đi đến tận nơi nơi để hát mà lại coi không mất tiền. Do đó mà đêm nào khán giả cũng đông đảo bao quanh địa điểm bán thuốc cũng là sân khấu luôn.

Về phía gánh hát thì đêm nào bán được nhiều thuốc thì hầu hết đều vui vẻ, hăng say hát. Còn như đêm nào bán ế, thuốc còn chất đầy thì kể như đêm đó cả đoàn đều xuống tinh thần phải miễn cưỡng mà hát vậy.

Dù sao thì các gánh hát bán thuốc này cũng tạo nguồn vui cho bà con nông thôn được một thời gian vài năm. Cho đến năm 1961 thì hầu hết các gánh tự nhiên biến mất. Lý do chiến tranh bắt đầu nổi lên ở nông thôn. Từ đó bà con vùng quê kể như không còn được coi cải lương, muốn coi hát phải ra quận, ra tỉnh.

Tuy vậy ở vài nơi vùng nông thôn thỉnh thoảng cũng được coi hát cải lương như một trường hợp sau đây.

Bán vé hát lấy cá

Ngày nọ vào năm 1962, một gánh hát bầu tèo đã chịu khó đi xe lôi dọn đến phục vụ bà con ở ấp Mương Vũ, một địa danh xa xôi hẻo lánh nằm sát biên giới Việt - Miên. Vùng đất này thuộc xã Khánh An, quận An Phú, tỉnh Châu Đốc, nhìn qua bên kia sông là đất Miên. Đây là nơi khỉ ho cò gáy mà cái nghèo luôn bám lấy người dân quanh năm suốt tháng. Có điều địa danh này cũng là sinh quán của cải lương chi bảo Bạch Tuyết.

Gánh bầu tèo Huỳnh Long vừa mới đến là được tiếp đón một cách niềm nở với trọn vẹn cảm tình, khán giả ủng hộ nồng nhiệt nhưng phải hát ban ngày, bởi tình trạng không còn như những năm thái bình, tối đến là không ai ra khỏi nhà.

Đoàn hát gần hai mươi người, tất cả chỉ cần chở ba xe lôi là hết... Có vài tấm đề co, một hai tấm màn đã phai màu, có nhiều chỗ đã dậm vá. Đào kép mỗi người mỗi va li nhỏ, hoặc túi xách tay. Vợ chồng ông bầu kiêm luôn cặp đào kép chánh. Một cô đào phụ kiêm luôn vũ nữ; anh kép độc kiêm luôn thầy đờn... Nói đúng hơn hết cái hình ảnh của đoàn Huỳnh Long nầy là mỗi người kiêm nhiều chức, kép hát, thầy đờn, thợ đèn, quảng cáo viên v.v...

Vừa đến, đoàn đã thu hút được một số khán giả con nít rất đông... và chẳng bao lâu, đoàn hát Huỳnh Long được khắp chợ xã, xóm đều hay biết.

Sự bỡ ngỡ của bầu gánh không lâu, bởi ngay khi ấy, có vài người lớn tuổi sẵn sàng hướng dẫn, giúp đỡ những việc cần thiết.

Sân khấu được lập trên một khoảnh đất rộng, không có tường vách, chỉ có một ít lá buông làm khung để dựng rạp. Đào hát, kép hát quét dọn sân khấu đất cho sạch sẽ. Nhờ những tàn cây to nên khi nắng lớn không gây sự khó chịu nhiều. Chu vi rạp được che bằng lá buông đủ chứa vài trăm người, không có ghế, khán giả đứng. Hình ảnh rõ ràng nhứt để người ta so sánh khi đoàn diễn có khán giả.

Buổi hát đầu tiên với tuồng "Hiền Thần Cứu Giá" (tức Tiết Nhơn Quí chinh đông) khán giả hoan nghinh nhiệt liệt. Và nhờ thế mà thu hút khán giả mãnh liệt. Giá vé có ba hạng, hai hạng cho người lớn và hạng thứ ba dành cho trẻ em.

Khán giả cũng bày tỏ nhận xét, tức giận kép đóng vai Cáp Tô Văn, thương cảm Tiết Nhơn Quí, bởi cái tình cảm đó mà người ta ghi nhận một chuyện hết sức buồn cười. Đó là sau khi vãn hát, mấy chú trẻ em làm quen và dễ làm quen sớm nhất với Đường Thế Dân, Tiết Nhơn Quí. Những kép đóng vai trung thần thường bị hoạn nạn được các em "thông cảm" dẫn đi chơi... Trái lại những vai ác, dữ như Cáp Tô Văn, Bàng

Hồng, Quách Hòe thì nhóm trẻ nầy coi bộ không thích và không chịu làm quen.

Một tuần qua, đoàn Huỳnh Long tươi tỉnh hẳn nếp sống, bởi ngoài sự có tiền họ còn được sự tiếp tế của đồng bào nữa. Nhưng rồi dần dần khán giả bắt đầu thưa thớt, bởi đến mùa cá. Đó là căn bản của sự sống người dân ở đây, và khi có những ghe cá đầy ắp về đậu ở dưới bến thì gánh hát bắt đầu bán vé hát bằng cá.

Khán giả không thích trả bằng tiền nữa, có phương tiện nào thì họ trả bằng phương tiện ấy, và dĩ nhiên bầu gánh phải chấp nhận hơn là để hát mà không có khán giả. Do vé hát đổi cá nên bầu gánh cũng trả lương đào kép bằng cá, và một sự mới lạ lan nhanh vào nếp sống nghệ sĩ: Khi vãn hát đào kép bắt đầu xẻ cá phơi khô.

Chỉ một tuần thôi, mỗi nghệ sĩ đã có vài mươi ký lô khô. Có vài chị như xếp đồ hội, gác cửa cũng bắt đầu có một "kế hoạch" mới trong đầu họ. Họ mua thêm cá, hễ họ mua thì đồng bào bán với giá đặc biệt rẻ hơn bán cho lái cá, và mấy bà nầy đã xông xáo làm khô có cả vài trăm ký lô.

Tuy không còn thu hút được khán giả nhiều nữa, nhưng đoàn vẫn sống phây phây. Bây giờ vé hát được bán bằng cá, bằng khô và luôn cả bằng gạo nữa... Lúc này thì khán giả người lớn thưa, khán giả trẻ em lại nhiều hơn trước.

Mùa cá càng ngày càng đi mạnh vào nghề nghiệp, mấy cậu nhỏ bây giờ cũng không còn rảnh rang nữa, theo cha mẹ, anh em suốt ngày ở ngoài sông, ăn ngủ luôn ngoài đấy.

Một "chiến dịch" quảng cáo miệng được tung ra: "Chỉ còn hai đêm nữa, với hai tuồng đặc sắc: "Thần Nữ dâng Ngũ Linh Kỳ" và tuồng "Tên trộm Thành Bá Đa". Đoàn sẽ dời đi nơi khác...

Tuy chiến dịch được quảng cáo hết mình khéo léo, nhưng cũng không thu hút được khán giả, bởi đời sống của dân ấp Mương Vũ đã gắn liền với sông, với nước, với cá... rồi. Họ dành thời giờ để lo cho cuộc sống, nên không còn thời giờ giải trí cải lương.

Buổi chiều trước khi lên xe, một hình ảnh đẹp được đưa ra: Tất cả đào kép đều nói vài lời tri ân đồng bào đã giúp đỡ những ngày sống ở đây. Đồng bào cũng bùi ngùi đưa tiễn, mong sẽ còn gặp lại...

Đoàn hát bây giờ bỗng mập và lớn thêm, trước dọn đến chỉ có ba xe lôi, giờ dọn đi phải đến 6 xe mới hết (vùng nầy có nhiều xe lôi và là phương tiện thông dụng nhất). Đất nước đã nuôi nghệ sĩ bằng nhiều cách, và cho họ một niềm tin để sống vậy.

Đào kép lãnh lương bằng nước mắm

Nếu như có gánh hát đổi vé lấy cá thì cũng có gánh hát bán vé lấy nước mắm. Vào thời thập niên 1950 có gánh hát bầu tèo nọ, dọn đến Phan Thiết hát được vài đêm thì chẳng còn bao nhiêu người đi coi, nếu dọn đi ngay thì lỗ lã chịu đời không thấu với tiền mướn xe đắt đỏ ở vùng này. Bằng như ở lại tiếp tục hát thì không đủ sở hụi, do bởi nhằm mùa gì đó mà bà con ở đây chẳng có tiền, nhưng nhà ai cũng có nước mắm. Sau một đêm suy nghĩ ông bầu tự hỏi tại sao mình không tận dụng cái gì mà bà con có sẵn? Sáng ra ông rao lên ở giữa chợ rằng đêm này đi coi hát có thể mua vé bằng nước mắm. Vé hạng nhứt 2 lít, hạng nhì 1 lít và trẻ em nửa lít.

Quả nhiên tối bữa đó khán giả khá đông, họ mang đủ thứ chai đựng nước mắm, và người bán vé đong đủ thì trao vé. Việc làm mới lạ này không quen tay, và thiên hạ chen lấn, người đong trước kẻ đong sau, họ gây gỗ va chạm làm chai nước mắm bể đổ ra ngoài. Thêm vào đó những người mang nước mắm đong dư, họ để dưới chân làm ngã đổ gây nồng nực cả rạp hát (tức nhà lồng chợ) khiến cho khán giả vừa coi hát lại vừa thưởng thức... mùi nước mắm. Đêm đó không bán được vé nào bằng tiền, nên đào kép cũng được trả lương bằng nước mắm.

Hôm sau trật tự hơn, nhưng khổ nỗi đêm đầu thì thiên hạ mang nước mắm có loại ngon, loại dở. Hôm sau "rút kinh nghiệm" họ mang đổi toàn loại hạng bét, thậm chí có kẻ còn ma giáo pha nước muối vào...

Nhắm bề sẽ chết sâu hơn nếu còn ở đây thêm ngày nào nữa, nên bầu gánh kêu bán đổ bán tháo số nước mắm, vớt vát chút đỉnh tiền rồi giã từ vùng nước mắm, mang theo kỷ niệm khó quên.

CHƯƠNG 16

VỞ TUỒNG TUYỆT TÌNH CA

"Ông Cò Quận 9" sống mãi với thời gian

Trong nghệ thuật sân khấu cải lương, nếu nói về tuồng tích được xếp vào loại ăn khách, từng ăn sâu vào tiềm thức của khán giả, thì người ta phải kể đến vở tuồng Tuyệt Tình Ca của hai soạn giả Hoa Phượng - Ngọc Điệp, trình diễn trên sân khấu Dạ Lý Hương vào giữa thập niên 1960.

Thật vậy, vở tuồng Tuyệt Tình Ca, mà khán giả bình dân thường gọi nôm na là tuồng "Ông Cò Quận 9", đã chứng minh tài nghệ của soạn giả Hoa Phượng (ít thấy nói đến Ngọc Điệp dù vở tuồng đề tên 2 người), và đã tạo cho soạn giả này một chỗ đứng khá cao trong hàng soạn giả cải lương.

Đây là vở tuồng xã hội, cốt truyện lồng trong bối cảnh lịch sử cận đại nước nhà, soạn giả đã đưa người xem về thăm những địa danh có thật ở miền Tây, tỉnh Vĩnh Long như Long Hồ, Tân Ngãi, chợ Trường An, sông Mỹ Thuận... và cuối cùng thì câu chuyện kết thúc ở Sài Gòn.

Vở hát được nói đến nhiều nhứt là khi được chiếu trên truyền hình, đêm Thứ Bảy chiếu xong thì sáng ra Chủ Nhựt hầu như khắp các chợ đâu đâu cũng nghe thiên hạ bàn tán. Đặc biệt là ở Vĩnh Long, nhiều người đã không ngần ngại cho rằng tình tiết vở tuồng là câu chuyện có thật. Người ở đây đã cùng hỏi nhau rằng những nhân vật ấy khi xưa nhà cửa ở chỗ nào, ai là người thân kẻ thuộc, v.v... Có lúc người ta còn nói ông thầy giáo Lê Văn Hương, nhân vật chính trong tuồng

Hình bìa cuốn bài ca Tuyệt Tình Ca - 1.

là cụ Trần Văn Hương, thủ tướng đương thời, bởi khi xưa cụ Hương cũng từng dạy học.

Một điều người ta cũng nhìn nhận rằng vở tuồng hay, nổi tiếng là nhờ hai diễn viên thượng thặng Út Trà Ôn và Bạch Tuyết. Đệ nhứt danh ca Út Trà Ôn, trong vai người cha, tức Ông Cò Quận 9, và cải lương chi bảo Bạch Tuyết trong vai đứa con gái của ông bị thất lạc có tên Lê Thị Trường An. Hai nghệ sĩ đã hòa mình đúng với nhân vật trong tuồng mà người xem tưởng tượng như là sự thật ở ngoài đời.

Năm 1966 tôi đi coi tuồng Tuyệt Tình Ca, nghe một câu văn gần như bất hủ tô đậm nét son cho vở tuồng, đó là Út Trà Ôn trong lớp vọng cổ với lời nói trong câu ca: "Quận 9 nầy tôi có trách nhiệm giữ trật tự an ninh, mà trong lòng tôi không an ninh trật tự". Khán giả cười rần lên và tôi cũng không khỏi cười.

Sang đầu thập niên 1970 thì Tuyệt Tình Ca bước sang lãnh vực thoại kịch. Ban kịch Kim Cương đưa câu chuyện lên màn ảnh nhỏ truyền hình, với vai Lê Thị Trường An do chính kỳ nữ Kim Cương thủ diễn, và vai ông cò vẫn Út Trà Ôn. Có lẽ hình tượng Ông Cò Quận 9 khó ai thay thế được, nên đệ nhứt danh ca đã bỏ ca vọng cổ để nhận vai này.

Tuồng Tuyệt Tình Ca cũng được hãng dĩa Hồng Hoa thu thanh dĩa nhựa, và in thành cuốn bài ca nhỏ bán khắp cùng các chợ ở thôn quê. Mấy tay bán bài ca vừa rao hàng vừa ca các lớp vọng cổ trong tuồng, lượm bạc cắc cũng khá. Bà con nông thôn đã không ngần ngại bỏ ít tiền ra mua, thành ra ở đâu cũng thấy đờn ca tài tử hát bài ca Ông Cò Quận 9.

Năm 2000 băng video Thúy Nga Paris By Night có diễn một lớp của tuồng Tuyệt Tình Ca, với nghệ sĩ Thành Được vai ông cò, đào Phượng Liên vai bà Lan (mẹ của Trường An).

Hình bìa cuốn bài ca Tuyệt Tình Ca - 2.

Nếu ai là khán giả của ngày xưa từng xem qua vở tuồng này rồi chắc sẽ phân biệt được ngay. Cũng trong màn này MC Nguyễn Ngọc Ngạn có một sai lầm đáng tiếc, đã giới thiệu vở hát Tuyệt Tình Ca là của Hà Triều, Hoa Phượng. Nhưng thật ra là của Hoa Phượng, Ngọc Điệp, chớ soạn giả Hà Triều chẳng dính dáng gì đến vở hát nói trên. "Sai một li đi một dặm", băng phát hành cùng khắp và có nhiều người nói rằng MC cần phải nghiên cứu kỹ lưỡng trước khi giới thiệu.

Sau 1975 phần lớn tuồng hát dù nổi tiếng cũng bị chìm luôn với thời gian, khán giả bỏ quên, không nghe thấy ai nhắc nhở. Thế nhưng vở hát Ông Cò Quận 9 thì vẫn được lên sân khấu dài dài, thiên hạ vẫn nhắc đến nhiều và còn hình dung được cả lớp lang, lời ca, cảnh kịch. Có người còn nói tuồng Tuyệt Tình Ca sẽ sống mãi với thời gian như Lan và Điệp vậy. Tuy rằng về sau không được diễn nguyên tuồng như xưa, nhưng một vài cảnh gọi là "trích đoạn" vẫn được hát đi hát lại không biết bao nhiêu lần. Và cũng do hát không đầu không đuôi ấy, mà những người chưa từng coi qua, nhứt là thế hệ thứ hai trở về sau đã không được biết tình tiết câu chuyện ra sao. Do đó mà thỉnh thoảng vẫn có những độc giả, khán thính giả đài phát thanh, truyền hình yêu cầu tôi ghi lại toàn bộ vở tuồng. Tôi xin tóm lược vở tuồng như sau:

Tuyệt Tình Ca là một vở hát phơi bày một tấn bi kịch gia đình, một chuyện tình tay ba đã để lại hậu quả đau thương cho những người trong cuộc. Bối cảnh là những năm đất nước còn loạn lạc, một câu chuyện tình không vẹn nghĩa của thầy giáo Hương đối với hai bà vợ. Ông buồn bã bỏ nhà ra đi, từ Mỹ Tho ông lang bạt đến vùng Tân Ngãi, Vĩnh Long gặp cô giáo nghèo tên Lan, hai người gá nghĩa vợ chồng.

Hình bìa cuốn bài ca Tuyệt Tình Ca - 4.

Làm vợ bé, tức là chịu nhiều điều tủi nhục, tiếng xấu đổ lên mình, và dẫu biết mái ấm của mình là tạm bợ, hạnh phúc thật mỏng manh nhưng bà Lan vẫn chấp nhận. Họ có với nhau hai đứa con: Gái là Trường An, trai là Long Hồ. Rồi cái điều bà Lan phải chấp nhận đã đến, đứa con nhỏ của bà vợ lớn bị bịnh lìa đời. Thấy chồng đau khổ ray rứt, bà Lan khuyên chồng về an ủi người vợ lớn. Trong tình cảnh "đi sao nỡ mà ở sao đành", một bên bà Lan cứ khuyên chồng trở về, ông đành tạm biệt ba mẹ con bà Lan và cả hai đều không ngờ 20 năm sau họ mới gặp lại nhau.

Loạn lạc, gia đình ông giáo Hương lên Sài Gòn, thời cuộc đưa đẩy ông trở thành một người có quyền có chức: Cảnh Sát Trưởng Quận 9. Vì muốn giúp người ơn là ông Kim Sa không mê gái làng chơi, ông dàn cảnh để bắt quả tang cô gái và ông Kim Sa...

Song, thật trớ trêu cô gái trẻ đó lại là Trường An, con gái của ông và bà Lan. Nhiều năm nuôi con trong nghèo túng nhưng bà Lan đã giáo dục con thật chu đáo, cho đến khi bà lâm bịnh nặng. Thương mẹ bị bệnh lao không tiền thang thuốc và nặng gánh lo cho em ăn học, Trường An đã vô tình lọt vào cạm bẫy của những ông chủ. Từ đó, nàng như một món hàng, cứ bị chuyền từ tay ông chủ này sang ông chủ khác... Trong khi đó, giữa Trường An và Nhân - con ông Hương và bà vợ lớn, lại nẩy sinh một tình yêu nồng nàn. Song rất may họ đã yêu nhau chân thành trong sáng... Trước sự thật phũ phàng: Họ là anh em cùng cha khác mẹ, Trường An chỉ biết kinh hoàng cay đắng nhìn cha...

Dẫu thương con nhưng nhiệm vụ vẫn phải làm, ông Hương quyết định bắt giam Trường An vì tội mại dâm. Bà Lan đã ngất chết trên tay cậu con trai của mình trước hành động tuyệt tình ấy. Mặc dù ông Hương quay trở lại tuyên bố Trường An vô tội nhưng đã quá muộn màng...

Khoảng 1995 ở trong nước có tổ chức hát diễn lại vở tuồng Tuyệt Tình Ca, với thành phần nghệ sĩ thuộc thế hệ sau, gồm Phương Quang, Phương Hồng Thủy... Ban tổ chức có mời nghệ sĩ Út Trà Ôn đến góp vui chương trình (năm đó ông đã 77 tuổi). Lên sân khấu, được khán giả yêu cầu, ông đã ca lại lớp vọng cổ, lúc ông trở về thăm người vợ bé: *"Tôi đứng đây mà tưởng chừng như đang đứng trên bờ sông Mỹ Thuận. Khi mình quay xuống tách bến để trở lại với hai con. Bờ cây xa mờ nhuộm khói hoàng hôn. Con nước lớn lục bình trôi rời rạc. Chiều đã xuống mặt trường giang bát ngát, mà bóng người thương cũng lẩn khuất giữa sông... đầy..."*

Út Trà Ôn vừa xuống hò vô vọng cổ là tiếng vỗ tay vang rền cả rạp, có lẽ nhờ dư âm của ngày xưa, chớ từng tuổi đó thì ca hay thế nào được chớ!

Trong quyển sách này tôi sao lại nguyên văn tập bài ca gồm 4 cuốn bài ca nhỏ với cả hình bìa. Và dưới đây là trọn vở tuồng thu thanh dĩa hát.

TUYỆT TÌNH CA

Ca Nhạc
Ơn cha, như Thái Sơn cao bao tầng,
Ngoài tuy cương quyết, mà trong thương mến,
Ơn cha, như đuốc cao soi trên đường,
Đuốc soi tâm hồn các con tìm thương,
Ơn cha, như bóng cây xanh trên ngàn,
Tình cha tha thiết, lòng cha âu yếm,
Ơn cha, như mái hiên che năm trường,
Gió mưa xa dần, nắng sương không sờn.

Bà Năm: Bớ người ta! Nó cờ bạc lận rồi nó chạy. Bớ người ta! Nó cờ bạc lận! Bớ ông cò!

(Cái gì đó) *(Thấy Hương về)* Dạ thưa ông mới về

Hương: Ờ! Bà Năm! Bà làm gì kêu réo tôi dữ vậy?

Bà Năm: Dạ nó...

Hương: Ai?

Bà Năm: Dạ thằng tư Lùn, nó cờ... dạ không nó chạy... nó chạy có cờ...

Hương: Về nhà là thấy cờ bạc. Bà Năm sao bà không lo bếp núc, bà lên đây làm chi?

Bà Năm: Dạ... thiếu tay rồi bà kêu tôi ngồi cho đủ.

Hương: Tiền bạc đâu bà đậu chến?

Bà Năm: Dạ, bà cho mượn lương trước

Hương: Thôi quá rồi! Quá rồi! Thôi bà đi ra ngoài sau đi Hứ! Chồng làm Cò vợ lại chứa cờ bạc! Mới có 8 giờ sáng là gầy sòng rồi! Bà tưởng đâu tôi chết ở bureau rồi há bà mới lộng vậy há. Tôi chưa chết đâu bà. Tôi phải sống chớ. Sống để...

Kim Tiền Huế

Đợi Tổng Nha hạ lịnh lột lon.
Rồi lãnh áo xanh đi ngủ ở Chí Hòa.

Hai: Có phải tôi ghiền gập đâu, chỉ đậu chếnh để mua vui.

Hương: Tôi đi bắt bài, mà rồi trong nhà lại có sòng xệp, thì bà nghĩ như thế nào?

Nếu lần thứ hai đó tôi chẳng nể ai, sẽ lập biên bản rồi giam ngay.

Sang: Phần tôi tới đây có công việc rồi vị tình thiếm Hai mới ngồi lại cho đủ tay.

Ối, bạc bài thiếu gì chủ chứa để lấy xâu.

Hương: Chỗ nào! Chị chỉ đi, tôi bắt cho chị coi.

Quận 9 này mới thành lập tôi phải trừ đi cho tuyệt cái nạn cờ bạc, mãi dâm.

Sang: Chú mà trừ tuyệt thì tôi xin bái phục.

Hương: Tuyệt hay không để thủng thẳng rồi chị sẽ thấy, mà chị nói chị tới đây có công việc, công việc gì?

Sang: Tôi nhờ chú chỉ giùm tôi để tôi thưa ảnh.

Hương: Ảnh nào?

Sang: Ông ở nhà tôi đó. Ổng có vợ nhỏ thiệt rồi. Con Thoa là thơ ký trong hãng hồi trước. Bây giờ chú tính sao?

Hương: Trước nhứt chị phải bỏ đứt cờ bạc đi.

Sang: Ý đâu có được!

Hương: Còn chị muốn làm tới thì chị dò chỗ ảnh ở với con nhỏ đó, canh giờ nào ảnh gặp nó, chị nhờ Thừa phát lại tới lập vi bằng. Tự nhiên hồ sơ nội vụ sẽ đến bureau tôi, tôi khỏi phải mang tiếng vong ân bội nghĩa.

Sang: Con Thoa đó nó ở phòng số 13 binh đinh Nam Ngọc, Quận 9 này nè. Thôi bây giờ tôi đi nghe.

Hương: Chị đi lo vụ đó hả?

Sang: Tôi đi lại coi cái sòng tôi hùn với bà Tham Sự đứt hay chưa để tôi vô thế. Thôi tôi đi nghen chú.

Hương: Hứ! Bà Năm à.

Bà Năm: Dạ, ông kêu tôi.

Hương: Bà biết hãng ông Kim Sa không?

Bà Năm: Dạ biết.

Hương: Bà biết tài xế của ông Kim Sa không?

Bà Năm: Dạ biết.

Hương: À! Bà đem thơ nầy đưa cho tài xế của ổng.

Bà Năm: Dạ có đợi trả lời không ông?

Hương: Không! Có bao nhiêu đó mà bà lo không xong rồi bà biết. Ờ còn nữa, vô mời nhà tôi ra có chuyện nói liền bây giờ nè.

Hai: *(bước vô)* Chị hai chỉ nhờ mình chuyện gì đó?

Hương: *(cười nhẹ)* Anh hai ảnh có vợ nhỏ.

Hai: Trời đất ơi! Ảnh già vậy mà ảnh còn sanh tật há?

Hương: Thì già mới sanh tật, chớ mấy người trẻ thì, thì...

Hai: Thì sao? Vậy chớ hồi đó... ông cũng trẻ vậy.

Hương: Chuyện đã hai mươi, hăm mấy năm rồi bà con nhắc lại làm gì.

Hai: Tôi hổng nhắc ông cũng nhớ vậy. Đó chiếc cà rá khắc chữ H.L. còn đó, H.L. là là là cái tên của ai? Có phải Hương Lan, Hương Lan, hông?

Hương: *(nổi nóng)* Rồi bây giờ bà biểu tôi vụt bỏ chiếc cà rá này hai bay sao? Tôi có vụt bỏ chiếc cà rá này thì cũng còn cả trăm cả ngàn chiếc cà rá khác ở trong lòng tôi *(á)* bà.

Hai: Ai hổng biết mà ông quảng cáo! Ông làm sao quên được mẹ con nó. Mẹ thì làm cô giáo! Hứ cô giáo nên đặt tên con nghe ngọt sớt. Con gái thì đặt tên Trường An, con trai thì Long Hồ! Đặt tên cái kỷ niệm mà!

Ngựa Ô Bắc

Hương: Thôi bà hãy nín đi đừng làm tôi nổi dóa tôi lên.

Hai: (dậm) Chuyện có thì nói chớ dóa, dóa gì?

Hương: Vợ chồng già mà bà chưa để cho tôi yên!

Chuyện nó hai mươi năm cũ, mà bà khui lại như mới nguyên.

Hứ! Già khú rồi mà còn ghen.

Hai: Tôi chẳng ghen tương gì hễ nhắc là tôi giận

Cũng tại mẹ con con Lan, mà mẹ con tôi lận đận

Hễ ông còn đeo chiếc cà rá là tôi còn nỗi khổ trong lòng

Còn nhớ đến ngày thiếu thốn tay bế tay bồng

Cha thì thịt cá có thừa

Mà con chỉ ăn toàn là tương chao.

Hương: Nè bà bắt lỗi tôi thì bà phải nhớ đến lỗi của bà

Tại sao tôi bỏ nhà, dời xuống Long Hồ để xa tỉnh Mỹ Tho.

Hai: Ối! Đàn ông nào có vợ bé cũng đổ thừa tại lỗi của vợ lớn hết đó. *(tức tối)* Hễ mỗi lần tôi nói động tới nó thì ông nhắc chuyện cũ. Ông đàn ông mà ông hẹp hòi lắm.

Hương: Bà khóc làm gì. Thỉnh thoảng có giận hờn rồi bà mới khóc chớ. Còn tôi, tôi khóc nó đã suốt hai mươi năm rồi bà à. Nhứt là mỗi lần thấy bông ô môi mới điểm hồng trong gió chướng, mỗi lần nghe tiếng quết bánh phòng, rộn rã đón Xuân sang. Mỗi lần có dịp về Vĩnh Long đi ngang Tân Ngãi thấy nhà chợ Trường An, là mỗi lần tôi nhớ đến mùa Xuân của đầu năm binh lửa, nhớ tới dáng người vợ nhỏ chèo xuồng qua sông Mỹ Thuận để đưa tôi...

Vọng Cổ

1)... rời tỉnh Long Hồ... Tôi về Mỹ Tho để lo đùm bọc mẹ con bà. Nay đã ngót 20 năm dâu biển, tôi không hề được tin tức của người xưa. Mẹ con nó còn hay đã chết? Bởi vậy đêm đêm tôi năm trần trọc một mình đối diện với lương tâm. Phải đâu khi xuồng vừa tách bến sông là tôi đã chấm dứt tình thâm phụ tử.

2) Hai ca: Hổng nhắc thì thôi, nhắc làm tôi khổ tâm ông à. Hồi ông mê say nó, vì quá nghèo quá khổ tôi phải xuống đó mấy lần. Thiệt tình là tôi tới xin ông chút đỉnh để nuôi con. Ông nói chuyện với tôi một cách lạnh lùng, bằng những tiếng bâng quơ, những lời trống trải. Nhiều khi tự ái, tôi muốn đánh con Lan một trận cho hả lòng nhưng mà tôi kịp nghĩ, ghen làm sao cho đừng xấu hổ ông chồng. Ông không nghĩ tới tôi mà tôi vẫn nghĩ tới ông, ông làm cho con Lan được mọi nó khinh người vợ lớn. Ông à! Trồng trầu thì phải khai mương, làm trai hai vợ mà ông thương không đồng. Chim quyên ăn trái nhãn lồng, thia thia quen chậu mà vợ chồng sao ông vội quên hơi?

Hương: Có câu đó mà cứ nói đi nói lại hoài.

Hai: Ông cứ nhắc tình phụ tử. Hồi ông có bà nhỏ đó, bộ thằng Nhân với con Nghĩa sướng lắm sao. Nếu sướng thì thằng Hiếu nó hổng có chết.

3) Hương ca: Nhưng mà bây giờ tôi ở cạnh tụi nó cho đến khi nhắm mắt nè. Chỉ tội nghiệp cho hai đứa kia không biết sống chết thế nào. Sống có được ấm no? Chết có yên mồ mả? Trong khi ba của nó lên xe xuống ngựa. Một cũng ông Cò, hai cũng ông Cò! Ôi! Ông Cò cũng là người cầm cân nẩy mực, nhưng đối với các con tôi lại có sự bất công. Quận 9 nầy, tôi có trách nhiệm giữ trật tự an ninh mà trong lòng của tôi

không có an ninh trật tự. Bà thấy không tóc tôi nó cứ bạc thêm nhiều vì tuổi năm mươi mà ngổn ngang tâm sự trăm chiều.

Hai: Hễ nói ra thì ông đem mấy đứa nhỏ ông so sánh.

Hương: So sánh chi! Con nào cũng là con chớ, cũng là giòng máu của tôi chớ!

4) Hai ca: Ông có nhớ, lúc tôi buồn không xuống Tân Ngãi nữa. Có lần tôi sai thằng Nhân xuống xin tiền ông về lo thuốc cho thằng Hiếu Con của mình nó mới có 12 tuổi à, vậy mà nó về thỏ thẻ học lại với tôi rằng: Má à! Ba dẫn con ra sau hè ba nói nhỏ: Ba có nhét 50 đồng trong vách trước bàn giấy của ba, con lấy về đi mua thuốc cho thằng Hiếu. Con của tôi thuốc men còn giấu đút, mà con của con Lan thì công khai nuôi dưỡng đàng hoàng. Đó sự hơn kém đã rõ ràng, con của hai đàng mà bên trọng bên khinh.

(có tiếng gõ cửa)

Hương nói: Kìa! Bà lên lầu đi, để tôi tiếp khách. Mai hãy ghen tiếp...

Hương: Chào cô Thoa!

An: Chào ông. Ông đây là...

Hương: Bạn của ông Sa, bạn của bạn cô.

An: Ông Sa đã nhờ ông mời tôi đến đây à?

Hương: Không! Mời cô ngồi xuống đã. Ông Sa không có nhờ tôi hoặc ra lệnh cho tôi mời cô. Dạ mời cô dùng trà.

An: Dạ cám ơn.

Hương: Tôi không phải với ông Sa, mà lại càng có lỗi đối với cô...

Khóc Hoàng Thiên
Khi nhân danh cá nhân tôi,
Để bàn việc riêng của người khác,
An: Xin ông chớ bận tâm rào đón,
Tôi ngồi đây là tôi đã sẵn sang nghe.

Hương: Vậy tôi xin bắt đầu,

Chắc cô cũng biết gia đình của ông Sa,

Ông có 1 vợ và 4 con.

An: Dẫu ông Sa có 100 con và 20 vợ,

Cũng không hề dính dáng tới tôi.

Đó là tôi nói rất thật lòng,

 Xin ông đừng nhắc lại làm chi.

Hương: Tôi nói đây cũng rất thật tình.

Mong làm ích lợi cho đôi bên,

Cái việc đầu tiên là cô nên rời khỏi nơi cư trú.

Còn điều này mới đáng nói,

Là cô đừng nên gặp gỡ ông Sa.

An: Tại sao ông cứ mãi dài dòng,

Ông đã biết đó là chuyện riêng,

Thì đừng nói nữa là tốt hơn,

Hay ông nhân danh ông Cò mà hăm dọa,

Người đàn bà con gái như tôi?

Hương: Tôi hăm dọa cô có ích lợi gì?

An: Mà có lẽ còn làm khổ cho bà Sa nữa,

Vì thật ra tôi không sợ một áp lực nào,

Tôi yêu thì cứ việc yêu,

Hương nói: Nhưng yêu đó là cách yêu của một cô gái mãi dâm!!!

An: Ông nói sao? Ông nói ai?

Hương: Xin lỗi cô! Tôi nóng nảy vô lý quá. Tôi xin lỗi cô một lần nữa nhưng tôi vẫn giữ lời khuyên của tôi đối với cô.

An: Tôi cũng thành thật cám ơn. Dạ bây giờ tôi xin về được chứ?

Hương nói: Vâng! À cô Thoa, quê hương cô ở đâu?

An: Tôi sanh ở Vĩnh Long.

Hương: Nhìn đôi mắt của cô tôi nhớ tới đôi mắt của một người bạn cũ, người ấy cũng ở Vĩnh Long.

An: Dạ cám ơn ông, chào ông.

Hương: Cô cứ về. Bà Năm à *(dạ)*, có bà ở ngoài sau hôn *(dạ có)*, nói tôi đi rồi nghe *(dạ)*.

Nhân: *(vào)* Ủa! Sao nay ba về sớm vậy ba?

Hương: Ờ, còn mầy, sao nay mầy về chừng này?

Nhân: Dạ con...

Hương: Cúp của hả? Mầy thi 2 năm rồi mà không đậu Tú Tài một, mầy cứ lo chơi bời không hà. Tao thì làm cò, má của mầy chứa cờ bạc, còn mầy muốn theo du đảng phải không!

Nhân: Dạ đâu có ba!

Hương: Hễ mỗi lần rầy mầy thì mầy...

Ú Liu Ú Xáng
... Chối quanh chối quẩn,

Đã lớn chồng ngồng rồi
Mà không lo xây đắp
Sự nghiệp với đời.
Mầy liệu làm sao
Con Hồng nó chê,
Tao mất mặt với người ta.
Nhân: Ôi nó chê cũng được
Con càng dễ liệu, đó ba à
Con có yêu nó đâu
Con chỉ yêu người con yêu

Hương: Ủa! Bữa nay sao mầy nói chuyện sao đâm hơi quá vậy mậy? Mầy không yêu con Hồng, thì mầy yêu thương ai mầy nói, để tao với má mầy lo tiếp. Chớ hổng lẽ để cho mầy đi dẫn con gái người ta.

Nhân: Ba má đừng có lo. Người con thương đã bỏ đi rồi.

Hương: Con nhỏ đó tên gì?

Nhân: Dạ tên Kim Thoa.

Hương: Hả! Thoa nào? Có phải Thoa ở phòng 13 binh đinh Nam Ngọc không mậy?

Nhân: Dạ, con hổng biết phải hông? Con Thoa này lúc trước có làm thơ ký cho ông Kim Sa một lúc.

Hương: Thôi rồi rồi.

Nhân: Gì vậy ba?

Hương: Tao nói nó là một con đĩ!... *(Hả)*

Sự: À! Em vừa đến. *(im lặng một chút)* Em Thoa!

Thoa: Ông còn đến đây để làm gì nữa? Ông hãy về đi và để chìa khóa phòng nầy lại trên bàn đó, trả tôi. Tôi không còn muốn thấy mặt ông cũng như tất cả loại người nào thuộc về bạn bè của ông nữa.

Sự: Em! Thoa! Hình như em có điều gì bực?

An: Dạ bực khi thấy mặt ông đó!

Sự: Em Thoa, tại sao em đối với anh?

An: Ông hãy im đi. Tôi hỏi ông...

Phú Lục
... Tại sao, hai tháng nay những người kia biệt dạng.
Mà chỉ còn một mình ông lộn xộn,
Đến phòng nầy để nói chuyện vu vơ...
Sự: Bởi những người kia không thật dạ yêu Thoa,
Họ chỉ muốn được hưởng mùi hoa,
Rồi phũ phàng chấp cánh bay xa,
Còn anh một lòng chân thật yêu Thoa và muốn được Thoa yêu,
Dầu khổ tâm nhọc trí bao nhiêu,
Thoa lên trời, anh cũng quyết bay theo,
An: Thì ra chính ông chường mặt, với uy lực của ông,
Ngăn cấm những người kia, để tôi thuộc về của riêng ông (dứt)

Sự: *(nói)* Em Thoa! Anh yêu em mà.

An: Nhưng ông có biết một cô gái trẻ đẹp như tôi mà bằng lòng lấy một ông chồng già là để làm gì hôn? *(Để làm gì?)* Là để làm khổ cái ông chồng già đó *(Chúa ơi, chết con rồi!)* Chứ còn nói đến yêu đương thì tôi phải chọn một người chồng xứng đôi vừa lứa, hay là ít nhứt thì cũng phải còn trẻ chứ.

Sự: Hứ! Bọn thanh niên trai trẻ, chúng nó chỉ có thể ban cho em những cái hôn nồng cháy, chớ không hề biết coi trọng giấc ngủ của em, hơi thở có đều không? Và...

Nhân: Và còn gì nữa, còn gì thêm nữa, thằng cha già mắc dịch?

An: Trời! Nhân!

Sự: Ê! Mầy là ai mà vô đây lộn xộn mậy?

Nhân: Tôi hả? Tôi là chồng cô Thoa.

Sự: Úy trời đất ơi! Thôi bái bai.

An: Anh Nhân! Làm sao anh biết em ở đây?

Nhân: Nghe ba anh nói, và anh nhờ tài xế của ông Kim Sa đưa anh tới đây.

An: Ba của anh! Nhưng ba anh là ai?

Nhân: Là chủ căn nhà mà em đến hồi chiều đó.

An: Hả? Thì... thì ra, anh là con trai của ông Cảnh sát trưởng!

Nhân: Phải!

An: Cho đến bây giờ, nếu anh không nói, em vẫn chưa biết anh là con trai của ông Cảnh sát trưởng. Nhưng hồi chiều, lúc em về rồi, ba anh đã nói gì với anh về em?

Nhân: Ba anh! Ba anh bảo rằng... ba anh bảo rằng em là một đĩ... *(Một con đĩ?) (đờn Xuân Nữ) em!* Thoa! Nhưng dầu ba anh hay bất cứ ai nói gì đi nữa, anh...

Ngựa Ô Nam
Cũng vẫn không tin,
Cả đến khi anh đặt bước vào đây,
Dầu anh có thấy em cười đùa nghiêng ngửa trong vòng tay,
Của bất cứ một ai,
Anh cũng vẫn không tin là sự thật.

An: Nhưng anh ơi! Sự thật đã hiện hình,

Em là người vợ không nghĩa tình,

Của rất nhiều người đàn ông,

Em đã làm nghề cho mướn xác thân.

Nhân Tại sao! Tại sao em lại hành động quá phũ phàng?

An: Vì hoàn cảnh buộc ràng.

Nhân: Hoàn cảnh, hoàn cảnh gì chớ? Anh yêu em thật sự mà,

An: Bởi chính vì em cũng yêu anh.

Nhân: Thoa! Em nói gì? Tại sao bởi vì yêu anh mà...

An: Em không muốn làm anh phiền lụy. Vì yêu anh, em bị đuổi ra khỏi hãng, trong lúc em phải đem bộ óc non nớt, đem đôi tay yếu mềm của em mà nuôi sống một người mẹ hiền đang trọng bịnh, và một đứa em còn cắp sách đến trường.

Nhân: Vì thế mà em đành hủy hoại sắc hương và chôn lấp cuộc đời em trong bùn tanh nhơ nhớp.

An: Nhân ơi! Trong đêm mẹ em vào nhà thương, gió cuối thu rụng lá vàng bay tan tác, cũng là lúc em bị người ta vung bạc tiền ra để vùi dập...

Vọng Cổ

3)... thân mình... đêm ấy, người ta đưa em lên lầu cao để đòi một cuộc mua tình... Em đau buồn lệ tuôn rưng rức, đã trót lỡ rồi chỉ còn có khóc mà thôi. Từ đó em có mặt nơi này ngày mấy lượt, tôi đến đây như một người đi làm tư sở. Đêm đêm lừa dối mẹ ôm sách vào đây đem thể xác cho vay và ngửa tay đón nhận đồng tiền.

Nhận: *(dặm)* Những kẻ, những kẻ đã cướp mất đời trinh trắng của em là ai? Là ai?

An: Là sự bất công của trời đất, là xã hội của con người! Là hoàn cảnh, phải hoàn cảnh đã xô đẩy em rơi sâu vào vực thẳm!

4) Nhân: Hoàn cảnh! Hứ! Bất cứ một việc làm tồi bại nào trên đời này người ta cũng đổ thừa cho hoàn cảnh, cho xã hội cho trời đất. Tại sao? Tại sao người ta không dám nhìn nhận đó là do ý thức đốn mạt của con người. Mãi dâm mãi dâm, là do đĩ tính sẵn có trong óc bộc phát ra ngoài. Em đừng đổ thừa cho hoàn cảnh, cũng đừng diễn trò đau trước mặt của anh... *(Nhân)* Thoa! Em cứ đi, cứ ngước mặt lên và cứ bước đi đi, đi và đừng bao giờ ngoảnh mặt lại để nhìn ai cả. Em cứ đi lên chông gai hầm hố, chừng nào vấp ngã rồi em hãy nhớ, ngày nay em vừa quăng bỏ đi một tấm chân tình.

Nhân: Thoa! Em có còn yêu anh không?

An: Từ lúc bước ra đời cho đến giờ phút này anh là người duy nhứt ngự giữa tim em.

Nhân: Vậy thì ngay bây giờ, em hãy rời bỏ căn phòng ô nhục này...

Ngựa Ô Bắc

... để theo anh, nối duyên tình dở dang.

An: Nhưng, anh Nhân *(Sao?)* em đâu còn xứng đáng với anh.

Nhân: Chuyện gì thuộc về dĩ vãng, em hãy để cho nó qua luôn,

Mà lo hiện tại là hơn.

An: Lòng anh bao giờ cũng đẹp,

Nhưng em khó phôi pha, khi nhớ điều ô nhục,

Mà tự em mang lấy sẽ hành hạ em cho đến trọn đời.

Nhân: Em chớ tự khắt khe, mà tắt mất nụ cười,

Bao kẻ được kính nể trên đời này thuở trước đã từng bị rẻ khinh.

An: Nhưng anh ôi! Đã tính chuyện chồng vợ ân tình.

Dĩ vãng là tử hình. Nó sẵn sàng phá vỡ cuộc đoàn viên.

Nhân *(nói):* Không đâu, Thoa ơi! Đó là chuyện nhân thế thường tình mà lòng em vẫn còn e ngại. Chớ đối với anh ngày nay em là một hạt kim cương đã được nhiều phen mài dũa, là vàng nguyên chất sẽ được đem ra từ trong lửa đỏ, thì chính tình yêu chân thật của anh sẽ giúp em trở nên một cô vợ thảo...

Vọng Cổ

5) ... dâu hiền... Sự hối hận của em là liều thuốc thần tiên không mua được bằng tiền... Người vợ có dĩ vãng đau thương thì hạnh phúc gia đình mãi mãi được gia tăng... Sung sướng thay cho ai được làm chồng của một cô vợ giàu sang trong trắng. Nhưng rồi họ sẽ vô cùng bất hạnh khi vợ đem thân thế ra mà so sánh lúc người chồng sa cơ gãy gánh giữa một đoạn đường.

An: *(nói dặm)* Anh lại an ủi em nữa đó phải không, hay chính do tự lòng thành thật. Em sắp chết, anh lại đến đây cho em một liều thuốc hồi sinh.

6) Nhân ca: Không! Thoa, em đừng nghĩ vậy, anh biết, anh biết em vẫn còn yêu anh lắm vì yêu anh cho nên em mới chạy trốn tình anh để làm một cuộc hy sinh. Em muốn anh có vợ giàu sang để tấm thân của anh được hoàn toàn sung

sướng! Em muốn anh là rể của ông Kim Sa. Nhưng Thoa ơi! Em đã làm một bài toán sai lầm. Hưởng của hồi môn của vợ là một điều nhục nhã cho phận làm trai, sống giữa trần đời, em thử nghĩ, vợ và chồng ai có quyền hơn ai trong cuộc sống chớ? Trong gia đình mà vợ ngồi trên ngai điều khiển thà là anh chịu cô đơn để được còn kiêu hãnh ngước mặt nhìn đời.

Nhân: Thoa! Em hãy nghe anh! Em hãy nghe anh!

An: Không! Anh ơi, đã muộn rồi. Anh hãy về đi.

Nhân: *(giận)* Em cự tuyệt và xua đuổi anh để dễ dàng, tiếp tục cái nghề tồi bại này có phải không? Để em tiếp tục làm vợ bé của những thằng chồng già có phải không? Cho tới ngày nào mấy bà vợ già mấy ổng hay được, mấy ổng đều là hội viên của hội sợ vợ cả. Em không tin anh cứ hỏi mấy ổng xem, em đi hỏi nhứt là thằng cha già Kim Sa là em rành nhứt.

Sa: Khỏi đi, có thằng cha già Kim Sa đây rồi, đi đâu làm chi cho mất công.

Nhân: Kìa bác, dạ chào bác.

Sa: Khỏi chào.

Nhân: Dạ bác đi chơi, mời bác ngồi.

Sa: Khỏi mời.

Nhân: Dạ! Chắc tại bác leo thang lầu mệt nên bác chưa nhận ra cháu, dạ cháu là thằng Nhân con của ông Cò Hương đây à.

Sa: Khỏi giới thiệu. Cậu rể tương lai của tôi hãy lắng tai nghe tôi hỏi nè. *(dạ)* Ban đêm ban hôm cậu đến làm gì ở đây?

Nhân: Dạ... Cháu đến để... đến đây để... dạ ban đêm ban hôm bác đến làm gì ở đây à?

Sa: Tao đến đây để... để... À! Mà sao cậu hẹn với con Kim Hồng của tôi là...

Sơn Đông Hướng Mã
... Đến đưa nó, đi xem cải lương,
Bây giờ đã 8 giờ hơn,
Nó chờ trông... cho nên...

Nhân: Cho nên bác mới đến đây à?

Sa: Tôi đi tìm cậu.

Nhân: Sao bác biết tôi có mặt,

Giữa cánh phòng này.

Sa: Tôi nghi mà trúng liền.

Nhân: (định nói)

Sa: bài II. Cậu nghe tôi hỏi,

Ban đêm, ban hôm,

Cậu đến đây để mà làm chi?

Nhân: Dạ cháu đến đây, tìm bác chớ tìm ai,

Tìm cho gặp để xem hát cho kịp.

Sa: Sao cậu biết tôi ở nơi này?

Nhân: Dạ cháu cũng nghi vậy mà trúng liền.

Sa nói: Cậu nghi gì. Ủa... Cậu đi đâu đó?

Nhân: Dạ, cháu về.

Sa: Ừ phải, cậu nên về đi.

Nhân: Dạ... cháu về cháu mời bác gái đến đây chớ *(đi)*

Sa: Khoan... Nhân! Nhân!

An: Tôi thấy ông cũng nên về đi, trước khi bả tới đây, e có điều bất tiện.

Sa: Không có gì bất tiện cả... vợ anh không bao giờ tới đây.

An: Ông Cảnh sát trưởng nói, chắc chắn bà ấy sẽ tới đây. Không chừng có cả thừa phát lại và cảnh sát nữa ông à...

Sa: *(nghe tiếng gõ cửa)* Đã lỡ yêu em, ai ai anh cũng không sợ. Ai gõ cửa đó.

Cảnh sát: Mở cửa mau, chúng tôi là cảnh sát.

Sa: Cảnh sát hả? Có chìa khóa sẵn đó thì vô đi cha nội, bày đặt gõ cửa.

Cảnh sát: Mở cửa mau! Chúng tôi là cảnh sát và thừa phát lại. Mở cửa mau cho chúng tôi xét phòng.

Sang: Mở cửa mau không?

Sa: Thôi! Chết anh rồi! Thoa ôi! Vợ anh... bả theo tới kìa! Thoa! Em làm gì vậy Thoa?

An: Tôi mở cửa cho nhà chức trách vô chớ làm gì?
Sang: Đây nè, con đĩ này nè, nó giựt chồng tôi đây ông Thừa phát lại! Còn đây, thằng chồng già sanh tật của tôi nè. Tôi xé xác nó cho ông coi nè.

Sa: Mình ơi! Mình tha cho em... mà mình!

Ca Nhạc
Ơn cha như nắng soi trên cuộc đời,
Người cho ánh sáng, người cho lẽ sống,
Ơn cha hai tiếng thương yêu vô vàn,
Sẽ không phai tàn với bao năm trường.

Hương: Thầy nào trực ở dưới phòng thẩm vấn đó? *(dạ)*

Đưa cô Thoa dưới phòng giam lên đây tôi. *(dạ)*

An: Chào ông Cảnh sát trưởng?

Hương: *(không quay lại)* Cô Thoa hả?

An: Dạ!

Hương: *(vẫn không quay lại)* Cô thấy gia dình người ta tan nát chưa?

An: *(yên lặng)*.

Hương: *(vẫn không quay ra)* Cô thấy hậu quả của sự gàn bướng của cô hồi sớm mai chưa?

An: *(thở ra)*

Hương: *(lớn tiếng)* Cô thấy cái tương lai mù mịt của cô chưa?

Thoa: Dạ thấy.

Hương: *(vẫn không quay ra)* Ngồi đó đi, trước tới giờ, cô có bị vô bót hoặc ra tòa một lần nào với tư cách bị cáo chưa?

An: Dạ chưa?

Hương: Nói thật hay nói dối?

An: Nếu ông không tin thì cho phép tôi miễn trả lời *(ngồi xuống)*.

Hương: tôi hỏi để biết ngoài cái tội phạm gian, cô còn có thể bị buộc về...

Xuân Tình
Tội gì khác nữa, vì cô còn phải chịu lục hình.
Sao cô lại cứng đầu cứng cổ với tôi
Trong khi tôi đứng mà cô lại ngang nhiên ngồi?

An: Nếu ngồi mà phạm thêm một tội,

Thì ông cứ ghi vào hồ sơ để tôi chịu thêm tù,

Khi tôi tới đây tôi đứng, chính ông đã mời ngồi,

Bây giờ ông muốn bắt lỗi là ý nghĩa làm sao?

Hương: Chắc trong gia đình cô là một đứa con mất dạy

An: Đúng! Vì cha tôi đã chết tự lâu rồi

Hương: Nếu tôi là cha cô thì tôi sẽ vặn họng cô liền.

An: Nhưng tôi có phải là con của ông đâu?

Hương: *(tức giận thở ra và đi về phía sau bàn giấy)* À! Gia đình cô sống nghề gì?

An: *(nhìn khoảng không)* Má tôi bán hàng bông.

Hương: *(chống tay vào thành ghế)* Cô làm thư ký không đủ sống hay sao, mà lại bám vào ông Sa để đục khoét?

An: *(Nụ cười căm hờn và khinh bạc, day lại ông Hương).* Tại sao ông lại dùng hai tiếng đục khoét? Người ta tung tiền ra để ví một đứa con gái nghèo túng mà có chút đỉnh nhan sắc vào con đường tội lỗi. Và họ chuyền tay nhau cho tới khi người con gái biết mình là một con đĩ thì đã muộn rồi, *(nàng xúc động).*

Hương: *(trề môi)* Tại vì nghèo?

An: Riêng tôi thì còn vì chữ hiếu nữa. Tôi cần kéo dài sự sống của một người mẹ bị lao.

Hương: Không có cha mẹ nào muốn nuôi sống thể xác của mình bằng cách giết chết cuộc đời của con cái.

An: Nhưng bổn phận con cái là phải hy sinh mọi thứ để phụng dưỡng kiếp sống cha mẹ mình. Huống gì má tôi đã hy sinh cho chúng tôi trót hai mươi năm nay. Từ khi ba tôi bỏ đi.

Hương: Bỏ đi hay chết?

An: Chết hay bỏ đi cũng vậy, vì chúng tôi không nhận được tin tức gì về ba tôi nữa.

Hương: Cha mẹ cô tên gì?

An: Dạ điều tra viên đã lấy khẩu cung của tôi rồi, ông Cảnh sát trưởng cảm phiền xem lại.

Hương: Tôi không coi mà tôi hỏi...

Mẫu Tầm Tử
Và tôi bắt buộc cô phải nói được không?
Trước mặt tôi, cô đừng trở chứng cứng đầu,
Cha mẹ cô tên gì? Cô mau nói rõ,
Đừng để tôi hỏi thêm lần nữa, nghe không?

An: Còn một lời sau cùng, tôi thưa với ông,

Cuộc đời tôi đã nhơ nhớp đã hôi tanh,

Ông còn can đảm nào bắt tôi nhắc hai đấng song thân,

Nếu ông bắt buộc tôi nữa, thì tôi cắn lưỡi liền bây giờ.

Hương: Đừng! Đừng! Đừng làm như vậy mà không nên.

Hương: Cô tên gì?

An: Dạ tên An!

Hương: Bộ cô diễu với tôi sao chớ? Cô tưởng tôi không nhớ cô tên là Thoa hay sao? Coi chừng ăn bạt tay bây giờ.

An: Dạ tôi tên là Thoa.

Hương: Có anh em gì không?

An: Dạ tôi chỉ có một đứa em trai.

Hương: Tên?

An: Hồ!

Hương: Họ?

An: Lê!

Hương: Lê Văn Hồ hả?

An: Dạ không, Lê Long Hồ!

Hương: *(quay phắt người lại)* Hả? Còn cô, cô tên gì? Cô tên gì?

An: Dạ tên Thoa!

Hương: Bộ cô diễu với tôi sao chớ? Hồi nãy cô nói với tôi tên là An, sao bây giờ là Thoa? Tên thật của cô là gì? Nói mau!

An: Dạ, tôi tên là Lê Thị Trường An, *(hả)* sanh tại Tân Ngãi, Vĩnh Long!

Hương: *(xúc động quá mạnh)* Xã Tân Ngãi, Chợ Trường An *(đi lần tới)* Cô đây là con của ông giáo à...

An: Dạ, ông giáo Nguyễn Văn Hương...

Hương: Và bà Lê Thị Lan...?

An: *(mừng và tủi)* Dạ phải! Dạ phải rồi bác ơi! Bác nói trúng tên má cháu. Hồi sáng bác có nói bác quen với người ở Vĩnh Long mà.

Hương: Vì bác đây là bạn thân của ba má cháu. An, lại đây cho Ba... Bác biểu. Bác đây nè.

An: *(đến một cách do dự).*

Hương: Hồi nhỏ, cháu có nút ruồi dưới mí mắt bên trái. Mà bây giờ có còn không?

An: Dạ, dạ đây nè bác.

Hương: Phải rồi!... Con An đây mà! *(Bác)* An! Con ơi! Hai mươi năm nay Ba... Bác không có về Tân Ngãi. Không dè đứa con gái ngày xưa đã qua thời thơ dại, nó như là hạt bụi lao vào cơn trốt xoáy của...

Vọng Cổ

1) ... đô thành... Cũng tại vì ba cháu là kẻ bạc tình. Nên mẹ con cháu giờ đây mới trôi nổi tha phương. Có lẽ vì gồng gánh hai con vì không quen chuyện tay chân cực khổ, nên mẹ cháu mới lâm vòng bịnh hoạn. Còn đứa con gái ngày xưa ảnh cưng như ngọc như vàng, mà giờ đây đã quen cùng sương gió.

An: Bác, phải đừng quen biết gì thì cháu đỡ xấu hổ, bây giờ lỡ rồi cháu khổ quá bác ôi!

2) Hương: Cháu khổ có bằng bác ở đâu! Có lẽ định mạng của mỗi người đều do trời cao sắp đặt, nên cái nốt ruồi thương phu trích lệ kia để báo trước những cơn bão táp trong đời... Lòng của bác như bị ai vò xé tơi bời... Ôi! Một bên là bè bạn chí thân, còn một bên là tình thâm của xứ sở! Ôi má của cháu còn đó, mà ba của cháu cũng ở tại... ở tại đâu? Hoàn cảnh đã làm cho người cha chia lìa tình phụ tử. Ư Đồng tiền đã cướp của đứa con cái gì nó gìn giữ thiêng liêng.

3) An: Bác! Bác có cách nào giúp đỡ cháu được không bác? Làm sao cho chuyện xấu hổ này đừng đăng báo? Làm sao cho má cháu đừng hay. Từ khi ba cháu bỏ đi người ở vậy nuôi con cho tới ngày khôn lớn. Hiện giờ vẫn còn nằm trong bệnh viện, đang đợi chờ con từng phút từng giây, trong khi hơi thở sắp tàn như đèn khuya lụn bấc. Nếu hay tin cháu bị bắt vì một tội đáng khinh, chắc có lẽ em của cháu cũng bất bình mà không tha thứ. Nó là một thằng con trai lớn lên trong nghèo khổ nhưng mà quen thói dọc ngang. Nó đâu có

hiểu được nỗi lòng của một cành hồng khi hứng chịu trăm mưa.

Hương: Thằng Hồ năm nay nó đã hăm mươi hai tuổi rồi.

An: Dạ sao bác nhớ rành quá vậy?

Hương: Không rành sao được? Nè bác hỏi thiệt, mà con cũng phải trả lời cho thật tình, mối tình của con và thằng Nhân nó có vượt ra ngoài vòng lễ giáo hay không?

An: Dạ không! Bác nên tin cháu.

Hương: Ờ! Em của con năm nay nó học tới đâu rồi?

An: Dạ năm nay nó thi Tú Tài toàn phần rồi.

Hương: Con lo cho nó ăn học đó à? *(dạ)* Làm cha mà như... thiệt là nhục mà, Bác sẽ lo cho cháu tất cả, tất cả, hy sinh cả cuộc đời của bác cũng hổng sao mà.

An: Bác! Kìa! Em con nó đến ngoài kia kìa.

Hương: Thằng Hồ đó hả.

An: Dạ...

Hương: Nè thầy thầy cho nó vô đây! Hồ biểu coi Hồ!

Hồ: Dạ, chào ông Cảnh sát trưởng! Chị Hai, má về rồi *(Hử?)*.

Hương: Hồ, Cháu đi đâu đây? Má cháu về đâu?

Hồ: Dạ, dạ thưa ông Cảnh sát trưởng! Má cháu về nhà rồi, má cháu xin về.

An: Hồ! Sao biết chị ở đây?

Hồ: Có người quen nói thấy xe chở chị về bót.

An: Má hay không Hồ?

Hồ: Không!

Hương: Nè! An với Hồ ở đây, chờ bác nghe, bác về thay quần áo đặng đi thăm má cháu nghe! Nè, Thầy nào trực đó? Để hai đứa nhỏ ở đây đợi tôi nghe! Ở đây đợi ba nghe.

Hồ: Ủa! Sao ổng nói đợi ba nghe!

An: Đợi bác chớ đợi ba gì?

Hồ: Tôi nghe "đợi ba" rõ ràng mà.

An: Chắc ổng nói lộn đó à?

Hồ: Ờ, tại sao chị bắt?

An: Chị...

Hồ: Chị bị bắt về tội gì? Chị có làm chánh trị không? Hay ăn trộm ăn cắp? Chị bị bắt về tội gì? Sao chị nín thinh vậy?

An: *(yên lặng một lát)* Chị...

Hồ: Trời ơi! Má gần chết rồi! Cái gì thì nói thẳng ra đi chị đừng giấu.

An: Chị bị bắt về tội.

Hồ: Tội gì?

An: Xấu lắm em à!

Hồ: *(ngơ ngẩn)* Mà tội gì? Có thể là tội mãi dâm không?

An: *(yên lặng trong khi nhạc đệm mạnh).*

Hồ: Hả? Phải hông chị Hai?

An: Cũng... cũng gần như vậy!

Hồ: *(xúc động)* Trời! Chị Hai! *(giận)* Chị Hai! *(Hồ)* Cây cải được tốt được xanh là nhờ người ta vun bón. Còn cuộc đời hoa niên xinh mộng...

Phụng Hoàng

... Của tôi đây, một ngày mai được xanh tốt,

Tôi được ăn trên ngồi trước,

Chính nhờ việc làm nhơ nhớp của chị hôm nay.

An: *(khóc)* Hồ!

Hồ ca: Tôi không cần chị hai đâu,

Thà đêm đêm tôi đi bán bánh mì,

Tôi vẫn học hành thi cử,

Còn cái bằng cấp Tú Tài tôi xé trước mặt chị Hai.

An: *(kêu lớn)* Trời ơi Hồ! Hồ đừng làm khổ chị nữa.

Hồ *(ca tiếp):* Từ bấy lâu nay, chị giấu tôi và giấu má chuyện chị làm.

Trời ôi! Má hay ra cớ sự tồi tàn,

Dầu cho chị có đem bao nhiêu vàng bạc,

Má cũng không cần và ngoảnh mặt quay đi.

An: Hồ ơi! Chị biết nói sao đây...

Hồ: Nói gì cũng muộn.

Từ đây xin chị đừng trở về nhà,

Chị đi đi để hưởng sự sang giàu,

An: Hồ ơi! Đừng bỏ chị!

Hồ: Má ơi! Con về nè má! Má đỡ mệt chưa má?

Lan: Đỡ nhiều rồi con à! Nhờ có bình dưỡng khí. Con mua bao nhiêu vậy con?

Hồ: Dạ con nài lại của người ta với giá là ba ngàn đồng.

Lan: Tới ba ngàn đồng! Tiền ở đâu con có vậy con?

Hồ: Dạ, tiền của con dành dụm để đóng tiền học phí tháng này và lệ phí đi thi, với tiền vốn bán bánh mì!

Lan: Con! Tại sao con không hỏi má?

Hồ: Má! Con biết rằng nói với má là má sẽ cản ngăn không cho con mua. Má sẽ bắt buộc con đi đóng tiền trường và lệ phí đợi ngày thi. Nhưng má ơi nếu không thi được niên khóa này thì con sẽ đợi chờ kỳ thi năm tới. Nếu thiếu tiền trường mà học hành dang dở năm nay thì con vẫn còn dư thời gian học hỏi cả mấy chục năm sau. Chớ một mai má chết đi rồi thì trọn đời con hối hận, con đốt đuốc rọi khắp trần gian cũng không sao tìm kiếm được cho con một người mẹ...

Vọng Cổ

5) ... nhân từ... Một người mẹ đã khổ nhọc với con từ thuở còn xuân đến lúc bạc đầu... Hồi má con mình còn ở làng Tân Ngãi còn đi chợ Trường An. Con nhớ lúc hồi cư, người ta không cho má dạy học. Nhà mình nghèo má phải đi bán chuối chưng. Nhiều bữa trời mưa bán ế thấy tụi con ăn chuối thay cơm, mà cắn môi quay mặt vào vách lá cho suối lệ tuôn trào.

Lan: Con à! Con có nhớ hồi con đi thi trên trường tỉnh, con bận quần áo mới, còn má thì bận bộ vải xiêm đen. Con mang đôi giày ba ta trắng, má mang đôi guốc cùn ráng lội bộ dắt con đi. Dưới ánh trăng khuya tiếng gà gáy sáng mẹ con mình nghe giọng ru văng vẳng...

6) Ầu ơ! Ví dầu cầu ván đóng đinh,

Cầu tre lắt lẻo gập ghềnh khó đi,

Con ôi! Khó đi mẹ dắt con đi,

Con thi trường học, mẹ thi trường đời.

Cái ngày má với con đứng chờ kết quả, vừa nghe ba tiếng Lê Long Hồ... Giờ phút đó nỗi vui mừng làm má nghẹn ngào trong tấc dạ, nếu mà có ba của con thì má sẽ được ba con khen tặng là má khéo dạy con trong lúc thiếu hụt trăm bề.

An: Má! Má ơi! Má có đỡ bớt phần nào không má?

Hồ: Chị! Chị còn về đây chi nữa? Tôi tưởng chị đã đi Nha Trang rồi mà!

Lan: An đó hả con? *(dạ)* Ủa? Còn ông đây? *(dạ dạ).*

Hồ: Là em trai của ông chủ mà chị con đã làm đó!

Lan: Mời ông ngồi! An, Hồ... rót nước mời ông khách đi con *(dạ).*

Lan: Chẳng hay, con gái của tôi đi Nha Trang với bà chủ hay là đi với ông vậy ông?

Hương: Dạ, đi với chị tôi! Chị Lan...

Lan: Ủa! Sao ông biết tên tôi?

Hương: Dạ tôi còn biết chị ở xã Tân Ngãi, Vĩnh Long nữa!

Lan: Vậy ông đây là...

Hương: Là ký Thu, bạn của anh Hương, chồng của chị hồi làm ở Tòa bố Vĩnh Long đó, Ảnh bây giờ đã...

Lan: Đã xa mẹ con tôi đến 20 năm. Ảnh về luôn ở bên vợ lớn ở Mỹ Tho, từ buổi chiều tôi đưa xuống ảnh qua sông Mỹ Thuận. Tôi còn giữ lại bộ bà ba lụa lèo và đôi đèn ảnh làm sinh lễ ngày xưa, không biết ảnh còn thương nhớ mẹ con tôi không, chớ tôi và xấp nhỏ không bao giờ nguôi thương nhớ ảnh.

Hương: Những kỷ vật này chị còn cất giữ tới ngày nay, phải chi anh Hương ảnh còn sống thì ảnh cảm động biết chừng nào. Nhưng thôi, chị chung thủy như vầy cũng làm mát lòng anh Hương nơi chín suối.

Lan: Thầy nói sao?

Hương: Anh Hương đã chết rồi!

Lan: Chồng tôi chết rồi?

Hương: Ảnh chết ở bến đò Rạch Miễu, lúc quê hương mờ khói lửa đao binh, chống xuồng con rời khỏi mái gia đình... hai đứa thường đem chuyện tâm tình ra để tâm sự. Hễ nhắc tới người Vĩnh Long để thương để nhớ, ảnh ngọt ngào dùng ba cái tiếng "Má con An". Rồi một chiều kia, ảnh vội lánh trần gian, tôi ở cạnh cho đến khi ảnh tàn hơi nhắm mắt. Trước khi chết, ảnh có trao cho tôi một kỷ vật, để sau này gặp chị lấy đó làm tin. Kỷ vật của ảnh đây, chị hãy nhìn cho kỹ *(đưa tay)*.

Lan: Kìa chiếc cà rá ấy *(chụp tay, nhìn run)*... Bàn tay, bàn tay...? Và mùi thơm da thịt của chồng tôi... *(từ từ nhìn lên mặt)* Ánh mắt... mình... mình...

Hương: Má con An! *(ôm nhau khóc)*.

Lan: Mình còn sống đây sao?

Hương: Phải tôi còn sống đây. Tôi đang đứng trước mình đây. Tôi đứng đây mà tưởng chừng như đứng ở trên bờ sông Mỹ Thuận, khi mình quay xuống tách bến để trở lại với hai con, bờ cây xa mờ nhuộm khói hoàng hôn, con nước lớn lục bình trôi rời rạc. Chiều đã xuống mặt trường giang bát ngát mà bóng người thương...

Vọng Cổ
4) ... cũng lẩn khuất giữa sông đầy... (Mình!) Tôi liên tưởng ngày sau mình cũng lận đận trên giòng đời... không bảo bọc được mẹ con mình suốt 20 năm trường tôi ray rứt trong

tim. Không phải trước mặt mình đây tôi nói để được mình thương chớ hồi đó tôi đi tìm mình khắp tỉnh Vĩnh Long, ôi sông dài có thấy đâu tăm cá mà trời cao cũng vắng bặt tin hồng.

Lan: Mình ơi! Em khổ lắm!

Lan: Mình ơi! Sau lúc mình đi, tôi nhìn...

Vọng Cổ
6) chiếc cầu ván dưới sông, đến con đường mòn nhỏ đâu đâu tôi cũng thấy bóng bạn tình chung hiện rõ nét ân tình... Trưa nào ngồi vá áo cho con An với thằng Hồ cũng nghe văng vẳng tiếng người hàng xóm họ hát ru con:

Ầu. Ơ... gió đưa bụi chuối sau hè.

Anh mê vợ bé bỏ bè con thơ...

Nghe tủi phận mình mà lệ em phải trào tuôn. Mang thân làm bé chồng bỏ về vợ lớn phải vất vả nuôi con, mà bia đời còn nguyền rủa. Tại sao người ta không tha thứ kiếp hồng nhan khổ lụy vì tình.

Hương: *(ca tiếp)* Mình hy sinh vì con suốt hai mươi năm dài đăng đẳng, bây giờ con nó đã lớn đã khôn thì mình cũng đã héo mòn nhân xác. Chúng mình có khác chi loài chim Dương Nga vùng băng tuyết, sanh con ra đời lúc trời mới vào đông. Chim trống đã cất cánh bay xa vào sương gió mịt mùng, chim mái ở vậy nuôi con cho tròn phận mẹ. Mặt đất trải giá băng, thức ăn không có, chim mẹ mới mổ thịt mình mà nuôi dưỡng các con rồi mòn mỏi chết đi vì kiệt sức. Trong khi đàn con còn tiếp tục sống bằng xương bằng thịt của mẹ hiền. Mùa đông tàn, Dương Nga con cũng vừa lớn, nó nối cánh bay cao. Mình ôi! Mình là hình ảnh con Dương Nga cao đẹp, từ nay tôi xin phép được thay mình mà chăm sóc đàn con!

Lan: *(nói mệt nhọc)* Tôi cũng không còn sống bao lâu nữa, mấy năm nay nó sợ tôi chết rồi thằng Hồ, con An không biết cha của nó là ai. Bây giờ, mình đã có mặt ở đây mình để cho con nó được nhìn cha rồi tôi có chết cũng vui tấc dạ... *(ho dài)*

Hương: Mình chớ nên tuyệt vọng mà nó có ảnh hưởng nhiều tới việc trị bịnh. Tôi sẽ lo cho mình *(lấy tiền)* đây số bạc tám ngàn, mình hãy cất giữ, ngày mai tôi trở lại đưa mình đi nhà thương, tôi sẽ lo cho mình hết bịnh và tôi sẽ bảo bọc cho mẹ con mình được sung sướng như mẹ con của thằng Nhân...

Hai: Quả tang rồi! Tôi nghi cái gì là đúng cái nấy hà!

Nửa đêm mà nói đi ăn tiệc với mấy ông lớn. Ông đi ăn tiệc với mấy ông lớn ở đây hả? Hả?

Hương: Trời ơi! Vô nhà người ta nửa đêm mà bà là oang oang cái miệng hà!

Hai: Chưa đâu! Thằng Nhân nó còn tới đây bây giờ đây nè.

Hương: Bà kêu thằng Nhân tới đây làm gì?

Khổng Minh Tọa Lầu
Hai: Để ăn thua với ông.

Nhân: Dạ có con! Dạ con tới đây nè má à.

Hương: Trời! Thật khổ cái thân tôi,

Bà với thằng Nhân đừng có lôi thôi,

Người này là má của thằng Hồ với con An.

Hai: Hèn gì! Ông lo cho mẹ con của con An mà.

Lan: Dạ xin chị đừng qua nóng,

Để tôi được phân bày,

Mẹ con tôi xa ảnh,

Suốt hai chục năm dài,

Đến ngày này, mới gặp nhau đây.

Hai: À! Lương tháng này, ông đưa cho tôi mau.

Hương: Lương đã lãnh đâu.

Hai: Ông đừng có dối gạt.

Hương: Còn bà đừng làm khổ tôi thêm,

Tôi tự vận đây nè...

Hai: Thôi! Thôi! Để tôi về, theo má đi Nhân!

An nói: Kìa! Anh Nhân!

Nhân: Em Thoa!...

Hương: Dang ra! Nhân, con Thoa nó là Lê Thị Trường An, là em gái một cha khác mẹ với mầy đó. Thôi, mau về với má mày đi cho rồi.

Hồ: Ba! Bây giờ ba có thể dẫn chị Hai con đi.

Lan: Chị con đi đâu giờ này?

Hồ: Con xin lỗi má! Hồi nãy con nói dối. Ba con không phải là em ông chủ hãng mà ba con là ông Cảnh sát trưởng Quận 9 này. Chị Hai con bây giờ là người có tội mà chính ba có nhiệm vụ giam chỉ.

Lan: Con An nó tội gì? Nhưng dầu cho nó có phạm tội gì đi nữa, ông là Cảnh sát trưởng, quyền tha bắt trong quận 9 này một tay ông nắm giữ, ông không thể tha cho con nó được hay sao ông?

Hương: Mình ơi! Tôi có hẹp lượng chi đâu mà không tha thứ cho con, nhưng tôi không có quyền làm công việc đó, bởi ngoài lương tâm của một người cha, tôi còn lương tâm của người làm phận sự, chớ tôi bao nỡ...

Vọng Cổ

6) ... quên câu phụ tử thâm tình... sau 20 năm tôi lảng quên bổn phận với mẹ con mình... để khi gặp lại nhau bằng những các nhìn ngơ ngác, lòng nghe buồn hơn như hát bản Tuyệt Tình Ca. Nhưng đến khi tôi biết vuông tròn bổn phận làm chồng, làm cha thì cũng là lúc tôi không thể bỏ qua bổn phận của người cầm cân nẩy mực. An! Con hãy hiểu cho ba mà con nên cất bước lên đường.

Lan: Rồi bao giờ tôi gặp lại con tôi?

Hương: Tôi sẽ cố dàn xếp với nguyên đơn để họ bãi nại, mà gỡ tội cho con. Còn bây giờ tôi đưa bà trở vào bịnh viện lo chạy chữa cho đến khi bà được mạnh lành.

An: Thưa má, con đi!

Lan: An! Con!...

Hồ: Chị Hai!... Chị Hai!...

An: Má! Má!...

CHƯƠNG 17

CA VỌNG CỔ HÀI HƯỚC

Tài tử Hồng Châu cha đẻ lối ca vọng cổ khôi hài

Có một dạo hễ ca Văn Hường có mặt ở hải ngoại, nhiều người thắc mắc muốn biết có phải Văn Hường là người đã "chế" ra giọng ca hài hước làm phong phú cho nền cổ nhạc Việt Nam, hay là ca sĩ nào khác? Câu hỏi rất khó trả lời, mà chỉ những người theo dõi hoạt động cổ nhạc cùng dĩa hát từ thời xa xưa mới rõ thôi.

Thật ra thì điệu ca vọng cổ hài hước khá ăn khách kia đã có trong làng cổ nhạc từ thời cuối thập niên 1930, tức trước Văn Hường đến những hai thập niên. Nhưng thời bấy giờ do vấn đề phổ biến không rộng rãi, nên ít người biết. Theo sự tìm hiểu của tôi thì Văn Hường là người thứ tư ca vọng cổ hài hước, có nghĩa là trước Văn Hường đã có ba ca sĩ từng ca như vậy rồi, và chúng tôi xin lần lượt kể ra sau đây:

Người được coi như ca vọng cổ hài hước đầu tiên là ca sĩ tài tử Hồng Châu, là cha đẻ lối ca khôi hài, nhưng do sự đời lắm nỗi bất công, thành thử ra giọng ca vừa mùi, vừa vui độc đáo kia đã không còn phục vụ cho đời thêm nữa. Không hiểu có luật định nào mà thời bấy giờ đã khiến cho nghề thợ bạc và nghề hớt tóc thì trong 10 người đã hết 8 người biết đờn ca, và ca sĩ Hồng Châu cũng xuất thân nghề cầm dao cạo ở một tỉnh miền Tây, nhưng trời phú cho ông giọng ca trong và êm mà người nghe ai cũng khen "mùi hết cỡ"!

Tập luyện mãi nghề ca tài tử riết rồi cũng nên danh, và bản vọng cổ mà Hồng Châu thích nhất hồi ấy là bản "Ngựa Chạy Đường Dài". Thập niên 1930 ở Sài Gòn chỉ có ba hãng dĩa hát: Victor, Béka và Pathé mà chủ nhân là người Pháp. Lúc bấy giờ có một người Việt là ông Năm Mạnh thấy nghề làm dĩa hát lời nhiều quá, bèn còm măng máy thâu thanh và một mình hì hục ráp máy. Xong rồi nghe tiếng tài tử Hồng Châu ca hay liền mời vào hãng thu thanh, đó là hãng dĩa Asia ở đường Danel Chợ Lớn, về sau hãng dời về đường mé sông Chợ Quán tức Bến Hàm Tử sau này.

Nghĩ vì tên tuổi mình và sự hiện diện của mình có ích cho một hãng dĩa của người Việt Nam, muốn cạnh tranh nghề dĩa hát người Pháp, nên Hồng Châu không ngần ngại nhận lời và lần đầu tiên phải đóng vai "kiểu thử" cho ông chủ hãng dĩa. Mỗi ngày tài tử Hồng Châu phải ngồi trong phòng thâu thanh trước micro để cho ông chủ thử máy vào mặt sáp coi có ăn tiếng hay không.

Sau tài tử Năm Nghĩa, tài tử Hồng Châu vô dĩa một hai bản vọng cổ đầu tiên bán chạy, tên tuổi Hồng Châu đã nổi như cồn (vào thời đó danh từ tài tử là người ca sĩ ca cổ nhạc, nhưng từ thập niên 1950 trở về sau thì tài tử là người đóng phim). Nhưng tài tử Hồng Châu là người biết thức thời, không muốn ngày kia người ta sẽ chán cái lối rên rỉ của bản vọng cổ, liền tìm cách biến cải nó ra lối vui vui, do đó bắt đầu tập luyện lối ca khôi hài và đã thành công.

Thấy cách ca khôi hài làm vui thính giả, lần đầu tiên Hồng Châu vô dĩa vọng cổ hài hước với bản "Cộp cộp, ủa, bon rua thầy ba" (thời Tây cai trị xứ mình, người có ít học thức gặp nhau bắt tay chào bằng tiếng bonjour). Bộ dĩa ra đời bán chạy như tôm tươi, song, quí vị có biết tài tử Hồng Châu lãnh bao nhiêu tiền không? Năm đồng bạc tiền Đông Dương không hơn không kém!

Bán chạy quá, bộ dĩa ấy được in đi in lại không biết mấy lần, mà tài tử Hồng Châu thì không có thêm một đồng xu mua kẹo! Sau đó thì cũng vô thêm bộ dĩa tuồng cải lương San Hậu và Hồng Châu đóng vai thằng Út cà lăm thật tài tình, đến nỗi người cà lăm thật sự cũng còn phải buột miệng khen Hồng Châu. Đây cũng là vai trò bất hủ mà ngoài Hồng Châu ra khó có ai ca theo lối cà lăm mà đừng trật nhịp đờn.

Thấy rằng bị người ta lợi dụng tài nghệ mình quá, vô dĩa chỉ lấy một lần tiền, mà chủ hãng thì tha hồ in đi in lại mỗi thứ tuồng có cả chục lần, nên Hồng Châu bực tức, trong lúc tài nghệ còn đang được người đời ca tụng, đã bỏ nghề ca hát, xoay qua nghề thương mại. Nhiều năm không ai thấy tài tử Hồng Châu, nhưng một ngày nọ vào năm 1952 ký giả kịch trường Tứ Lang gặp lại người tài tử ca theo lối hài hước đầu tiên này. Hồng Châu nói:

- Hiện nay tôi là người buôn bán theo đoàn công voa Sài Gòn - Ban Mê Thuột. Thà vậy còn hơn, chớ hơn là để cho chủ hãng dĩa lợi dụng tên tuổi mình mà làm giàu, để rồi thí cho mình tiền lương chết đói. Anh xem, nếu tôi không sớm tỉnh ngộ, cứ chạy theo ba cái dĩa, cái tộ chắc ngày nay cũng chỉ một bộ đồ, sống không có ngày mai. Ngày nay tuy không giàu hơn ai, song tôi nhờ dành dụm cũng có dư được ít chục ngàn, khỏe khoắn thơ thới, không bực dọc như hồi còn làm ca sĩ tài tử.

Tâm sự của ca sĩ khôi hài Hồng Châu như thế, thành thử ra giọng ca khôi hài của ông coi như mai một, từ đó về sau không còn ai nghe được tiếng ca của Hồng Châu nữa.

Có thêm 3 giọng ca hài khác

Người thứ hai ca vọng cổ hài hước là tài tử Bảy Bửu, ông qua đời năm 1969 để lại cho đời bài ca vọng cổ "Tứ Đổ Tường" bất hủ, với câu mở đầu "Trên đời có ai tránh khỏi tứ đổ tường, không mang vào nghiệp này thì cũng máng vào nghiệp khác...".

Khoảng 1946 - 1947 hãng dĩa Asia cho ra đời dĩa vọng cổ hài hước "Tứ Đổ Tường" do tài tử Bảy Bửu ca, dĩa bán cũng chạy nhưng không hiểu sao chẳng thấy ông thu thanh thêm dĩa nào nữa, hoặc là gánh hát mời cộng tác. Rồi đến khoảng 1956 - 1957 lúc có phong trào nhà thuốc cao đơn hoàn tán thành lập các đoàn cải lương bỏ túi, khoảng 6, 7 người tính luôn cả người đờn chuyên đi hát dạo bán thuốc ở thôn quê, hoạt động nhiều ở các tỉnh miền Đông Nam Phần, và người ta thấy Bảy Bửu có mặt trong một gánh hát bán thuốc dạo này.

Cũng cần nói thêm hát dạo bán thuốc giống như hát Sơn Đông của người Tàu, thay vì đánh võ cho thiên hạ gom lại coi, đằng này thì ca hát cải lương cũng mục đích quy tụ người ta lại để rao bán thuốc. Họ dùng bài bản ca cổ nhạc nói lên sự công hiệu của từng loại thuốc. Mấy lúc sau này ở hải ngoại cũng có một số nghệ sĩ cải lương, luôn cả vài nghệ sĩ tên tuổi cũng ca quảng cáo rao bán hàng trong các chợ, tiệm ăn, nhà hàng, food to go... và nghe cũng dễ theo dõi món hàng hơn là nói khơi khơi.

Bẵng đi một thời gian khá lâu lối 10 năm thì giọng ca hài hước thứ 3 xuất hiện, đó là hề Minh ca trong dĩa hát "Chồng Già Vợ Trẻ" (không biết dĩa mang tên gì, chỉ nghe thiên hạ gọi như vậy). Hề Minh may mắn hơn hai người đi trước, là ngoài việc thu nhiều bộ dĩa hát, ông còn được đi gánh Kim Chưởng, tiền lương và ký giao kèo khá cao. Vở tuồng "Thuyền Ra Cửa Biển" nổi tiếng được thu dĩa hát và hề Minh cũng có vai trò trong bộ dĩa này.

Sau hề Minh độ ba năm, đến đầu thập niên 1960 thì giọng ca hài hước "sấm sét" của Văn Hường tung hoành làng dĩa nhựa, bởi sau dĩa đầu tiên "Tư Ếch đi Sài Gòn" thì nhiều hãng dĩa mời gọi. Văn Hường gia nhập gánh Hoa Sen của Bảy Cao thời gian một năm thì Bầu Long "chuộc" về để hằng đêm giọng ca hề hái ra bạc vạn làm giàu thêm gánh cho Kim Chung.

Theo nhận xét riêng của người viết bài này, thì Văn Hường và hề Minh ca không mùi, còn Hồng Châu và Bảy Bửu thì ngoài vui ra còn mùi và truyền cảm. Người ta nói hơi ca Hồng Châu "ngọt" nếu so sánh giọng ca Út Trà Ôn và Hồng Châu thì ngang ngửa với nhau.

Út Hiền - Bạch Tuyết
đánh giặc mồm quyết liệt

Hồi xa lắm rồi, một cậu giáo làng ở tỉnh Bạc Liêu cảm thấy nghề giáo trầm lặng quá, thiếu chất rung cảm mà tâm hồn cậu thì tha thiết với đờn ca xướng hát, nên cậu cương quyết ra đi, lên Sài Gòn để theo cải lương. Cậu giáo đó về sau là kép Út Hiền.

Đến đất Sài Gòn đầu thập niên 1960, năm ấy là năm mà danh tiếng đệ nhứt danh ca Út Trà Ôn vang dội khắp nơi, cậu bị cuốn hút bởi Út Trà Ôn nên đến xin làm đệ tử. Thấy cậu có vẻ hiền, Cậu Mười bèn đặt cho cậu cái biệt danh rất "Nam kỳ" là Út Hiền. Thế là từ đó cậu mang "dòng họ" Út.

Thời gian sau Út Hiền là kép chánh đoàn Hương Mùa Thu đóng cặp với đào Ngọc Hương. Có những màn tình tự, vai kề vai, má kề má, đã làm cho ông xã của nàng là soạn giả Thu An điên tiết lên, và nhứt định phải cho Út Hiền rời khỏi đoàn.

Rồi thì Út Hiền đi làm kép chánh của nhiều đoàn hát khác như ai nấy đều biết. Nhưng trên sân khấu Dạ Lý Hương, anh đành thúc thủ đứng hạng nhì sau kép Hùng Cường. Chuyện rõ ràng là thế, Út Hiền không bao giờ chối cả, cũng như mọi người đều xác nhận như vậy.

*Cải lương chi bảo Bạch Tuyết như thế này
mà Út Hiền bảo rằng xê rô (o) là sao?*

Rồi có một lần nọ tại Bạc Liêu, kép Hùng Cường bận về Sài Gòn đi công tác (bởi Hùng Cường là kép lính có lệnh gọi là phải về).

Không lẽ vì thiếu một người mà đoàn hát phải nghỉ? Cũng có thể thay Hùng Cường tạm hát được mà. Thế là Út Hiền "phụng mạng" đứng ra thay thế Hùng Cường để đoàn hát khỏi nghỉ và đào kép khỏi mất đêm lương.

Tưởng vậy là ơn nghĩa, tròn trịa rồi, không dè việc thay thế ấy không làm hài lòng người đóng cặp với mình, tức đào Bạch Tuyết. Do vậy, đang hát nửa chừng, Bạch Tuyết la ó om sòm, cự nự rùm beng trước mặt đông người.

Bị chạm tự ái quá mạnh, Út Hiền không thể dằn được, nhứt là về đến xứ sở quê hương Bạc Liêu của mình. Trước mặt bạn bè mà bị Bạch Tuyết "hạ" cho một đòn chí tử, Út Hiền phản công tới tấp và không quên dùng những lời nặng nề thóa mạ trả đũa đối phương. Thế là đôi bên "sáp chiến", một trận giặc mồm được diễn ra quyết liệt.

Út Hiền la ó:

- Cô thần tượng với ai chớ với thằng nầy... xê rô (o) biết không?

Vừa tới đó thì có người can ra, trận chiến tàn lần không thì chưa biết hồi sau kết cuộc thế nào.

CÁC "DƯỢNG ĐÀO" TRONG LÀNG CẢI LƯƠNG

Người ngoài giới mới được phong chức dượng đào

Trong làng sân khấu có những từ ngữ để gọi cho từng nghiệp vụ chuyên môn mà ai đó rơi đúng vào, thì y như rằng trong một sớm một chiều sẽ mang danh ngay. Những ngôn từ hầu như bất di bất dịch, hễ nói ra là người ta hiểu ngay người đó thuộc thành phần nào trong làng cải lương như: Đào thương, đào lẳng, đào mụ, đào con, kép mùi, kép độc, kép lão, hề, thầy đờn (tức nhạc sĩ), thầy tuồng (tức soạn giả), công nhân, dàn cảnh, và có cả... dượng đào.

Dượng đào cũng là một thành phần trong cải lương mà từ lâu nay ít ai để ý đến, do bởi dượng đào chỉ ở hậu trường sau bức màn nhung, nhưng lại thường hay gây sóng gió cho đoàn hát, xưa nay phần nhiều là vậy

Nếu như có những cuộc hôn nhơn của người trong giới với nhau thì ngôn từ để gọi người chồng không có gì thay đổi. Thí dụ như Út Bạch Lan kết hôn với Thành Được thì thiên hạ vẫn gọi Thành Được là kép mùi; đào Thanh Nguyệt lấy chồng là soạn giả Mộc Linh, hoặc đào Kiều Oanh kết hôn với soạn giả Yên Lang thì người ta vẫn gọi 2 chàng này là soạn giả như thường. Còn như bầu gánh lấy vợ đào hát như trường hợp bầu Hoài Nhân của đoàn Sao Ngàn Phương có vợ là đào Kiều Hoa, thì người đời vẫn gọi Hoài Nhân là ông bầu, chứ không gọi thêm danh từ nào khác. Tóm lại các cô đào mà lấy chồng người trong giới là chuyện thường tình, chẳng có gì lạ, và danh từ để gọi người chồng vẫn giữ nguyên như nghiệp vụ của các chàng ta.

Thế nhưng, các đào hát mà lấy chồng không phải người trong giới thì đức lang quân của nàng được phong chức "dượng đào" ngay liền để gia nhập làng cải lương. Đó là quy luật bất thành văn, chạy trời không khỏi nắng, các dượng đào nhà ta dù muốn dù không cũng phải lãnh chức. (Vấn đề nầy chỉ ngầm hiểu mà thôi, nhưng ai cũng biết).

Một khi được phong chức rồi thì dượng đào mặc nhiên là thành viên của gánh hát mà đào ta đang cộng tác. Dù rằng chẳng làm lợi ích gì cho đoàn hát, cho nghệ thuật nhưng đoàn hát đi đâu thì chàng đi theo đó, chẳng một ai thắc mắc gì cả, chỉ có cái là không được trả lương. Người ta nói có lẽ do vấn đề không được trả lương này mà dượng đào Trọng Viễn bị đào Ngọc Loan Anh cho ra rìa luôn chăng?

Ký giả Trọng Viễn cưới cô đào Ngọc Loan Anh

Thiên hạ nói "cưới đào hát là cầm chắc sự đau khổ trong tay," và đó cũng là ý kiến hay thành kiến của nhiều người đã trải đời khá nhiều. Vậy mà cũng có người trong giới ký giả đã "cả gan" cưới đào hát, để rồi sau đó khổ tâm không ít như trường hợp ký giả Trọng Viễn cưới cô đào hát Ngọc Loan Anh, mà một dạo đã là đề tài bàn tán cho người trong giới.

Năm 1965 đoàn Hoa Thủy Tiên hát ở Sài Gòn, cô đào chánh trẻ Ngọc Loan Anh có nhan sắc và hình vóc của cô đào đại ban, nổi danh nhờ báo chí thời đó đăng ảnh đề cập đến khá nhiều. Và người ta cũng biết người lăng xê cho cô mạnh nhứt là ký giả kịch trường Trọng Viễn (em của nhà báo Việt Định Phương), do đó mà Ngọc Loan Anh đã phải lòng anh chàng ký giả này. Thế nhưng, mối tình của họ hình như bị người cha nuôi ngăn cản, nên có một lần đoàn Hoa Thủy Tiên dừng bước giang hồ lưu diễn ở Sa Đéc, thì đào trẻ Ngọc Loan Anh cắt tóc gởi cho chàng (cắt ngắn thôi chớ không phải cạo trọc như ni cô), xong cô vào ngôi chùa ở thị trấn ấy. Nhưng rồi, nàng còn ở tuổi vị thành niên, nhà chùa không nhận vì không có cha mẹ thuận ưng cho tu hành nên cô trở về với đoàn hát.

Nàng đã có gởi thơ cho chàng rằng: "Em yêu anh mãi. Năm ngoái ở Sa Giang vì phiền cha mẹ nuôi ngăn cản, em đã cắt tóc vào chùa..."

Nàng nặng tình đến thế, tưởng đâu sẽ lâu dài, nhưng chẳng bao lâu thì có chuyện. Sau vụ đó vài tháng thì gia đình đào Ngọc Loan Anh chấp thuận cho cô thành hôn với Trọng Viễn. Việc đầu tiên là... tiền, chàng ta lo chạy tiền, có người nói có lẽ chàng ta bán đất của ông cụ để lại ở Rạch Giá?

Đám cưới rỡ ràng, hai họ dự đám khá đông. Chàng ký giả kịch trường Trọng Viễn đang làm việc cho tờ báo Tia Sáng, nhưng khi cưới được cô đào Ngọc Loan Anh thì chàng ta nghỉ làm báo, mà cuốn gói theo nàng để rày đây mai đó, gạo chợ nước sông. Vất vả như thế nhưng dượng đào nhà ta cũng vui vẻ chấp nhận, ráng đi theo để canh chừng, vì e rằng sẽ bị anh kép nào đó cuỗm mất cô vợ trẻ đẹp mới cưới của mình.

Những người trong đoàn Hoa Thủy Tiên kể lại rằng, hằng đêm đào Ngọc Loan Anh diễn ngoài sân khấu, thì dượng đào Trọng Viễn luôn ngồi phía sau cánh gà nhìn ra đã tỏ vẻ khó chịu, bực bội, nhứt là những lúc đào ta mùi mẫn với chàng kép chánh. Vì vậy cho nên có những lúc tấm màn nhung vừa buông xuống vãn hát là vợ chồng hục hặc một lúc mới yên.

Nhưng sự việc trên chỉ một phần nhỏ thôi, mà vấn đề chính là trong khi mọi người trong đoàn hát ai cũng có lương đêm, chỉ một Trọng Viễn là không có. Không còn lãnh tiền ở nhà báo, mà tiền gánh hát cũng không thì lấy chi đây để sống chứ? Bởi vậy suốt mấy tháng đi theo đoàn chàng ta phải sống nhờ tiền lương của vợ, một gánh nặng cho đào ta.

Khi đoàn Hoa Thủy Tiên lưu diễn vùng Cao Nguyên, từ Dakto dọn xuống Kontum thì Ngọc Loan Anh lại phát cơn điên loạn, kêu khóc thảm thiết và gọi đích danh chồng là Trọng Viễn, đuổi anh này hãy về Sài Gòn tự do lấy vợ để cho cô ta thong thả hát xướng.

Trọng Viễn nghĩ rằng trong việc này có người chia rẽ vợ chồng anh. Anh cả quyết rằng ông cha nuôi của Ngọc Loan Anh đã dùng bùa ngải làm cho vợ anh điên loạn, nên chi anh đã tống cho cha vợ nuôi mấy loi rồi thu xếp đồ đạc ra phi trường bay ngay về Sài Gòn.

Về đến Sài Gòn chàng ký giả Trọng Viễn buồn khổ, không đến hậu trường các rạp hát như mọi khi, cũng không đến nhà báo Tia Sáng mà anh ta cộng tác. Rồi đến một ngày nọ không lâu lắm, người ta thấy anh chàng xuất hiện ở Ngã Tư Quốc Tế với thân hình tiều tụy, mặt mày ủ rũ, đầu cổ tóc tai bù xù... Gặp người quen hỏi cũng không buồn trả lời.

Có lẽ để dứt luôn với quá khứ hay sao, mà thời gian sau đó đào Ngọc Loan Anh đổi tên là Trang Đài lên truyền hình, đóng kịch, đóng phim, ca tân nhạc v.v... Nàng đã dứt khoát hẳn với Trọng Viễn. Thế là xong, coi như Trọng Viễn mất chức dượng đào.

Dượng đào cũng được xuất ngoại như nghệ sĩ

Dượng đào cũng đặc biệt được hưởng quyền lợi của nghệ sĩ, như trường hợp chồng của cô đào Trang Kim Nga. Thời kỳ trước 1975 trong phái đoàn nghệ sĩ xuất ngoại nọ, có cái tên nam nghệ sĩ Huỳnh Xuân Thưởng, người trong giới không rõ đó là kép nào nên xôn xao lên dữ dội.

Giữa lúc mọi người đang đánh cá với nhau tưng bừng thì lão soạn giả Điêu Huyền cho biết: Nó là thằng Thưởng, chồng già khú của nàng Trang Kim Nga đó. Chẳng là nó trước đây khoái cải lương lắm, nên mới vung tiền ra mà cưới đào hát để nó được là dượng đào. Rồi lấy hơi đào, nó tự xưng là nghệ sĩ tháp tùng đi Tây chơi đó mà.

Nhờ lãnh chức dượng đào mà tên chàng ta được nằm trong danh sách phái đoàn Văn Nghệ Việt Nam đi Âu Châu vào đầu thập niên 1970.

BÀI VỌNG CỔ
"BÓNG NGƯỜI KỴ SĨ"

Câu mở đầu "Ngân Bình Sơn cúc rũ thu tàn"

Giới đờn ca tài tử thời thập niên 1950 rất thường hay ca bài "Ngân Bình Sơn cúc rũ thu tàn", nhưng thật ra đó là bài "Bóng Người Kỵ Sĩ" của danh ca Thành Công sáng tác và do chính Thành Công ca thu thanh dĩa hát Asia.

Cuối thập niên 1940 nhạc sĩ Hai Long giới thiệu Thành Công với ông Năm Mạnh, giám đốc hãng dĩa Asia ở đường mé sông Chợ Quán. Và bộ dĩa đầu tiên Thành Công ca được thu thanh là "Bóng Người Kỵ Sĩ". Cũng trong bộ dĩa này Thành Công đề nghị cắt bớt bài vọng cổ từ 20 câu còn 16 câu... Bộ dĩa "Bóng Người Kỵ Sĩ" ra đời được phổ biến khắp cùng ba miền đất nước, người ta sang Nam Vang bên đất Miên cũng nghe, lên Vạn Tượng trên Lào cũng nghe. Song song với dĩa hát, cuốn bài ca "Bóng Người Kỵ Sĩ" được phát hành bán khắp các chợ ở thôn quê, thành thử ra dân đờn ca tài tử thời ấy rất nhiều người đã thuộc lòng và đi ca ở các nơi đình đám.

Dưới đây là toàn bộ bài vọng cổ in lại từ cuốn bài ca:

Bóng Người Kỵ Sĩ

1. Ngân Bình Sơn cúc rũ thu tàn, Lệ Nương thẩn thờ bên tảng đá xanh để chờ người kỵ sĩ năm xưa, qua mấy lượt

Đông về thu cúc rụng mà Trịnh - Nguyễn vẫn vô tình gây lại nhiều nỗi đau thương cho lòng người thôn nữ.

2. Xóm Tây Thôn cứ mỗi buổi chiều vàng, bóng tà dương lẩn khuất về sau mấy rặng Ngân Bình, chỉ còn trơ lại những tia sáng vàng nhợt nhạt phôi pha, trên đầu mấy ngọn vi lau. Lệ Nương thẩn thờ bên vườn cúc đẹp khoe sắc mấy cái Xuân, bỗng nàng giựt mình vì nghe tiếng ngựa hí binh reo, tuôn bờ lướt buội, đánh tan bầu không khí tịch mịch giữa chốn lâm sơn.

3. Nàng bắt đầu tưởng lại từ đây sẽ có cuộc binh đao đẫm máu điêu linh vì giữa đôi bên Trịnh - Nguyễn tranh hùng mà vùng Tây Thôn sẽ hóa ra muôn ngàn nơi khác, đều cam chịu cảnh thương tang đẫm máu, thế nên nàng chạy lại khóm vi lau hầu ẩn núp tu thân mai gầy liễu yếu. Nhưng than ôi đến nơi thì người nàng bỗng ngã ra mê mang bất tỉnh, nàng chỉ để cho mặc dầu hoa khóc cỏ sầu.

4. Sau một trận giao phong Chúa Nguyễn mới thành công, sau lưng con bạch mã với một đội hùng binh dõng dạc đi ngang qua đây, thấy cảnh sắc xinh tươi Chúa mới dừng chân lại, tay cầm kiếm đi bốn vó ngựa trắng tinh, dò lần trên làn cỏ xanh tươi mướt ung dung ngắm cảnh Ngân Bình, bỗng đâu Chúa lại giựt mình vì thấy bên cụm trước tả tơi có một người thiếu nữ đã vì sao mà chết ngất tự bao giờ rồi.

5. Động lòng trắc ẩn Chúa mới ôm thây người ngọc vào lòng, tay thì cởi áo choàng phủ kín thân nàng. Khi tỉnh giấc mơ nàng cảm thấy mình nằm trong lòng người thiếu niên anh tuấn. Trời ôi! Đây có phải chăng là giấc mộng hay ta lạc lối vào chốn thần tiên. Thế rồi nàng cứ nhắm nghiền đôi mắt lại mà lệ cứ tuôn tràn, còn chàng thì đang say sưa đắm đuối để mà nhìn nàng.

6. Độ ấy bắt đầu yêu mến nhau, đôi quả tim vàng hứa hẹn sẽ chung hòa điệu thâm trầm ai oán, nàng thì giao phó cả tuyết trong giá sạch cho người bạn đáng yêu. Trong lúc mê ly ân ái bỗng quân vào phi báo rằng: Chúa Trịnh đang chiếm đóng cả vùng Bình Định, thanh thế đương hùng cường. Ôi! Chúa nghe xong liền lên lưng con bạch mã quay đầu, để cho mặc người yêu hẹn lại ngày nào cúc rụng Đông về. Còn nàng thì cứ ngậm ngùi nuốt lệ nhìn chàng ra đi lẩn khuất trong đám người ngựa mà lệ nàng cứ đượm tuôn tràn.

7. Ngỡ ngàng với cảnh vật cỏ cây cho nên người thiếu nữ mới quay về căn chòi bé nhỏ sau một cụm Bình Sơn thì lúc ấy người cha già nàng xách riều trở lại chòi tranh, vì cảnh cô thôn hôm nay rộn rã những tiếng quân ó vang dậy, sau một cuộc thư hùng quyết liệt tiến binh dưới ngọn cờ của Chúa Nguyễn.

8. Trong vùng Bình Định giữa cánh đồng sắc lẫn chen làm cho người một phen lo sợ hãi hùng, nhưng chỉ riêng nàng Lệ thì không sao quên được bóng người khi quày ngựa ra ngoài muôn dặm xa trong những tiếng hẹn và lời thề nàng đã vô tình mang theo và gởi lại núi sông.

9. Trải qua bao ngày chinh chiến thì vùng Bình Định, cỏ cây đất nước cũng dầm chan một màu máu đỏ, còn đang gợn trước mắt của kẻ trông chờ, nhưng người đi thì dung ruổi chí anh hùng ngang dọc, nào biết đâu rằng nơi cảnh cô thôn xưa vẫn còn có người đang mòn mỏi chờ trông mà tuôn rơi đôi giòng giọt lệ.

10. Thế rồi cứ mỗi lần Xuân lại Thu sang, những đám Bình Sơn vẫn luân thay sắc đổi màu, nhưng cảnh cũ chẳng được người xưa gấm ghé mà đôi phen phải chịu phai tàn ủ dột thê lương, khốn khổ cho người hễ mỗi khi chờ đợi mỏi mòn

muốn lắng sao thì hình bóng cũ cứ chập chờn và gợi lại nhiều nỗi sầu đau.

11. Sống với những ngày tàn tạ với thời gian, vì sức người không phương chống nổi với tuế nguyệt phong ba, sau ngày cha nàng thọ bịnh rồi khoát áo ly trần. Than ôi! Số người tẻ lạnh cô thân vẫn sống với cảnh chăn đơn gối chiếc. Thế rồi một ngày kia nàng Lệ tách mình khỏi cảnh cô thôn, lê gót tha phương để tầm người kỵ sĩ mà bao giờ nàng cũng hằng mong thệ nguyện tao phùng.

12. Rồi mùa Thu năm ấy, chẳng ai còn trông thấy hình dạng của người thiếu nữ ra vào trước khóm mai lan hay sau rặng Ngân Bình để hưởng qua thanh vị, và căn chòi tranh năm xưa cũng ngã đổ mái hiên ngoài như cố tình che đậy những dấu vết sầu thương, vì nơi nầy trước kia nàng sống để ngóng đợi tin ai, thì nay cảnh vật cũng ngậm tuyết đắng sương cay để mà chờ trông lại tin nàng.

13. Ôi! Tình đời cay đắng thế sự đắng cay, hồn dậm khách cứ xua đuổi thảm dạn dày, chiếc thân phấn lợt hương phai đã bao lần nuốt lệ gian truân, ngót một năm trời trôi vạt, bỗng đâu một ngày nàng sa chơn vào cạm bẫy của quân giặc. Cũng tưởng đâu cảnh tượng đã đoạn dứt kiếp hồng nhan, chớ ai có ngờ đâu tạo vật lại sắp nên viễn cảnh éo le, gây cho lòng tan tát rồi đem thương đau để mà có hàn gắn lại vết đau thương.

14. Một buổi sáng tinh sương, tề tựu trước trào đàng để bá quan luận bàn về tội trạng, hôm nay trước tụng đình đã diễn ra một cảnh thống khổ của gái thuyền quyên khiến cho người anh hùng phải ngậm ngùi thống thiết. Thế rồi sau một đêm dài nơi Nam ngục, Chúa đã rõ biết lòng của kẻ đã bị dở dang, thì đây trước cái cảnh tan hiệp, hiệp tan như dắt dẫn

hai tâm hồn lạc vào hoang vu mộng tưởng nên chỉ biết nhìn nhau mà rồi lệ thảm phải chứa chan.

15. Thế mới hay cảnh dầu đổi vật dầu thay, nhưng người toàn gìn sắt, kẻ giữ vẹn đinh, thì trời cao đâu có phụ tâm tình chung thủy, nên dầu qua bao lần khổ lụy của người đi gốc bể chơn mây, đôi phen ăn thảm nuốt nồng, nhưng rồi người hùng anh vẫn tròn câu hẹn ước, mà yêu đương cũng thỏa nguyện khách quần hồng.

16. Một đêm trăng soi sáng dưới hàng cây tĩnh mịch quanh thềm cung thì giọng dế tỉ tê như reo mừng giờ tương ngộ. Ngoài khơi tiếng vạc gọi đoàn như mừng lòng vì đủ bạn khi trở về tổ ấm, thì nơi thâm cung hai tâm hồn thơ đang hòa nhịp khúc đàn lòng. Để kể cho nhau những hồi luân lạc gian nan và hứa hẹn cho nhau đến một ngày tóc bạc răng long.

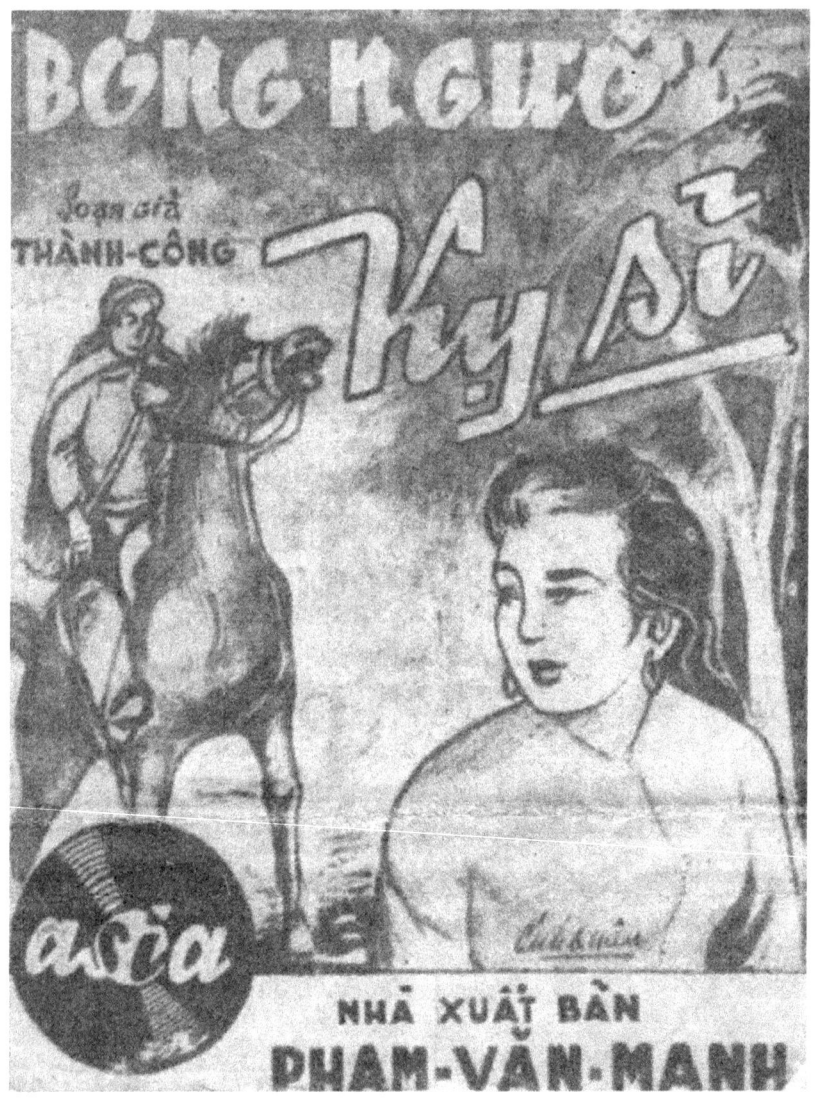

*Hình bìa cuốn bài ca Bóng Người Kỵ Sĩ
cuối thập niên 1940. Dân đờn ca tài tử gọi là bài vọng cổ
Naân Bình Sơn cúc rũ thu tàn.*

SỰ RA ĐỜI
CỦA DĨA HÁT HOÀNH SƠN

Từ việc mở con đường Thủ Dầu Một đi Ban Mê Thuột Trong lịch sử phát triển nền cổ nhạc nước nhà, hãng dĩa hát Hoành Sơn đã giữ một vai trò khá quan trọng, mà các thế hệ sau này có mấy ai hiểu được rằng xưa kia từng có những con người với những bước đi chập chững, đã dấn thân vào một địa hạt được coi như ngoài sự tưởng tượng của dân tộc ta thời bấy giờ.

Thật vậy, với hằng bao sự khó khăn chờ đón trước mắt, hãng dĩa hát Hoành Sơn coi như "khai sơn phá thạch", đã dùng nguyên liệu trong nước, cộng với việc phải bỏ ra số tiền lớn để học hỏi cái hay của xứ người, và kết quả là đã để lại cho đời một tài sản âm nhạc dân tộc vô cùng quí giá.

Giờ đây nếu như nhắc lại vấn đề thì những người ở tuổi trung niên trở lên, chắc rằng sẽ hình dung được tấm nhãn tròn có in hình dãy núi Hoành Sơn ở giữa dĩa hát. Đồng thời người ta cũng khó quên tiếng ca vọng cổ ngọt ngào của đệ nhứt danh ca Út Trà Ôn đã thu hút người mộ điệu lúc ấy, mỗi khi máy hát được quay dây thiều cho chiếc dĩa chạy. (Thuở ấy người dân ở thôn quê chẳng biết điện là cái gì hết). Những năm đầu thập niên 1950 hãng dĩa hát Hoành Sơn cho ra đời hàng loạt bộ dĩa vọng cổ và tuồng cải lương, phát hành phổ biến khắp ba miền Nam Trung Bắc, và còn bán luôn qua ở bên Miên, Lào, và cả ở bên Tây nữa.

Các bộ dĩa hầu như những người ham thích cổ nhạc đều có nghe qua là: Sầu Vương Biên Ải, Ngày Về Cố Quận, Tấm

Lòng Hiếu Tử, Cây Khế Ngọt, Sau Khúc Quân Hành, Một Người Anh (tức Hoàng Tử Lưng Gù) v.v... Ngoài đệ nhứt danh ca Út Trà Ôn, còn có những Thanh Tao, Bảy Cao, Ba Khuê, Ba Túy, Minh Chí, Bửu Tài, Thúy Nga, Kim Anh, Tư Bé,

Ngọc Ánh, My Lan v.v..., đều là những nghệ sĩ có tên tuổi ở thời đó đã cộng tác thu thanh với hãng dĩa hát Hoành Sơn.

Thế nhưng, dĩa hát Hoành Sơn ra đời trong trường hợp nào, từng bước phát triển ra sao, người tạo nên nó là ai? Thật khó mà hình dung được những trở ngại trước khi dĩa hát được hình thành, và sau đó việc phổ biến lại cũng vô cùng rắc rối.

Số là ông Phan Văn Bản, tức Ba Bản, một đại điền chủ ở Bến Tre, tốt nghiệp kỹ sư hóa học, nhưng cái đáng nể nhứt của ông là không hiểu sao ông lại quen biết được nhiều nhân vật chức quyền cao trọng thời bấy giờ và họ rất nể trọng ông. Và cũng nhờ đó mà kho tàng văn hóa nghệ thuật nước nhà mới có thêm những bộ dĩa hát vọng cổ, tuồng cải lương để đời.

Khoảng 1947 - 1948 ông Ba Bản trúng thầu mở con đường từ Thủ Dầu Một đi Ban Mê Thuột, mà theo lời ông thì kết quả trúng thầu là nhờ sự thông báo trước của ông Hồ Thông Minh đang làm việc cho chính quyền thuộc địa Pháp lúc bấy giờ. (Về sau ông Hồ Thông Minh làm tổng trưởng quốc phòng trong chính phủ của Thủ Tướng Ngô Đình Diệm).

Trước khi dự cuộc đấu thầu, ông Ba Bản chuẩn bị trước bằng cách mua đá núi, do dân phu cạo mũ đồn điền cao su, ngày nghỉ họ đi lượm đá gom lại đổ đống dọc hai bên Quốc Lộ 13, đường đi Hớn Quản, Lộc Ninh để bán cho xe cộ qua lại. Ông Ba Bản mua hết, và nhờ có sẵn số đá lớn lao nầy (kèm giấy tờ mua đá vào hồ sơ đấu thầu) mà ông Ba Bản đánh bại được 4 nhà thầu người Pháp để trúng thầu mở con đường từ Bến Cát, Thủ Dầu Một đi miền cao nguyên Ban Mê Thuột.

Ngủ đêm giữa rừng nghĩ ra kịch bản cải lương

Con đường thiên sơn lên núi xuống đèo dài mấy trăm cây số của

Quốc Lộ 14 này, được làm trong thời kỳ chiến tranh Việt - Pháp, nên có một tiểu đoàn binh lính có cả chiến xa bảo vệ an ninh. Theo dõi công việc làm đường, có nhiều đêm ông Ba Bản phải ngủ lại ở giữa rừng già mà quanh mình là tiếng chim kêu dượng hú hằng đêm. Cũng do ngủ ở giữa rừng này mà ông Ba Bản mới nghĩ ra cái chuyện thực hiện dĩa hát cải lương.

Nhiều người, kể cả nghệ sĩ Năm Châu đã nói rằng nếu như không có cơ hội trúng thầu mở con đường Ban Mê Thuột này, thì cải lương sẽ không có dĩa hát Hoành Sơn, ông Ba Bản không bao giờ nghĩ ra chuyện làm dĩa hát. Do yêu thích cải lương, lại nhìn thấy cảnh gian khổ, vất vả của người lính nên ông phát họa ra kịch bản cải lương "Ngày Về Cố Quận". Nhân vật nam chánh được ông đặt tên Hoàng Minh, và nhân vật nữ chánh đặt tên Quỳnh Nga (sau này do Út Trà Ôn và đào Kim Anh đóng vai). Tình tiết câu chuyện Hoàng Minh đi trận về "mặt mày cháy nám, tay chơn không nguyên vẹn", cô vợ Quỳnh Nga ở nhà có chồng khác là ông bá hộ Vạn...

Kể ra thì ông Ba Bản cũng có năng khiếu về viết kịch bản, đã tưởng tượng ra tình huống của một câu chuyện có kịch tính, và nhờ có điều kiện rộng rãi nên đã vô dĩa hát. Ông Ba Bản quyết tâm thực hiện cho bằng được dĩa hát vở tuồng nói trên, và đã tự viết bản thảo vở tuồng ở nơi thâm sơn cùng cốc ấy. Và khi con đường làm xong, ông mang bản thảo cốt truyện về thuê người khác viết bài bản ca cổ nhạc (hình như là soạn giả Thái Thụy Phong và Thu An làm công việc này).

Tôi từng nghe ông Ba Bản nói rằng con đường làm xong, ông lời hơn 200 triệu đồng tiền Đông Dương. Thật ra thì nếu như chỉ làm con đường thôi thì không lời nhiều như vậy, mà là do vấn đề khác: Do vấn đề an ninh, chính quyền lúc ấy giao cho ông phá rừng mỗi bên sâu vô 200 thước. Ông thực hiện lò hầm than, lấy cây gỗ phá rừng đốt than, hàng ngày có cả trăm

chiếc xe cam nhông chở than về cung cấp cho Sài Gòn, Chợ Lớn, Gia Định... Bán than lời nhiều hơn làm con đường.

Một người đang có tiếng là giàu có với ruộng đất cò bay thẳng cánh, mà lại lời số tiền quá lớn vào thời điểm đó. Tiền vô nhiều quá chưa biết làm gì, sẵn có máu cải lương trong người, ông Ba Bản quyết định đem kịch bản "Ngày Về Cố Quận" thực hiện dĩa hát. Ông gởi mua từ bên Nhựt một máy thu thanh đời mới nên âm thanh rất tốt, tiếng ca trong trẻo. Đồng thời bỏ tiền ra cho Út Trà Ôn ký giao kèo để độc quyền thu thanh tiếng ca của Cậu Mười (lúc ấy chưa có biệt danh đệ nhứt danh ca).

Ra dĩa hát đầy cam go thử thách

Thế nhưng, lúc mới ra đời dĩa hát Hoành Sơn đã phải trải qua một giai đoạn đầy cam go, một thực tế phũ phàng, bất ngờ mà không ai có thể tiên đoán trước được. Thật vậy, nếu như chủ hãng dĩa hát Hoành Sơn không phải là ông Ba Bản, một đại điền chủ, một nhà tư bản vừa có nhiều tiền, lại vừa quyết tâm không nản lòng vượt mọi trở ngại, thì chắc rằng dĩa Hoành Sơn đã chết ngay trong giai đoạn đầu rồi, làm gì có mặt để đi vào lịch sử cải lương. Nói một cách khác nếu như ai đó mà dấn thân vào địa hạt dĩa hát để làm ăn ở thời kỳ này thì chắc rằng sẽ bỏ cuộc, tiêu tan sự nghiệp một cách dễ dàng.

Hình dĩa hát Sầu Vương Biên Ải với tiếng ca Út Trà Ôn.
Hãng dĩa Hoành Sơn thu thanh khoảng 1952.

Mới vừa bước vào nghề đã gặp phải cam go, chớ đâu có dễ dàng như trong ý nghĩ của một nhà đại tư bản, nhưng lại chưa từng làm thương mại. Trở ngại đầu tiên là sau khi cho Út Trà Ôn và đào Kim Anh thu thanh xong, ông Ba Bản đến gặp ông Ngô Văn Mạnh chủ nhân hãng dĩa Asia ở đường mé sông Chợ Quán (về sau đường mang tên Bến Hàm Tử)û. Ông thương lượng đặt làm dĩa hát, bởi lúc bấy giờ toàn cõi Đông Dương chỉ duy nhứt có hãng Asia là có máy làm dĩa hát mà thôi. Thế nhưng, ông Năm Mạnh trả lời: "Như vậy là ông đạp trên chưn của tôi ông đi rồi"! Và dĩ nhiên là từ chối hợp tác.

Thế là ông Ba Bản chỉ có cách gởi qua Pháp mướn in dĩa mà thôi, chớ không còn cách nào khác. Đợt đầu một ngàn bộ dĩa "Ngày Về Cố Quận" gởi về thì lại thêm một bất ngờ khác xảy ra. Ông Ba Bản đến các nhà buôn dĩa hát gởi bán thì chẳng nhà buôn nào chịu nhận bán, đi các tỉnh cũng thế, dù rằng chỉ gởi thôi chớ không lấy tiền trước. Đến đổi lên tới Nam Vang bên Miên gởi bán cũng bị từ chối luôn, và lên Vạn Tượng ở Lào cũng thế. Tại sao vậy chớ? Duyên cớ nào mà hầu hết các tiệm buôn đã nhứt tề khước từ?

Đó là do bởi ông Năm Mạnh chủ hãng dĩa Asia cảnh cáo các đại lý rằng, nếu nhận bán dĩa Hoành Sơn thì sẽ bị cúp ngay việc phân phối dĩa Asia của ông.

Ông Ngô văn Mạnh sau khi từ chối hợp tác in dĩa hát cho ông Ba Bản, thì âm thầm theo dõi và biết rõ phần thu thanh của Hoành Sơn đã được gởi sang Pháp làm dĩa. Biết gặp phải một địch thủ hạng nặng, một nhà tư bản nhiều tiền, vượt trội hơn mình về tiền bạc và luôn cả kỹ thuật âm thanh, do bởi máy thu thanh của Hoành Sơn là loại mới, mà máy thu thanh Asia của ông là mua "ve chai" lại trải qua hơn cả chục năm rồi. Nếu như dĩa Hoành Sơn mà được tung ra thị trường thì sẽ ăn bứt dĩa Asia về âm thanh của bản vọng cổ, tức nhiên sẽ được bà con ủng hộ hơn. Do vậy nên ông Mạnh đã đối phó bằng cách cảnh báo tất cả các nhà buôn dĩa hát thuộc hệ thống phân phối của hãng Asia rằng: "Nếu như nhà buôn nào mà nhận bán dĩa hát Hoành Sơn thì sẽ bị cúp quota phân phối dĩa hát Asia".Riêng các nhà buôn dĩa từ nhiều năm qua liên hệ làm ăn với hãng Asia, nếu không được tiếp tục phân phối dĩa thì lấy gì để bán. Do vấn đề làm ăn cần phải bảo vệ nồi gạo, bởi làm đại lý dĩa hát là chắc ăn, dĩa mới về là bán ngay cho những nhà có máy hát ở địa phương, nên tiệm buôn nào cũng từ chối dĩa Hoành Sơn mới chào đời.

Rõ ràng là thủ đoạn trên thương trường! Ông Năm Mạnh quả thật là lợi hại, nói theo nghề võ là dùng ngón đòn hiểm độc để hạ địch thủ, dùng đại đao giết dĩa Hoành Sơn mà chẳng nương tay.

Bị bao vây kềm tỏa nghẹt thở đến như thế, dĩa Hoành Sơn vùng vẫy mở lối thoát bằng cách nào để có mặt trên thị trường dĩa hát?

Dĩa hát Hoành Sơn mở được lối thoát tung ra thị trường Sự hình thành của hãng dĩa hát Hoành Sơn, nhờ có điều kiện dồi dào về tài chánh đã đưa đến sự ra đời của bộ dĩa "Ngày Về Cố Quận" từng làm chấn động giới mộ điệu cổ nhạc của thời đầu thập niên 1950. Một ngàn bộ chiếc dĩa hát đầu tiên từ bên Pháp gởi về phải chịu tình trạng không bán ra được thị trường, đành nằm một chỗ chịu trận.

Thật là ngặt nghèo, đoạn trường cho những ai bước vào địa hạt dĩa hát làm ăn ở thời ấy, thủ đoạn của người làm thương mại nghệ thuật đâu có thua gì những ngành nghề khác. Trước tình trạng bị bao vây bóp nghẹt như thế, ông Ba Bản chưa tìm được lối thoát, thì một dịp may đưa đến giúp cho dĩa Hoành Sơn thoát ra được vòng đai vô hình. Nói về vô vi thì có lẽ do Tổ nghiệp cải lương phò độ, mới tự dưng đưa đến một sự kiện mà ai nghe qua cũng không khỏi cười. Đây là điều rất hiếm người được biết, và giờ đây tôi xin ghi lại câu chuyện khá lý thú này của dĩa hát Hoành Sơn.

Số là thời bấy giờ ở vùng Sài Gòn, Chợ Lớn, Bà Chiểu và các chợ trong tỉnh Gia Định, trên các vỉa hè đường phố, những nơi có nhiều người qua lại, người ta thường thấy những cái thùng vuông đóng bằng cây gỗ, phần trên lộng kiếng vẽ chữ "sửa đồng hồ máy hát", bên trong treo bày những đồng hồ cũ, một vài dụng cụ máy hát, tại nơi đó luôn có người thợ ngồi sửa 2 thứ ấy. Có điều là hai thứ này chẳng liên hệ gì với nhau về công dụng, cũng như hình dáng, nhưng có lẽ do 2 thứ đều có "dây thiều" nên hễ chỗ nào có sửa đồng hồ là có sửa máy hát, hay ngược lại, chỉ có cái là dây thiều máy hát lớn hơn dây thiều đồng hồ.

Lúc ấy ở Chợ Cũ, Sài Gòn gần chợ Bến Thành, trên vĩa hè đường Chaingneau (đường Tôn Thất Đạm sau này) có cái thùng kiếng sửa đồng hồ máy hát của ông Đức Đạt. Từ bao lâu nay ông này vẫn ngồi sửa 2 thứ đó kiếm cơm hàng ngày chứ đâu có khá giả gì được ở cái nghề thủ công này.

Rồi một ngày nọ, có lẽ ngày mà cái số của ông Đức Đạt đã qua "cơn bĩ cực đến hồi thới lai" rồi chăng? Đồng thời cũng là cái ngày mà dĩa hát Hoành Sơn thoát khỏi sao Thái Bạch, nên đã khiến cho chiếc máy hát hiệu Columbia loại nhứt của ông Ba Bản bị đứt dây thiều đã mang đến cái thùng kiếng này cho ông thợ Đức Đạt nối cho nó chạy trở lại. (Máy hát loại nhứt này có tới hai cuộn dây thiều, thay vì hai loại nhỏ hơn chỉ có một cuộn). Ngồi chờ sửa xong, ông Ba Bản lấy chiếc dĩa "Ngày Về Cố Quận" ra hát để thử xem chiếc máy chạy tốt hay không, chớ chẳng có ý định gì hết. Nào ngờ đâu khi dĩa hát chạy, giọng ca Út Trà Ôn phát ra, thiên hạ đi đường dừng lại nghe mỗi lúc một đông hơn, có vài người còn hỏi dĩa bán ở đâu chỉ cho họ đi mua.

Sau khi biết dĩa hát này là của ông Ba Bản sản xuất, tức thì ông Đức Đạt đề nghị để vài bộ dĩa tại đây cho ông bán. Dĩ nhiên là ông Ba Bản đồng ý và cho giá 18 đồng một dĩa để bán ra 25 đồng (tức mỗi dĩa lời 7 đồng). Dĩa hát có sẵn trên xe, ông Ba Bản giao cho ông thợ 10 bộ, và ông này lấy chiếc máy ra để trên vĩa hè quay dây thiều cho hát, đồng thời viết tấm bảng đề giá bán 25 đồng một dĩa. Thiên hạ bao quanh nghe chẳng khác coi hát Sơn Đông, và chỉ một lúc là bán hết 10 bộ dĩa.

Ông Ba Bản vẫn còn ở tại đây quan sát tình hình chứ chưa rời khỏi, và nhận thấy dấu hiệu tốt đẹp nên ông chạy xe về nhà lấy thêm vài chục

bộ dĩa nữa mang đến. Ông Đức Đạt tiếp tục cho máy chạy, và không đầy một tiếng đồng hồ thì mấy chục bộ dĩa vừa mang đến cũng bán hết luôn.

Ông Ba Bản lại về lấy thêm dĩa, và cứ như thế mà từ 11 giờ trưa đến chiều tối tất cả 1 ngàn bộ dĩa "Ngày Về Cố Quận" đã bán hết không còn dĩa nào.

Cũng cần nói thêm là trong số những người mua dĩa hát ngày hôm ấy, có cả những người mua cả chục bộ, mà lại mua đến mấy lần. Do vậy mà ông Ba Bản nghĩ rằng đó là những người có tiệm bán dĩa hát, nhưng không nói ra sợ thấu tai hãng dĩa Asia.

Ông Đức Đạt làm thợ sửa đồng hồ mỗi ngày kiếm hai chục đồng là nhiều, có hôm không được đồng nào, vậy mà ngày hôm đó ông lời mấy chục ngàn đồng, lại còn được ông Ba Bản thưởng công bằng cách mời đi ăn cơm Tàu ở Chợ Lớn.

Sáng ngày hôm sau, ông Ba Bản cấp tốc ra Bưu Điện Sài Gòn gởi điện tín sang Pháp (thời đó gọi là đánh dây thép) đặt in thêm 3 ngàn bộ dĩa, và khi dĩa về ông giao toàn bộ cho ông Đức Đạt làm tổng đại lý phân phối. Quả thật con người ta có cái số làm giàu thì tự nhiên dịp tốt đưa đến như vậy, chứ biết đâu mà tìm, đâu có ai muốn mình nghèo.

Làn hơi ca vọng cổ của Út Trà Ôn

Tiếng đồn lan rộng ra từ Sài Gòn đến miền Tây, Lục Tỉnh và cả miền Trung, miền Bắc, những người có giàn máy hát đến các nhà buôn hỏi mua dĩa Hoành Sơn, mà không chịu mua dĩa Asia nữa, dù rằng dĩa mới đã về. Tóm lại là những người có máy hát quây dây thiều đã chuyển sang mua dĩa Hoành Sơn, do đó mà một số nhà buôn dĩa hát xé rào, tiếp xúc với ông Đức Đạt mua dĩa về bán. Kể từ đó thì nhà buôn nào cũng tươi cười khi ông Đức Đạt mang dĩa hát đến, chớ không lắc đầu từ chối như trước kia.

Sự kiện trên, tôi cũng như nhiều người có nhận định rằng, sự thành công tốt đẹp của dĩa hát Hoành Sơn là nhờ 2 yếu tố:

1) Kỹ thuật máy móc thu thanh làm dĩa của Hoành Sơn trội hơn Asia.

2) Làn hơi ca vọng cổ của Út Trà Ôn được khai thác đúng mức. Trước đây khi ông Ba Bản chưa ra nghề, thì Út Trà Ôn đã từng ca thu thanh vô dĩa Asia của ông Năm Mạnh. Lúc ấy bà con yêu thích cổ nhạc đâu có gì để so sánh, có thứ nào mua thứ nấy mà thôi. Cũng thời Út Trà Ôn ca mà mấy bộ dĩa của Asia như: Tôn Tấn Giả Điên, Ngưu Cao Tế Mộ, Bao Công Đình Long Giá, Bao Công Luận Án Bàng Hồng. Âm thanh mấy bộ dĩa này kém quá, nếu đem so sánh với Sầu Vương Biên Ải hay Đò Đưa Chinh Khách của Hoành Sơn thì thua xa, một trời một vực, đến đỗi có người còn nói không phải Út Trà Ôn ca. Đó là do bởi máy móc của Asia là mua đồ cũ của hãng Pathé bên Đức phế thải loại ra, còn máy thu thanh của Hoành Sơn là hàng mới của Nhựt Bổn. Về kỹ thuật làm dĩa của Asia thì quá xưa, khi chạy nghe tiếng sè sè pha lẫn với

âm thanh lời ca, đâu có trong trẻo như dĩa Hoành Sơn làm tại Pháp, kỹ thuật tinh vi hơn nhiều.

Lúc bộ dĩa Sầu Vương Biên Ải do Út Trà Ôn ca phát hành bán chạy quá, do người có máy hát thay đổi quan niệm xử dụng. Trước đây khi trong làng xã một nhà có dĩa hát nào đó, thì nhà kia không mua dĩa đó mà trao đổi nhau cho đỡ tốn tiền. Nhưng khi dĩa Sầu Vương Biên Ải phát hành thì nhà nào cũng mua một bộ làm của riêng.

Nhận thấy thị trường tiêu thụ dĩa hát có một tiềm năng rộng lớn, đầy hứa hẹn mà mỗi khi muốn in dĩa phải gởi sang Pháp. Chỉ nội gởi đi mang về cũng mất nhiều thời gian, lại tốn tiền vận chuyển, nên ông Ba Bản quyết định thiết lập nhà máy làm dĩa hát để không còn bị lệ thuộc trong việc sản xuất, cũng như hạ thấp giá thành, giúp bà con dễ mua hơn.

Thực hiện vấn đề nầy, ông Ba Bản đề cử kỹ sư Phạm Ngọc Thuần đi Pháp tìm mua máy làm dĩa (ông Phạm Ngọc Thuần là anh của Đại Tá Phạm Ngọc Thảo, một nhân vật nổi tiếng trong một cuộc chính biến thời kỳ trước 1975).

Ông Thuần đi Tây báo về rằng cả nước Pháp cũng chỉ có 3 cái máy làm dĩa hát, tuy rằng 3 chiếc máy đang hoạt động, nhưng giá cả chênh lệch nhiều, chiếc máy mới đắt tiền gấp 3 lần chiếc máy đã xử dụng khoảng 3, 4 năm.

Tiền dư quá nhiều, mở con đường Ban Mê Thuột lời 200 triệu, đó là chưa kể thời gian qua kiếm khá tiền bán dĩa hát, nên ông Ba Bản cho lệnh ông Thuần mua chiếc máy mới.

Hãng dĩa Hoành Sơn tận dụng nguyên liệu trong nước Thế là chiếc máy làm dĩa hát được chuyên chở từ Pháp về Sài Gòn cùng với 2 thứ nguyên liệu chính là bột đá đen và chất keo dính, hai thứ này hòa lại đưa vào khuôn ép thành dĩa hát.

Chiếc máy mang về đặt ở bãi đất trống của nhà ông Ba Bản trên đường Macmahon mà thiên hạ thời ấy gọi là đường "Mặt Má Hồng", đoạn qua khỏi cầu Công Lý thẳng lên phi trường Tân Sơn Nhứt. Sang thời Đệ Nhứt Cộng Hòa đường Macmahon đổi tên Ngô Đình Khôi, sau đó lại đổi tên Cách Mạng 1 tháng 11, và bây giờ thì đường mang tên Nguyễn Văn Trỗi.

Do nhu cầu của thị trường, khách hàng khắp nơi mong đợi mua dĩa hát Hoành Sơn, nên chiếc máy hoạt động ngay. Sau đó thì việc xây cất hãng mới bắt đầu, có nghĩa là chiếc máy hoạt động ngoài trời một thời gian trước khi có mái nhà che mưa nắng.

Khi đã thực hiện được một hãng dĩa rồi, ông Ba Bản đã nghĩ ngay đến việc tận dụng nguyên liệu có trong nước để sản xuất dĩa hát, thay vì phải mua từ bên Pháp như hãng Asia đã làm trong nhiều năm qua.

Có lẽ do cái số để cho lịch sử cải lương sau này ghi công hay sao, mà ông Ba Bản trong lúc đang lãnh thầu mở con đường Thủ Dầu Một đi Ban Mê Thuột, ông vừa nhận tiền đợt nhứt thì có một đại diện thương mại của một hãng sản xuất máy móc nông cơ, kỹ nghệ ở Mỹ giới thiệu với ông chiếc máy xay vật liệu cứng thành bột nhuyễn.

Sẵn trong tay có cả mấy chục triệu đồng tiền Đông Dương quá lớn vào thời đó, ông Ba Bản mua chiếc máy mà không biết mua để làm gì.

Đến lúc thực hiện nhà máy dĩa hát và số nguyên liệu bột đá đen, chất keo dính được mua cùng lúc với hãng dĩa sắp cạn, thì ông lại nghĩ ra cách dùng nguyên liệu trong nước, ông cho xe chở đá đen từ Trị An, Biên Hòa về, cho chiếc máy xay thành bột nhuyễn, thế là hãng đã có loại bột đá đen còn tốt hơn bột đá nhập cảng từ bên Pháp.

Ông Ba Bản là kỹ sư hóa học, tuy tốt nghiệp nhưng chưa làm việc gì với cái bằng cấp thì cái công ăn học được mang ra sử dụng cho công cuộc làm dĩa hát này. Ông sang Hạ Lào mua cánh kiến, tức là cánh của con ve sầu sau mùa hè chết rơi rụng đầy ở cánh rừng bên đó, và thứ nầy nấu thành vernis đánh bóng đồ gỗ, bàn, ghế, tủ... Riêng ông thì mua xử dụng làm chất keo dính cho kỹ thuật làm dĩa hát. Hạ Lào thì cũng như ở trong nước, bởi thời bấy giờ 3 nước Đông

Dương cùng một chính quyền thuộc địa của Pháp gồm 3 nước: Việt Nam - Miên - Lào, cả ba quốc gia cùng xài một thứ tiền của Ngân Hàng Đông Dương. Ông Ba Bản thiết lập địa điểm thu mua cánh kiến và thuê mướn nhân công người Lào nấu cô động thành khối đưa về Việt Nam, loại nguyên liệu này hòa trộn với bột đá đen Trị An sản xuất dĩa hát rất tốt.

Song song với công việc tận dụng nguyên liệu trong nước, ông Ba Bản còn cử một kỹ sư sang Nhựt Bổn học phương pháp tráng lớp lán trên mặt dĩa hát, để khi dĩa chạy không nghe tiếng sè sè như dĩa Asia. Thời đó người Nhựt còn giấu nghề, đâu có lớp dạy và người được đề cử sang Nhựt học bằng cách bỏ tiền nhiều cho chuyên viên Nhựt hướng dẫn tại nhà. Câu nói "có tiền mua tiên cũng được" cũng quả đúng trong trường hợp này vậy.

Kể từ đó thì hàng hoạt dĩa hát Hoành Sơn được tung ra thị trường, đem làn hơi ca vọng cổ của Út Trà Ôn đi cùng khắp trên mọi nẻo đường đất nước. Theo như nhận định của những người am tường vấn đề thì Út Trà Ôn được nổi tiếng, ai ai cũng biết giọng ca thiên phú của ông là do ở các bộ dĩa hát Hoành Sơn này, chớ còn hát tuồng cải lương trên sân khấu thì chỉ một phần nào thôi. Lý do bởi hát trên sân khấu thì chỉ có khán giả coi cải lương mới biết, còn dĩa hát thì phổ biến quá rộng rãi, có những bộ dĩa mà người ta vừa nghe tiếng ca Út Trà Ôn ở những chiếc ghe xuồng trên sông rạch vùng đồng bằng sông Cửu Long, vài ngày sau lên miền Đông lại nghe hát trong ngôi nhà bên cánh rừng ở Tân Uyên, Lộc Ninh, Hớn Quản.

Hoặc là mới vừa nghe tiếng hát đệ nhứt danh ca ở vùng núi Bà Rá, Phước Long thì kế đó tiếng ca vọng cổ của ông cất lên ở vùng biển Bà Rịa, Vũng Tàu. Tóm lại là dĩa hát Hoành Sơn hiện diện ở mọi nơi, đâu đâu cũng có, và dĩ nhiên tiếng ca Út Trà Ôn đã trở thành quen thuộc với mọi người yêu thích vọng cổ.

Những dĩa Hoành Sơn được nhiều người biết, ngoài bộ dĩa Sầu Vương Biên Ải, Tấm Lòng Hiếu Tử, Viếng Mồ Chinh Phụ do Út Trà Ôn ca độc chiếc. Tiếp theo đó thì các bộ dĩa trọn tuồng cải lương như "Một Người Anh" tức Hoàng Tử Lưng Gù với Út Trà Ôn, Thanh Tao, Ba Túy, Ba Khuê, Việt Hùng, Ngọc Nuôi. Còn các dĩa khác như Tình Yêu Thôn Dã (Út Trà Ôn - Bạch Huệ). Hồn Non Nước (Út Trà Ôn - Ngọc Ánh). Sau Khúc Quân Hành (Út Trà Ôn - Kim Anh - Bửu Tài). Còn 3 bộ dĩa Út Trà Ôn ca chung với Thúy Nga là: Đò Đưa Chinh Khách, Tìm Hạnh Phúc, Cửa Thiền Rộng Mở... Tóm lại là rất nhiều bộ dĩa Hoành Sơn được liên tục nối tiếp nhau ra đời không thể kể hết.

Sau loạt dĩa hát do tiếng hát Út Trà Ôn làm nòng cốt, hãng Hoành Sơn lại tung ra 2 bộ dĩa trọn tuồng cải lương do nghệ sĩ Bảy Cao đảm trách vai chánh thay thế Út Trà Ôn. Hai tuồng này từng trình diễn trên sân khấu đoàn Hoa Sen, đó là tuồng "Đêm Lạnh Trong Tù" và tuồng "Dưới Lá Quốc Kỳ".

Đến gần cuối thập niên 1950 thì hãng Hoành Sơn ngưng hoạt động, do bởi máy hát tân kỳ chạy điện của Nhựt Bổn được nhập cảng vào, và máy này hát dĩa nhựa, lại khỏi phải thay kim mỗi khi đổi dĩa. Do đó mà dĩa đá và máy quây dây thiều đã lỗi thời, người hâm mộ vọng cổ dẹp máy quây dây thiều qua một bên, lại còn thêm cả chục hãng dĩa nối tiếp nhau ra đời, nên ông Ba Bản bỏ nghề. Và như đã nói ông Ba Bản là nhà tư bản, thích mà làm chớ đâu phải là nghề nghiệp sinh sống của ông đâu, do vậy mà khi máy quây dây thiều hiệu Columbia lui vào bóng tối thì dĩa Hoành Sơn cũng biến mất trên thị trường dĩa hát.

Riêng hãng Asia thì chủ nhân là ông Năm Mạnh qua đời năm 1957 (mới 50 tuổi), người kế nghiệp ông đổi tên hãng là Hồng Hoa và chuyển sang làm dĩa nhựa cạnh tranh với nhiều hãng dĩa khác.

Có điều mà tôi cũng nhiều người thắc mắc là hãng dĩa Asia của ông Năm Mạnh ra đời từ năm 1936, tức trước hãng Hoành Sơn đến những 14 năm (Hoành Sơn ra đời khoảng 1952). Trong suốt mười mấy năm ấy Asia thu tiền vô biết bao nhiêu mà kể, độc quyền một mình một chợ, chẳng cạnh tranh với ai, mà dĩa thì bán khắp cả 3 miền Nam Trung Bắc, kể cả bên Miên trên Lào. Thế mà tại sao ông lại không kiện toàn cơ sở, thay thế máy mới, cứ xử dụng mãi chiếc máy mua ve chai, ngày một cũ thêm, thành ra dĩa sản xuất càng về sau càng kém hơn về âm thanh cũng như về phẩm chất nên bị hãng Hoành Sơn qua mặt dễ dàng.

Thấy hãng Hoành Sơn xử dụng nguyên liệu đá đen trong nước, ông Năm Mạnh cũng bắt chước mua máy xay đá làm dĩa, nhưng phẩm chất các dĩa sau này quá kém, tuy cùng kích thước 78 tua một phút, nhưng dầy và nặng, độ cứng không đều, có dĩa quá cứng hát hao kim, còn dĩa quá mềm thì mau mòn dĩa. Vì vậy mà giá bán dĩa chỉ bằng phân nửa giá tiền của dĩa Hoành Sơn cũng vẫn ế.

Người ta thắc mắc tiền bán dĩa lời quá nhiều trong suốt 14 năm ấy chạy đi đâu? Không biết ông có vướng vào bức tường nào của tứ đổ tường chăng? Thời thập niên 1930 - 1940 vùng Chợ Lớn gần nơi thu dĩa Asia có những tiệm hút thuốc phiện hoạt động công khai, có tiền vô tiệm hút chẳng ai bắt bớ cả, vì tiệm có đóng ba tăng môn bài đàng hoàng.

Trong số tài tử, nhạc sĩ đến thu dĩa, có những người là đệ tử cô ba Phù Dung, khi đến thu thanh mà mặt mày dã dượi, buồn xo thì biết là thiếu thuốc. Ông Năm Mạnh vui vẻ ứng trước tiền vô tiệm hút làm "vai cặp" cho tươi tỉnh rồi về phòng thu thanh, chớ không thôi thì cất giọng sao nổi để vô vọng cổ, hoặc cầm đờn mà tay run rẩy thì ngón đờn tự nhiên mất hay.

CHƯƠNG 18

CHUYỆN VUI CHUYỆN THẬT TRONG LÀNG CẢI LƯƠNG

Chữ ký có tiền và chữ ký không tiền

Khi một soạn giả mới vào nghề mà có tuồng được gánh lớn cho trình diễn, tức là nấc thang danh vọng đã gần kề. Nếu như tuồng ăn khách được tái diễn nhiều thì, tiền tài lẫn danh vọng cầm chắc trong tay, cuộc đời lên hương thấy rõ. Chẳng hạn như cặp Hà Triều - Hoa Phượng, lúc từ miền Tây mới lên Sài Gòn ăn nhờ ở đậu, có thể nói là nghèo lắm, nghe nói người nào cũng chỉ có 2, 3 bộ quần áo cũ thay đổi.

Thế mà nhờ có vở tuồng Nửa Đời Hương Phấn, đoàn Thanh Minh Thanh Nga diễn liên tục cả tháng tại một rạp, tức thì sau đó cặp soạn giả này lên đến địa vị cao ngất, oanh liệt suốt gần 2 thập niên. Hoa Phượng thì dư sức cung cấp cho nhiều bà vợ, còn Hà Triều thì hàng tuần đóng góp vô trường đua Phú Thọ không ít, tiền khán giả cải lương đổ vào trường đua ngựa khá nhiều.

Còn như trường hợp chàng soạn giả nhỏ con Tuấn Khanh, nhờ có tuồng Bí Mật Của Nàng - Bí Mật Của Chàng do Bạch Tuyết - Hùng Cường đóng vai chánh. Thế là anh chàng Tuấn Khanh nói tiếng mái này cũng lên như diều, dám mơ mộng đến cả Thanh Nga mới đáng nói chớ!

Đó chỉ là số ít soạn giả may mắn, chớ còn số đông thì không được như vậy. Trong làng cải lương, hậu trường sân khấu có những chuyện nho nhỏ và ngộ ngộ, không kém vẻ ly kỳ, và câu chuyện sau đây xảy ra thời thập niên 1960, tức thời kỳ cải lương hoạt động mạnh, soạn giả mới vào nghề khá nhiều.

Ngày nọ người ta bỗng thấy một chàng soạn giả thuộc dạng mới vào nghề ấy, anh ta hớt hải chạy tìm ông bầu gánh, và đi từ tư gia đến rạp hát, cho đến mấy tiệm cà phê, những nơi ông thường lui tới, nhưng vẫn không thấy tăm dạng ông bầu, khiến cho chàng ta mặt mày bí xị như bánh bao chiều. Có chuyện chi mà như thế chứ?

Số là chàng soạn giả mới vào nghề này, lần đầu tiên có tuồng được trình diễn sân khấu một đại bang, là điều may mắn mà ít người được. Thông thường gánh hát nhỏ thì bầu gánh tự tay phát lương cho đào kép, công nhân, soạn giả... Nhưng đây là gánh hát lớn có phát ngân viên đàng hoàng. Tuồng trình diễn khi đêm, trưa hôm sau bầu gánh ký cho anh ta tờ giấy lãnh tiền.

Còn nỗi vui mừng nào bằng, soạn giả nhà ta hí hửng cầm tờ giấy lãnh tiền ấy khoe với cô bạn gái vừa quen trước đó ít lâu, và đồng thời rủ cô nàng đi nghỉ mát Vũng Tàu. Mấy lần trước chàng có rủ đi chơi đây đó cô đều từ chối, nhưng có lẽ lần nầy thấy tờ giấy như thấy cái "kho tàng" trong tương lai nên nàng ô kê gật đầu, cũng như bằng lòng ở lại ngoài đó đến 2 ngày đêm, và hứa hẹn sáng mai lên đường.

Đến xế chiều chàng soạn giả chạy Honda đi tìm người phát ngân viên của đoàn để lãnh tiền. Dọc đường anh ta mường tượng trong trí cái cảnh sẽ du dương ái tình lẩm cẩm với cô em trong hai đêm ở Vũng Tàu đầy hoa mộng ấy.

Thế nhưng, ở đời có lắm chuyện bất ngờ mà chàng soạn giả kia mất đi một dịp hưởng cảnh thần tiên, non bồng nước nhược. Tại cô nàng đổi ý chăng? Không phải, mà là do ông bầu gánh hát đại bang nói trên "sáng chế" ra một sự đối phó với một số người dưới tay hoặc quen biết, ông dặn riêng người phát tiền của đoàn như sau:

- Trong vấn đề xuất phát tiền nong, tôi có hai chữ ký tên: Chữ ký thứ nhứt có dấu hiệu như vầy như vầy, gặp giấy có chữ ký ấy anh cứ phát tiền cho người cầm giấy. Còn chữ ký thứ nhì của tôi có dấu hiệu khác hơn, nếu anh gặp giấy có chữ ký đó thì đừng phát tiền.

Cái anh chàng soạn giả kia cầm phải tờ giấy có chữ ký thứ nhì, nên người phát tiền cười rất tươi nói rằng:

- Hôm nay kẹt tiền, vì mắc phải chi phí nhiều việc, vậy xin hôm sau, anh đến...

Đau như bị bò đá, soạn giả nhà ta cầm tấm giấy vừa đi vừa chửi thề, bởi biết ăn làm sao, nói làm sao với người đẹp đây? Dễ gì nàng chấp nhận lần thứ hai. Vì vậy mà chàng chạy lung tung kiếm ông bầu đỏ con mắt vẫn không gặp.

Vào xem một đêm hát cải lương

Đến rạp để xem một vở tuồng, khán giả thật tâm muốn thưởng thức nghệ thuật phải chú trọng những gì diễn trên sân khấu, do đó người xem phải tập trung tư tưởng, tinh thần để theo dõi lời ca, câu hát. Có vậy mới bổ ích cho mình và cũng không hoài công sự cố gắng của diễn viên và soạn giả.

Nhưng khốn nỗi, trong lúc khán giả thật tâm muốn thưởng thức nghệ thuật lại gặp bao nhiêu bực dọc phiền toái ở cạnh mình, giữa bầu không khí ồn ào mà phần lớn cũng là do đa số khán giả gây ra.

Có lần nọ vào giữa thập niên 1960, một ông công chức cùng bà xã đi coi cải lương, sáng hôm sau vào sở ông kể lại rằng, tuồng hát bắt đầu, lúc tấm màn nhung vén lên khởi diễn thì khán giả ở ngoài mới chịu ùn ùn kéo vào.

Đáng lý khán giả vào trước lối 5 hay 10 phút để biết chỗ nào mình ngồi, và để cho tâm trí được thong thả nhẹ nhàng đặng chút nữa xem hát nghe ca. Nhưng không, số bà con khán giả khá đông đó đợi mở màn rồi mới chen lấn vào. Cảnh tượng, không khí bên trong rạp lúc bấy giờ thật là rối loạn huyên náo. Những người vào trước phải co giò nép mình cho những người vào sau tìm số ghế.

Khi mấy bạn chỉ dẫn tìm đúng số ghế, lại thấy có người chiếm rồi. Anh ta năn nỉ người ngồi lầm ghế trả lại chỗ ngồi, nhưng khán giả ấy không chịu đi, do bởi nhân viên ở quầy vé bán "đúp lê" chiếc ghế tốt này. Thế là cả một vấn đề gay go, giải thích và xin lỗi đủ điều của anh chỉ dẫn. Không khí đã ồn ào lại càng ồn ào hơn bởi sự cãi vã to tiếng.

Tội nghiệp cho khán giả ngồi phía sau vì sự chàng ràng của mấy ông bà khán giả đi tìm số ghế, cho đến cả mấy chú chỉ dẫn lom khom năn nỉ, nên họ phải nghiêng đầu qua, nghiêng đầu lại để nhìn lên sân khấu.

Chờ cho xong cuộc "đổ bộ" như thế, những người vào trước và thật sự muốn xem hát vô tình bị "tước" hết một đoạn đầu của màn nhứt.

Tuồng tích lần hồi đến mức áo le gay cấn, tưởng đâu ai nấy đều chăm chú theo dõi những diễn biến trên sân khấu, thì ở đầu nầy có hai chị đàn bà hàn huyên, kể lể bằng một giọng rang rảng về hụi hè, về vé số và luôn cả vụ vừa mới đánh ghen với đức ông chồng ở đâu đó. Tiếng nói của hai chị khán giả nầy nổ như pháo Tết làm át mất tiếng hát của nghệ sĩ.

Trong lúc ấy thì ở góc bên kia, một bà khán giả khác bồng theo một em bé độ hai tuổi, vì nóng nực đòi uống nước thế nào đó, lại ré lên. Khi đó, thay vì dịu dàng dỗ con hay nếu không cũng chịu khó đứng dậy bồng đứa bé ra ngoài trong chốc lát để tránh sự phiền phức cho những người ngồi chung quanh. Trái lại, bà này lại "xáng" cho cậu bé mấy tát tai...

Thế là thằng nhỏ đau điếng khóc thét rùm cả rạp. Đã vậy, bà khán giả nói trên lại rống miệng đem đủ danh từ không đẹp chút nào để mắng cho thằng bé một trận đã nư, khiến cho bao nhiêu khán giả ngồi gần phải buộc lòng... nghe ráo.

Nếu là khán giả cải lương của thời thập niên 1950 - 1960 chắc chẳng một ai mà không biết qua vấn đề trẻ em gây ồn ào trong rạp hát, rất phiền hà cho khán giả.

Có lần nọ vào khoảng 1956 gánh hát bầu tèo trình diễn ở Mỹ Tho, đêm đó đang diễn tuồng *Phàn Lê Huê giả chết*. Màn nhứt vừa bỏ xuống, bỗng kéo lên liền, và người thấy ông bầu đứng nghiêm chỉnh, trịnh trọng nói:

- Kính thưa quí vị nít nhỏ, xin quí vị cảm phiền bước xuống khỏi sân khấu tui mới cho hát tiếp...

Khán giả cười ầm lên. Thì ra hôm bữa đó con nít vô rạp quá nhiều, đứng chật đường đi, không còn chỗ đứng và tràn lên sân khấu. Lại còn thêm phía trong cánh gà còn nghịch ngợm hơn, một đứa vô nằm trong chiếc hòm của Phàn Lê Huê để cho mấy đứa khác khiêng và cười rần lên...

Trong đám con nít ấy có con của các khán giả, và những đứa bé vô cọp cũng có. Có lần nọ đi xem đoàn Hoa Thủy Tiên khai trương ở rạp Biên Hùng, Biên Hòa gặp "hằng hà sa số" con nít đứng trên bệ trước giàn kèn, rồi tràn lên mí sân khấu. Đến đoạn một cô đào sắp diễn lớp cô ta tự tử ở trước tấm đề co phít, thì "quí vị nít nhỏ" bu cô ta, khiến cô ta mắc cỡ, diễn... tắt ngang cái lớp đó, để tắt đèn đổi cảnh.

Có đêm đông đảo con nít đến đứng cà rà ở dàn nhạc khiến khán giả ngồi ở phía sau hết sức bực mình. Rồi thỉnh thoảng các nhân viên soát vé đến lùa đám trẻ nít đi. Rồi một chút thôi, chúng lại tụ tập đến nơi ấy nữa. Rồi các anh soát vé đến đuổi xô. Diễn mãi như thế...

Hoặc là một chị nọ dẫn theo 3, 4 đứa con nít ngồi đứng lăng xăng cạnh mẹ nó, làm cho khán giả ở hai bên và ở phía sau khó xem được tuồng hát.

Cái lào xào, lộn xộn ở các rạp hát do con nít tạo ra rất thường thấy. Nhiều người xem hát, dẫn theo con nít từ còn bé đến con nít biết chạy giỡn. Người ta hằng được chứng kiến cảnh con của một nữ khán giả khóc ré lên, rồi nữ khán giả ấy vạch vú cho con bú, thằng "oắt con" hay con "oắt con" có lẽ vì nực nội, cứ khóc mãi, khiến cho má nó giận đánh cái chát rồi chửi um lên.

Còn rất nhiều chuyện lào xào lộn xộn nữa, mà thường do con nít "chủ động". Các đoàn hát cần khán giả nên vẫn cho các bà mẹ dẫn con theo hay bồng con theo coi. Vì một số nữ khán giả thuộc lớp lao động, không có mướn người giữ con, nên đi xem hát là phải dẫn con theo. Nếu cấm ngặt con nít đi theo mẹ, thì chắc chắn các đoàn hát mất một số lớn khán giả vậy.

Trên đây là một vài vấn đề "đặc thù" của sân khấu cải lương ở nước ta. Và những chuyện như vầy chắc rằng khán giả cải lương sẽ hình dung được ngay. Còn bao nhiêu vấn đề khác nữa mà làm sao nói cho hết được!

Chết rồi sao còn ngồi đây ăn cháo lòng

Thời thập niên 1960 nhờ luật lệ được ban hành, soạn giả cải lương được hưởng bản quyền soạn phẩm của mình với 5 phần trăm trên tổng số thu tiền vé bán ra, và nghe nói những năm trước Mậu Thân quyền lợi này được tăng lên 6 phần trăm, mà soạn giả Yên Lang cũng đã xác nhận.

Thế nhưng, trước đó thì thế nào, các soạn giả cải lương có được hưởng tiền gì không? Nếu nói không cũng không đúng mà nói có thì cũng không được, do bởi thời bấy giờ vấn đề này rất phức tạp, tuồng tích phần nhiều do các thầy đờn viết đưa cho bầu gánh (vào thời đó nhạc sĩ cổ nhạc được người ta gọi là thầy đờn). Sau đó bầu gánh mới sửa chữa thêm bớt theo ý của mình rồi mới ra role, tuồng nào may mắn lắm mới được ra role, chớ không nói gì đến chuyện có tiền bản quyền, kể cả tên tuồng cũng tôn trọng ý kiến của bầu gánh.

Như vậy cũng chưa xong, đến khi đưa lên sân khấu tập dượt thì ít nhiều gì cũng có thêm bớt sửa chữa theo đề nghị của nghệ sĩ mà phần nhiều là của đào kép chánh hoặc hề, do đó mà khi tuồng được trình diễn thì không biết bản quyền thuộc về ai. Nếu bầu gánh nào đó tốt bụng thì sau này có thể trả cho thầy đờn thêm tiền đờn của đêm đó mà thôi, và cũng không phải đề tên soạn giả trong quảng cáo, coi như tuồng đó là của chung vậy!

Đó là nói về những tuồng thuộc loại không có tiếng tăm và chẳng mấy người biết, mà số phận của nó có được sống lâu dài hay không tùy thuộc vào sự sống chết của gánh hát dựng lên nó, nếu gánh hát rã thì tuồng đó ít có cơ hội sống được ở các gánh khác. Cũng đừng tưởng rằng gánh hát nhỏ chỉ trình diễn những tuồng được soạn nhiều giai đoạn như đã nói ở trên, mà phải nói rằng gánh nhỏ cũng hát tuồng lớn như ai vậy, họ không bao giờ thương lượng mua tuồng, mà chỉ lấy ở đâu đó rồi hát thôi. Không trả tiền tuồng mà còn điêu đứng, chịu không nổi chết lên chết xuống thì làm gì có tiền mà trả cho người viết tuồng đang hoạt động ở Sài Gòn.

Đối với những tuồng đã có tiếng tăm, từng được hát gánh lớn ở Sài Gòn, gánh Năm Châu chẳng hạn, thì nó cũng được (hay bị cũng vậy) các bầu gánh ở tỉnh đem ra hát cho bà con vùng nông thôn coi, mà chẳng cần biết người soạn tuồng là ai. Chẳng những không trả tiền mà còn tùy tiện muốn sửa đổi thế nào cũng được, do bởi thời bấy giờ chưa có luật lệ riêng cho giới soạn giả cải lương, thành thử ra những người viết tuồng lúc ấy họ chỉ nhắm vào nghệ thuật, say mê với nghệ thuật mà viết chớ không phải là nhắm vào quyền lợi cho cuộc sống vật chất. Người viết tuồng thời đó chỉ đặt nặng về tinh thần, bầu gánh chịu hát tuồng của mình là mừng rồi, hoặc bầu gánh nào muốn lấy hát cũng được, chẳng thắc mắc gì hết, mà nếu có khiếu nại thưa gởi thì có ai đâu giải quyết! Thời bấy giờ không có vấn đề kiểm duyệt nên tuồng tích được sửa đổi lung tung, người ta chẳng cần biết người soạn giả là ai, và tệ nạn này xảy ra hầu hết là do các bầu gánh hát nhỏ ở nông thôn, mà tầm hoạt động chỉ quanh quẩn ở thôn xã địa phương của các tỉnh miền Tây hoặc miền Đông mà thôi.

Khoảng những năm đầu thập niên 1940, ở một thôn xã nọ thuộc tỉnh Vĩnh Long, mà phương tiện giao thông đường bộ không có, chỉ có đường sông, nếu di chuyển bằng chiếc xuồng ba lá thì từ chợ quận đến đây mất nửa ngày. Tại đây có một gánh hát nhỏ đang hoạt động mà rạp hát là cái chợ lợp lá dừa nước, chỉ nhóm từ hừng sáng đến mặt trời chưa đứng bóng là tan, do đó từ trưa đến tối chợ trống trơn, mặc tình cho gánh hát sử dụng mà không phải trả tiền rạp. Vách rạp làm bằng lá dừa nước bao quanh và tranh cảnh của gánh hát được làm bằng nhiều tấm đệm may dính lại, bôi mực xanh xanh đỏ đỏ, do tay họa sĩ nào đó vẽ một cách sơ sài.

Ông bầu là một nông dân, có vài lần đi Sài Gòn thăm thân nhân được dẫn đi coi hát, rồi vì đam mê nghệ thuật nên khi về đứng ra quy tụ các tay ca tài tử tại địa phương thành lập gánh hát, đồng thời kêu bán bớt một mẫu ruộng để làm vốn. Gánh hát không có vẽ bảng hiệu gì hết mà tên gánh và tên tuồng hát thì mỗi bữa dùng phấn viết học trò vẽ lên tấm bảng đen cho người ta biết đêm nay hát tuồng gì. Về phần nhạc sĩ cũng là những tay đờn đình đám trong thôn xóm, mà nghề nghiệp là làm vườn, làm ruộng, nuôi vịt... và tối đến đờn cho gánh hát. Tóm lại hầu như tất cả phần chính yếu để hình thành một gánh hát đã được tận dụng tại địa phương.

Gánh hát tuy nhỏ nhưng khán giả rất đông, cứ chiều đến là bà con xa gần quanh chợ bơi xuồng đến coi, vừa giải trí vừa ủng hộ gánh hát nhà, cũng như không phải đi xa để coi hát. Đến lúc mặt trời lặn thì đào kép bắt đầu vẽ mặt tô son điểm phấn, đồng thời tiếng đờn của ba cây kìm, cò, tranh cũng nổi lên, là một lúc sau thì gánh hát mở màn hát tuồng Lan và Điệp với tình tiết câu chuyện cùng lời ca tiếng hát và lời đối thoại không khác gì lúc coi đoàn Năm Châu hát ở Sài Gòn.

Không biết ai đã cung cấp tuồng cho ông bầu mà màn chót kết thúc tuồng hát thì tình tiết lại khác đi, khiến cho những người từng xem qua tuồng này không khỏi thắc mắc, do tuồng này được hát đi hát lại nhiều lần ở vùng Sài Gòn nên người ta quá rành về tình tiết cốt truyện. Nếu đã từng xem qua tuồng Lan và Điệp của soạn giả Tư Trang được hát trên sân khấu gánh Năm Châu, thì ở màn chót Điệp được vị sư trụ trì cho mượn chiếc áo cà sa, giả làm sư cụ vào hậu liêu chứng minh cho Lan trao gởi nỗi niềm tâm sự, theo sự yêu cầu của Lan. Đến khi Lan hấp hối thì Điệp vội vã cởi chiếc áo cà sa ra, chạy đến ôm Lan, rồi thì chỉ còn nghe được vài câu anh Điệp... anh Điệp...

Thế nhưng, ở gánh hát nhỏ đã nói ở trên thì phần kết cuộc cô Lan vẫn sống, mà còn được sư cụ cho phép hoàn tục rời chùa trở về sống với Điệp, tức là không có chết, do đó mà sau khi vãn hát một số bà con từng biết qua cốt truyện đã bao quanh ông bầu hỏi tại sao vậy? Ông bầu nầy vốn là nông dân, ngôn từ chẳng khác lối hành văn của nhà văn Lê Xuyên trong tiểu thuyết Chú Tư Cầu hay Rặng Trâm Bầu, tức là sử dụng những chữ như "tui, dìa, dui"...

Tuy bị chất vấn, ông bầu vẫn tỉnh bơ nói:

- Tại vì tui thấy cô Lan chết tội nghiệp, người ta khóc nhiều quá nên bữa nay tui cho cổ sống để dìa ở với cậu Điệp có phải dui hôn? Nếu bà con muốn cổ chết thì ngày mai tui cho chết có sao đâu!

Sáng hôm sau uống cà phê ở chợ, mấy người đi coi hát đêm qua tiếp tục hạch hỏi vấn đề sửa đổi tuồng hát thì ông ta nói:

- Tại vì mấy lần trước vãn hát, có người ra phía sau thấy cô Lan, đã nói "tại sao chết rồi mà còn ngồi đây ăn cháo lòng"?

Thiếu cà phê tập tuồng không nổi!

Khi xưa, cải lương thời thập niên 1940 - 1950, đào kép tập tuồng hằng ngày chẳng được cho ăn uống gì cả, có nghĩa là mạnh ai người nấy lo chớ bầu gánh không quan tâm đến vấn đề này. Nhưng cũng có vài bầu gánh nấu nồi trà quế, ai muốn uống thì tự pha lấy (không biết "trà quế" hay "trà Huế" chữ nào đúng). Về sau không thấy ai mua bán loại trà này nữa.

Cũng có đào kép may mắn gặp bầu gánh rộng rãi thì được cho uống nước chanh, thường thì đường tán và chanh quậy trong lu nước lạnh chớ không có nước đá (thời xa xưa đó làm gì có nước đá), và khi uống thì dùng chiếc gáo có cán múc ra chén.

Sang thập niên 1960, cải lương làm ăn khá, nên đào kép tập tuồng cũng được ưu đãi hơn, được uống mỗi người một ly cà phê đá (không có sữa). Rồi dần dà theo đà tiến bộ hơn, từ giữa thập niên 1960 trở về sau, nghệ sĩ tập tuồng được phát tiền cà phê thuốc lá tại chỗ, với số tiền vừa đủ mua một ly cà phê đá và một gói thuốc Bastos xanh (không phải thuốc thơm Ruby). Có nghĩa là lấy tiền rồi tự do muốn xài cách nào cũng được. Từ đó đã trở thành thông lệ, hễ tập tuồng là đào kép được lãnh tiền cà phê thuốc lá.

Thế nhưng, có lần vào khoảng 1971, đoàn Thái Dương 3 tập tuồng tại rạp Quốc Thanh. Một ký giả kịch trường vào xem thì bắt gặp những bộ mặt buồn hiu bên trong cánh gà, tuy rằng ngoài sân khấu, trước sự theo dõi của ông trưởng đoàn, các diễn viên cũng cố gắng lo làm phận sự tập tuồng bằng nét vui vẻ có mòi gượng gạo.

Hỏi ra mới biết bà bầu không có ở nhà, còn người đại diện là trưởng đoàn, soạn giả Nguyễn Huỳnh thì lu bu với bao nhiêu công việc cần thiết cho ngày khai trương sắp đến bên chân, nên ông quên tuốt một vấn đề lẽ ra ông phải nhớ giùm cho đào kép họ lấy đà hăng hái. Ông nhẹ quên phát tiền cà phê thuốc lá cho toàn thể nhân viên có mặt đang tập tuồng, mà riêng rẽ từng cá nhân thì không ai dám nhắc nhở ông trưởng đoàn. Do thiếu chất kích thích ấy nên phần đông đều uể oải, nếu không nói là xuôi xị trong lúc ăn tập.

Tội nghiệp nhứt là cậu nhắc tuồng, đứng trong giàn đờn nhìn ra thấy cậu ta mồ hôi nhễ nhãi, giọng nhắc nhỏ dần, gừ gừ trong cổ họng.

Đoán biết được Nguyễn Huỳnh quá bận rộn việc nầy việc nọ, đã quên phứt đi cái việc phát tiền cà phê cho anh chị em, trong khi đó lại chẳng có ai đại diện để nhắc cho ông nhớ.

Không biết sau đó ông trưởng đoàn có nhớ mà cho anh chị em được lãnh "ráp ben" tiền cà phê thuốc lá hay không. Đôi khi vì một sơ hở lãng quên nhỏ nhặt, lại có thể gây một chán nản cho toàn thể anh chị em không còn hăng say trong nhiệm vụ nữa.

Đòi mua xú chiêng cho đào nhí 13 tuổi, kép Hùng Cường bị ăn đòn

Trong làng cải lương thỉnh thoảng lại xảy ra những chuyện lẩm cẩm, nghe qua thật là buồn cười, vậy mà người ta lại thích nghe mấy chuyện như thế trong những buổi "trà dư tửu hậu". Khi xưa báo chí kịch trường đã có những câu chuyện, mà thấy cái tựa là độc giả chẳng khi nào bỏ qua, như là cái tựa "đòi mua xú chiêng cho đào nhí 13 tuổi..." này vậy.

Số là đào cải lương Ngọc Giàu nhờ giọng ca vọng cổ trời cho nên mới 10 tuổi đã gia nhập làng cải lương. Đến năm 13 tuổi về đoàn Hoàng Kinh - Ngọc Đán thì Ngọc Giàu được giao vai đào chính. Ngọc Giàu nói:

- Đúng là cái tuổi chưa biết gì! Tôi vừa lùn vừa xấu, thân hình chưa có chỗ nào nở nang coi cho được, chỉ nhờ có giọng ca trời phú mà đóng cặp với Hùng Cường.

Trong đêm diễn Roméo và Juliette, tôi và Hùng Cường nằm chết dưới mồ sâu. Anh đã thủ thỉ:

- Em lùn quá, anh phải sắm cho em đôi giày cao gót để đóng cặp với anh cho xứng. Bước ra sân khấu mà em lùn tịt, anh cao nghệu, coi hổng có được. Bộ có hơi ca là đủ cho khán giả châm chế hết sao? Còn phải diễn nữa chớ!

Phải chi Hùng Cường nói tới đây rồi ngưng lại thì không có chuyện gì xảy ra, đằng này anh lại chê tôi:

- Ngực em lép xẹp, đóng chung với anh coi hổng được. Anh sẽ mua cho em cái áo nịt, mặc bên trong. Con gái gì coi tệ quá!

Tôi cũng thấy đúng. Nào dè anh Ba tôi đang nằm nghỉ ở sau tấm phông hậu trường. Anh nghe rõ từng lời một nên nổi xung thiên, vụt ngồi dậy đứng chờ ở bên hông cánh gà.

Tôi và Hùng Cường vừa mới bước vào, anh đã thộp ngực Hùng Cường đấm túi bụi:

- Thằng khốn nạn! Nó là con nít mới 13 tuổi mà mày cũng dê. Tao đập bể đầu mày.

Hùng Cường chưng hửng la lớn:

- Nói cái gì tầm bậy vậy?

- Mày dụ dỗ con Ngọc Giàu. Mày đòi sắm giày, mua xú chiêng cho nó.

Tôi cũng lên tiếng binh vực Hùng Cường:

- Hổng phải vậy đâu anh Ba, đừng hiểu lầm, anh Hùng Cường muốn giúp em mà.

- Giúp cái khỉ gì, mua xú chiêng cho mày hả? Oánh thấy mẹ nó chớ giúp cái gì.

Kép Hùng Cường và đào Ngọc Giàu.

Người anh Ba của Ngọc Giàu nói nhiều câu nghe chói tai, rồi tiếp tục chửi mắng và đấm đá Hùng Cường. Hai tiếng "xú chiêng" khiến cho mọi người hiểu lầm cười rần rần. Hùng Cường ức lòng không nhịn nữa. Thế là hai bên ẩu đả lung tung, không còn ai can thiệp nổi. Ngọc Giàu chỉ biết ôm mặt khóc. Hai người đánh nhau đã đời mới chịu cho anh em trong đoàn can ra. Rồi từ đó không nhìn mặt nhau nữa, mối thù dai dẳng không biết tới lúc nào mới dứt.

Lúc ấy có người trong giới nói rằng chỉ tại anh của Ngọc Giàu nóng tính, thấy Hùng Cường quá hào hoa, nhiều nữ khán giả mê, nên dè dặt, bảo vệ cô em gái mới 13 tuổi, chớ đâu có ác cảm chi với Hùng Cường.

Thời giữa thập niên 1960 tôi từng nghe qua câu chuyện trên, và đã nhớ lại lúc Ngọc Giàu ra hải ngoại trình diễn trên sân khấu nhỏ của một nhà hàng ở Nam California.

Vừa xem Ngọc Giàu diễn lớp tuồng Lục Vân Tiên, tôi vừa tính nhẩm, giờ đây Ngọc Giàu khoảng 65 cái xuân. Thời gian đi nhanh thế!

Anh kép đóng vai Bà Trưng Nhị mặc... quần đùi

Thời kỳ chiến tranh 1945 - 1954 giữa Pháp và Việt Minh, đến năm 1952 thì vùng đất thuộc các tỉnh Quảng Nam, Quảng Ngãi, Bình Định, Phú Yên đã thuộc quyền kiểm soát của Việt Minh, gọi là Liên Khu 5.

Do trải qua nhiều cuộc chiến ác liệt, các tỉnh nói trên đã không còn một gánh hát nào hoạt động, đào kép đi tứ tán, mạnh ai nấy tìm nghề khác làm ăn. Riêng cô đào Ngô Thị Liễu nổi danh đất Quảng Nam lúc bấy giờ, và chồng là kép Nguyễn Lai đang bán quán tạm sinh sống, thì có người đến báo tin Liên Khu thành lập đoàn Hát Bội và mời hai vợ chồng về đoàn. Bà Liễu vui mừng, song cũng lo, liệu lần này có đi hát mãi được không, hay hát ít hôm lại về, làm dang dở việc nhà. Tuy vậy cặp đào kép Liễu - Lai vẫn gấp rút chuẩn bị lên đường.

Đến nơi hẹn, tất cả được 6 người toàn đào kép trứ danh: Nguyễn Lai, Nguyễn Nho Túy, Văn Phước Khôi, Lê Phát, Đoàn Thìn và một nữ duy nhất là đào Ngô Thị Liễu. Chỉ một thời gian ngắn tập luyện, tìm kiếm áo mão, đạo cụ... và đoàn quyết định diễn. Đào kép ít, chưa dám diễn nguyên tuồng mà đoàn chỉ diễn trích đoạn. Vậy mà cũng phải thêm tay ngang vào mới đủ vai.

Sau buổi diễn trích đoạn "Tạ Ngọc Lân Lăn Lửa" được khen, đoàn diễn tiếp trích đoạn vở "Trưng Vương Khởi Nghĩa, của soạn giả Tống Phước Phổ.

Vở tuồng Trưng Vương đòi hỏi phải có hai cô đào, vai Trưng Trắc do đào Ngô Thị Liễu đóng thì tuyệt rồi, còn vai Trưng Nhị không hiểu sao mà lúc ấy đoàn lại không tìm được cô nào đảm trách, mà là lại nhờ một anh chàng đực rựa lại là tay ngang đóng vai. Anh này chưa thạo nghề, lại phải giả gái là điều rất khó cho anh ta, song được đào Liễu tận tình hướng dẫn nên chẳng bao lâu cũng thông thuộc mọi việc. Duyệt vài lần thấy được, đoàn cho diễn. Những tưởng thuận chiều, nào ngờ xảy ra trục trặc nhớ đời.

Buổi diễn hôm đó, gặp lúc mùa Hè oi ả, trời nóng bức, mặc áo giáp vào mồ hôi ra đẫm ướt. Anh kép đóng vai Trưng Nhị mặc váy, nóng quá anh bèn cởi dây chẳng tuột váy ra cho mát, ngồi chờ tới lớp diễn hãy mặc lại. Nào ngờ đến lớp diễn, anh vội vàng ra sân khấu, quên mặc váy vào, mà anh ta vẫn không hay biết!

Khổ cho cô đào Liễu đóng vai Bà Trưng Trắc là người đầu tiên phát hiện ra, mặt bà biến sắc, mắt bà nhìn Trưng Nhị đảo lia, báo hiệu "tai nạn" cho anh kép đóng vai Trung Nhị, song chàng ta cũng vẫn chưa biết gì. Thấy không còn cứu vãn được tình thế nữa, có nhắc sửa lại cũng muộn rồi. Thôi thì đành để Bà Trung Nhị mặc... quần đùi vậy!

www.ingramcontent.com/pod-product-compliance
Lightning Source LLC
Chambersburg PA
CBHW020745160426

43192CB00006B/248